முனைவர் கப்பியறை வ.இராயப்பன்

வாழ்வியல் வழிகாட்டும் விவேகசிந்தாமணி

காவ்யா

வாழ்வியல் வழிகாட்டும் விவேகசிந்தாமணி

நூலாசிரியர்:

© முனைவர் கப்பியறை வ.இராயப்பன்

முதல் பதிப்பு: 2022

வெளியீடு: **காவ்யா**

16, இரண்டாம் குறுக்குத் தெரு, டிரஸ்ட்புரம்,
கோடம்பாக்கம், சென்னை -600024

போன்: 044-23726882 / 9840480232

அச்சாக்கம் : மணி ஆப்செட், சென்னை - 14.

பக்கங்கள் : XV+ 303 = 318

விலை : ரூ.320/-

Vazhviyal Vazhikattum Vivekasinthamani

Author:
© **Dr. Kappiyarai.V.Rayappan**

First Edition : 2022

Published by **KAAVYA**

16, 2nd Cross Street, Trustpuram,
Kodambakkam, Chennai - 600 024.

Phone: 044 - 23726882 / 9840480232

e-mail : kaavyabooks@gmail.com.

Website : www.kaavyaa.com.

Printed at : Mani Offset, Chennai -5.

Pages:XV+ 303 = 318

Price : ₹ 320

ISBN: 978 - 93 - 93358 -17-2

மாசில் வீணையும், மாலை மதியமும்
வீசு தென்றலும், வீங்கிள வேனிலும்
மூசு வண்டறைப் பொய்கையும் போன்றதே
ஈசன் எந்தை இணையடி நிழலே

- திருநாவுக்கரசர்

அர்ப்பணம்

தாய்தமிழ் மொழிக்காகப் போராடி

உயிர் நீத்த தமிழ்ப் போராளிகள்

அனைவர்க்கும் இந்நூல் அர்ப்பணம்!

செழுந்தமிழ்ச்செம்மல்
கவிஞர். தமிழ்க்குழவி
குறளகம், நாகர்கோவில் - 2

அணிந்துரை

அன்னைத் தமிழுக்கு அணியூட்டிய அற இலக்கியங்கள் பல. அவற்றுள் குறிப்பிடத்தக்க நூல் விவேக சிந்தாமணி. மனித நல்வாழ்வுக்குத் தேவையான நன்னெறிகளை வகுத்தும் தொகுத்தும் வழங்கும் இந்நூல் சில பாடல்களில் சிறுகதைகள் மூலமாகவும் வாழ்வின் எதார்த்தங்களை விளக்கியுள்ளது. பல்வேறு யாப்பு முறைகளில் அமைந்த இதன் சொற்பிரயோகங்களையும் பா அமைப்புகளையும் உற்று நோக்குங்கால் பல்வேறு காலங்களில் பாடப்பெற்ற ஒரு தொகுப்பு நூலாகவே இதைக் கருத வேண்டியிருக்கிறது. இதன் பாடல்கள் பெரும்பாலும் தமிழ்மறையாம் திருக்குறள் கூறும் கருத்துக்களின் விளக்கமாகவே அமைகின்றன. இளஞ்சிறார்கள் மற்றும் இளைஞர்கள் இவற்றைப் பயில்வார்கள் எனில் உடல்நலம், உளநலம், உயிர்நலம் ஆகியவை போற்றத்தக்க வகையில் பொலிவுறுவது திண்ணம், கொள்ளவேண்டிய நெறிகளும் தள்ளவேண்டிய குறைகளும் கோடிட்டுக் காட்டிச்செல்கின்ற இந்நூல் இன்று பெரும்பாலும் மறைக்கப்பட்டும் மறக்கப்பட்டும் வருகிறது.

இந்நிலையில் விவேக சிந்தாமணியின் சிறப்பை இளைய தலைமுறையினர் அறியும்பொருட்டு முனைவர் கப்பியறை வ. இராயப்பன் அவர்கள் வாழ்வியல் வழிகாட்டும் விவேக சிந்தாமணி என்னும் அழகிய விளக்க நூல் ஒன்றை வழங்கியிருக்கின்றார்கள். விவேக சிந்தாமணியின்

பல பாடல்களைத் திருக்குறள் பாக்களுடன் ஒப்புமைப்படுத்திக் காட்டியிருப்பது பெரிதும் பாராட்டுக்குரியதாய் அமைகிறது. பல இடங்களில் முப்பாலின் வெளிச்சத்திலேயே விவேக சிந்தாமணியின் பாடல்கள் முன்னெடுத்துச் சொல்லப்படுகின்றன. தேவையான இடங்களில் திருக்குறள் மட்டுமின்றி பிற இலக்கியங்களிலிருந்தும் மேற்கோள்கள் காட்டியிருப்பது நூலுக்கு மேலும் அணி சேர்க்கிறது. நூலாசிரியரின் இலக்கியப் புலமைக்கு, நுண்மாண் நுழைபுலத்திற்கு இவை சான்று பகர்கின்றன.

மறுமை உண்டு, பூவுலகிலேயே சொர்க்கத்தைக் காணலாம் என்பது போன்ற விவேகசிந்தாமணியின் புதுமைக் கருத்துகள் நூலில் பூத்து மணக்கின்றன. விவேக சிந்தாமணி கூறும் மனித வாழ்வின் யதார்த்தங்கள் ஆசிரியரின் அனுபவப் புரிதல்களோடு சில இடங்களில் கைகோர்த்து நடக்கின்றன. எளிமையான இனிமையான தமிழ். பள்ளிப்பாடத்திட்டத்தில் இந்நூல் இணைக்கப்பட்டால் மாணவர்கள் பெரிதும் பயனுறுவர். ஆசிரியப் பணியில் 36 ஆண்டுகள் அனுபவமிக்க இந்நூலாசிரியர் மாணவர்களுக்குப் பாடம் நடத்துவது போலவே இந்நூலின் பயணிக்கிறார், வாழ்த்தி மகிழ்கிறேன்.

ஆசிரியர் மேலும் பல நூல்களைப் படைத்து தமிழன்னைக்கும் மாணவர் சமூகத்திற்கும் தொண்டுகள் பல செய்து புகழ் பெறுவாராக.

இன்தமிழ் வாழ்க! இறையருள் பொலிக!!

தமிழ்க்குழவி, குறளகம்,
கீழராமன்புதூர், நாகர்கோவில் - 2.

Dr. A.J. சொர்ணராஜ்

பாலக்காடு இல்லம்
மதிலகம்
மார்த்தாண்டம்.

மேனாள் போராசிரியர் மற்றும்
தமிழ்த்துறைத் தலைவர்
பல்கலைக்கழகம் கல்லூரி
திருவனந்தபுரம்

மதிப்புரை

மிகச் சிறந்த ஆசிரியர்; ஆசிரியர் பயிற்சி நிறுவனத்தின் முதல்வர்; கல்வியியல் கல்லூரியின் துணை முதல்வர்; மெரிட் அக்காடமியின் நிறுவனர்; நாளைய சிற்பிகள் மாத இதழின் ஆசிரியர்; சிறந்த சிந்தனையாளர் நல்ல சொற்பொழிவாளர் ஒப்பாரும் மிக்காரும் இல்லாத சமூகத் தொண்டர் எனப் பல நிலைகளிலும் முத்திரை பதித்து வருபவர்தாம் பேராசிரியர் முனைவர் வ. இராயப்பன் அவர்கள்.

அவரது கூர்ந்த மதிநுட்பத்தையும் சொல்லாற்றலையும் எழுத்தாற்றலையும் நன்கு உணர்ந்த காரணத்தால்தான் திருச்சியில் உள்ள ஆரோக்யா கல்வி அறக்கட்டளை இவருக்கு ஆசிரியர் சிகரம் என்ற பட்டத்தை வழங்கிப் பெருமைப்படுத்தியுள்ளது. பொதிகைத் தமிழ்ச் சங்கம் பாரதி பைந்தமிழ்ச் சுடர் என்ற பட்டம் வழங்கிக் கௌரவப்படுத்தியுள்ளது.

இத்தகு பெற்றிமைகளைப் பெற்றுள்ள பேராசிரியர் இப்போது வாழ்வியல் வழிகாட்டும் விவேக சிந்தாமணி என்னும் ஆய்வு நூலை யாத்துள்ளார். இந்நூலுக்கு வாழ்த்துரை வழங்கக் கிடைத்த வாய்ப்பை எண்ணிப் பெரிதும் மகிழ்கிறேன். இதனை ஒரு பெரும்பேறாகவே கருதுகிறேன்.

சிந்தாமணி என்னூல் விரும்பிய அனைத்தும் கொடுக்கவல்ல தெய்வமணி என்றே பொருள். பாற்கடலில் பிறந்ததால் இந்திரனிடமிருந்து நினைத்ததையெல்லாம் தரவல்லது என்றும் கூறுவர். விவேக சிந்தாமணியின் ஆசிரியர் மிகவும்

பொருத்தமாகத்தான் பெயர் சூட்டியுள்ளார். பகுத்தறிவு சார்ந்த எந்தக் கேள்விக்கும் விவேக சிந்தாமணியில் விடை உண்டு. பண்டைக்காலத்துப் பெரியவர்களிடம் ஏதாவது பிரச்சினை தொடர்பாக அணுகினால் அவர்கள் விவேக சிந்தாமணியின் வரிகளைச் சொல்லி விடைபகர்வர். அந்த அளவிற்கு மக்களின் வாழ்வியலோடு ஒன்றியது விவேக சிந்தாமணி என்றால் அது மிகையன்று. சிறந்த வாழ்க்கைத் தத்துவங்களை எடுத்தியம்பும் நூல்கள்தாம் காலங்கடந்தும் கடல் கடந்தும் வாழும். அவ்வாறு வாழ்கின்ற நூலைப் பேராசிரியர் இராயப்பன் அவர்கள் ஆய்வு செய்ய முனைந்தது அவரது அறிவுப்புலத்தை எடுத்தியம்புகிறது.

நூலின் முதல் இயலில் ஓர் இலக்கிய வரலாற்று ஆசிரியரைப் போலச் செயல்பட்டுத் தமிழ் அன்னையின் பெருமைகளை வாசகர் உள்ளம் வியக்குமாறு சான்றுகளுடன் விவரிக்கிறார். இந்த இயலில் இவர் பயன்படுத்தும் மேற்கோள்களும் நூற்களின் பெயர்களும் பேராசிரியருக்கும் தமிழ் மொழிக்கும் இடையே உள்ள பொருள் பொதிந்த உறவுகளைத் தெளிவாக எடுத்தியம்புகின்றன.

விவேக சிந்தாமணியின் இலக்கியச் சிறப்புகளையும் இலக்கணச் சிறப்புகளையும் விரிவாகப் பட்டியலிட்டுள்ள ஆசிரியர், இந்நூல் மக்கள் மனங்களில் இருந்து மறந்து வருவதாக ஆதங்கப்படுகிறார். எதிர்காலத்தில் இந்த அறிவுச் சுடரைப் பள்ளிப் பாடங்களில் இணைத்து, அணைந்துவிடாமல் பாதுகாக்க வேண்டும் என்ற வேண்டுகோளையும் முன்வைக்கிறார். தமிழ் கூறும் நல்லுலகம் இந்த நியாயமான வேண்டுதலை நிறைவேற்றும் என உறுதியாக நம்பலாம்.

விவேக சிந்தாமணியின் ஆசிரியர் பெயர் தெரியவில்லை என்றாலும், இதன் ஆசிரியர் தஞ்சாவூரைச் சார்ந்த பட்டீசுவரத்தைச் சார்ந்தவராக இருக்கலாம் என்ற ஒரு குறிப்பை ஆசிரியர் நல்குகிறார். இவரது ஆய்வு மனநிலைக்கு இதுவே ஓர் எடுத்துக்காட்டாகும்.

இந்த நூல் ஒரு புலவரால் பாடப்பட்டது என்று பொருள் சொல்ல முடியாது. விவேக சிந்தாமணி ஒரு தொகுப்பு நூலாகும் என டாக்டர் எஸ். ஜெகத்ரட்சகன் கூறுகிறார். இது குறித்து ஆய்வாளர்கள் சிந்தித்துத் தமிழ் உலகிற்கு உண்மைகளை உரைப்பார்கள் என நம்பலாம்.

மனிதன் எப்படி வாழவேண்டும் எப்படி வாழக்கூடாது? என்பன போன்ற வாழ்வியல் தத்துவங்களை வேதங்களைப் போன்று வாழ்வியல் தத்துவங்களை வேதங்களைப் போன்று உரைக்கும் நூல் இது. வாழ்வியல் அனுபவங்கள் அனைத்தும் இந்நூலில் இடம் பெற்றுள்ளன. இவற்றையெல்லாம் நூலாசிரியர் முறையாக உள்வாங்கிப் பல்வேறு தலைப்புகளாக வகைப்படுத்தித் தம் மொழிப் புலமையால் நுட்பமாக விளக்கும் திறன் உண்மையிலேயே பாராட்டிற்கு உரியது.

ஒவ்வொரு செய்யுளின் கருத்துக்களையும் விளக்க இவர் பயன்படுத்தும் பிற இலக்கியங்கள், பழமொழிகள், நாட்டுப் புறக்கதைகள், திரைப்படப்பாடல் வரிகள், மலையாளப் பழமொழிகள் ஆகியவற்றை எண்ணும்போது இவருடைய மொழிப்புலமையும் பல்துறை சார்ந்த அறிவும் நன்கு வெளிப்படுகின்றன.

எண்ணத்தின் விழுப்பத்தாலும் சொல்லாலும் செயலாலும் தாம் வாழ்கின்ற உலகிற்கு இவர் ஆற்றியுள்ள அரும்பணியை எல்லாரும் நெஞ்சாரப் போற்றுவர், வாழ்த்துவர்.

தமிழன்னைக்கு இவர் அணிவித்துள்ள இந்த அணிகலனைத் தமிழ் கூறும் நல்லுலகம் ஏற்றுப் போற்றும் என உறுதியாக நம்புகிறேன்.

இவர் இதுபோன்ற ஆய்வு நூல்கள் மேலும் படைத்துத் தமிழன்னைக்கு அழகூட்ட எல்லாம் வல்ல இறைவன் அருள்புரிய வேண்டும் என வேண்டி அவர் பாதம் பணிகின்றேன்.

Dr. A.J. சொர்ணராஜ்

என்னுரை

தன்னேரில்லாத நம் தாய் மொழியாம் தமிழ்மொழி இலக்கிய இலக்கண வளமிக்கது. மக்கள் தீயநெறி களைந்து நன்னெறிகளைக் கைக்கொண்டு, வையத்துள் வாழ்வாங்கு வாழ்வதற்குத் துணையாகக் கொள்ளத்தக்க நற்கருத்துகளை அள்ளி வழங்கும் அற இலக்கியங்கள் பல தன்னகத்தே கொண்ட தனிச்சிறப்பு பெற்றது. அத்தகு அற இலக்கியங்களில் தனிச்சிறப்பு பெற்ற நூல் விவேகசந்தாமணி.

சீவக சிந்தாமணி, அபிதான சிந்தாமணி, சோதிட சிந்தாமணி, விவேகசிந்தாமணி எனச் சிந்தாமணி இலக்கியங்கள் பல உள்ளன. அவற்றுள் மறைந்தும், மறைக்கப்பட்டும் வரும் நூல்களுள் விவேகசிந்தாமணியும் ஒன்று. வாழ்வின் அடித்தளமான நன்னெறிகள் இந்நூலில் நன்கு விளக்கப்பட்டுள்ளன.

எத்தனைப் பாடல்கள் இந்நூலில் உள்ளடங்கி இருந்தன என அனுமானிக்க முடியாவிடினும் இதுவரை இருநூறு பாடல்களே கிடைத்துள்ளன. அவை தொகுக்கப்பட்டுள்ளன. விவேக சிந்தாமணிப்பாடல்கள் திருக்குறளுக்கு விளக்கம் தருவதாகவே உள்ளன. மேலும் நாலடியார், திரிகடுகம், பஞ்ச தந்திரக் கதைகள், தண்டலையார் சதகம், சீவகசிந்தாமணி, நம் நாட்டு பழங்கதைகள் முதலான பலவகை நூல்களின் கருத்துகளும் ஆங்காங்கு எடுத்தாளப்பட்டுள்ளன.

கற்பதற்கு இனிமை தருவதுடன் நல்லற வாழ்வுக்கான சிறந்த அறிவுரையும், துயருறும் மனதிற்கு ஆறுதலும், தருவதாகவும் இதன் பாடல்கள் அமைந்துள்ளன. நல்ல செயல்கள் செய்து வாழ்ந்தால் நலம் பெருகும். அதில் தவறிவிட்டால் வாழ்வில் சரிவு ஏற்படும் எனத் திட்டவட்டமாக எச்சரிக்கிறது இந்நூல். தள்ளவேண்டியன எவை என்றும் கொள்ளவேண்டியன எவை என்றும் சுட்டிக்காட்டுகிறது.

பெற்றோரைப் பேணுதல், ஆசிரியருக்குப் பணிதல், கடமைகளைச் செய்தல், தீ நண்பர்களைத் தவிர்த்தல், அறிஞர்களுடன் சேர்ந்திருத்தல், மானமிக்க வாழ்வு, விருந்தோம்புதல், கற்புநெறி தவறாமை, ஈகை, பொய்யாமை முதலான நல்லறங்களைக் கைக்கொண்டு வாழ கற்பிக்கிறது இந்நூல்...

இவ்வாறு உயர்ந்த சிந்தனைகளை உரக்க உரைக்கும் இந்நூல் இன்று மெல்ல மெல்ல மறைந்து வருகிறது. இதனைப் பள்ளி கல்லூரிகளில் பாடநூலாக்கி, மாணவப் பருவத்திலேயே நன்னெறிகளை மக்கள் மனதில் பதிய வைத்திட வேண்டும் என்ற நோக்கில் இந்த ஆய்வு நூலை ஆக்கியுள்ளேன்.

இந்நூல் சிறப்பாக அமைய எனக்கு வழிகாட்டி, அறிவுரை நல்கி அழகுமிகு அணிந்துரை நல்கிய செழுந்தமிழ்ச் செம்மல் அய்யா தமிழ்க்குழவி அவர்களுக்கும், மாண்புறு மதிப்புரை வழங்கி, என்னை வாழ்த்திய தமிழ்ப்பேராசிரியர் முனைவர் எ.ஜெ. சொர்ணராஜ் அவர்களுக்கும் என் சிரம் தாழ்ந்த நன்றிகள். இந்நூல் அழகுற வெளிவர பல்லாற்றானும் உதவிய முள்ளங்கனாவிளை மேரா அச்சகத்தின் உரிமையாளர், தட்டச்சு, வரைகலை உடன்பிறப்புகள் மற்றும் அனைத்துப் பணியாளர்களுக்கும் நெஞ்சார்ந்த நன்றிகள்.

இனிவரும் காலங்களில் பாட நூல்களில் விவேக சிந்தாமணி இணைக்கப்பட்டு நன்னெறி போதனைக்கு வழி பிறக்கட்டும் என வேண்டி என் பெற்றோரின் பாதம் பணிந்து தமிழன்னையின் திருப்பாதத்தில் இந்நூலைப் படைக்கிறேன்.

அன்புடன்,

01-06-2022 கப்பியறை வ. இராயப்பன்

நூலின் உள்ளே

வாழ்வியல் வழிகாட்டும் விவேகசிந்தாமணி

- தன்னேரிலாத் தமிழ் — 1
- விவேக சிந்தாமணி — 6

1. கடவுள் வாழ்த்து — 10
   - அ. கடவுள் வணக்கம்
   - ஆ. உழவு
2. பயனற்றவை — 15
   - அ. பயனற்ற ஏழு
   - ஆ. சமயத்தில் உதவாதவை
   - இ. அழிவைத் தரும் ஏழு
   - ஈ. இருந்தும் இல்லாதவை
   - உ. ஒன்றுக்கொன்று
   - ஊ. வீண்முயற்சி
3. வறுமை — 36
   - அ. வறுமை வந்தபோது
   - ஆ. நிதிபடைத்தோர்
   - இ. பொருளில்லார்
   - ஈ. சோதனை மேல் சோதனை
   - உ. பொருள் இருக்கும்போது
   - ஊ. செல்வரின் சிறப்பு
   - எ. செல்வரின் செருக்கு
4. தீயோர் பண்பு — 62
   - அ. தீயோருக்குப் புத்திசொன்னால்
   - ஆ. தீயோருக்கு உதவினால்
   - இ. குணத்தை மாற்ற
   - ஈ. யார் பாவி

	உ.	பொறுமை	
	ஊ.	பிறவிக்குணம்	
	எ.	அருங்குணங்கள்	
5.	நட்பு		92
	அ.	உண்மை அன்பு	
	ஆ.	கர்வ மிக்கவர் நட்பு	
	இ.	உயிர்காப்பான் தோழன்	
	ஈ.	அன்புக்குமுண்டோ	
	உ.	உற்றுழித் தீர்வார்	
	ஊ.	அன்பிலார் நட்பு	
6.	உதவி		109
	அ.	பகுத்துண்ணார் முடிவு	
	ஆ.	கொடுத்துக் கெட்டாரில்லை	
	இ.	உதவி செய்வாரைத்	
	ஈ.	அற்பருக்கு உதவினால்	
7.	கல்வி		124
	அ.	நல்லோர் பெற்ற கல்வி	
	ஆ.	கழுதை அறியுமோ கற்பூர வாசனை	
	இ.	நாய்க்கு நறுநெய்	
	ஈ.	வலிமைக்கு மிஞ்சி	
	உ.	பெரியோர் இயல்பு	
8.	கடமை		140
	அ.	வேதியர் தம் கடமை மறந்தால்	
	ஆ.	காக்க வேண்டிய ரகசியம்	
	இ.	அங்கம் குறைந்தாலும்	
	ஈ.	விருந்தோம்பல்	
	உ.	அன்னையர் ஐவர்	
	ஊ.	தந்தையர் ஐவர்	

9. நீதி   158
   அ. நடுவு நிலைமை
   ஆ. மன்னன் நீதி தவறினால்
   இ. கோடரிக்காம்பு
   ஈ. யார் செய்த பாவம் யாரோடு
10. துரோகம்   171
    அ. கீழ்மக்கள்
    ஆ. தாமாக அழிவோர்
    இ. அரசனை நம்பி
    ஈ. வஞ்சகர் சொல்கேட்டால்
11. நம்பிக்கை   182
    அ. நம்பொணாதவர்
    ஆ. நம்பாதே நம்பாதே
12. மடமை   189
    அ. மூடரை மெச்சிய மூடர்
    ஆ. கழுதையைக் கொண்டாடிய அலகை
    இ. பேராசை பெருநட்டம்
    ஈ. கெடுவான் கேடுநினைப்பான்
13. அறிவுடைமை   206
    அ. அறிவுடையார் சிறப்பு
    ஆ. புகழுடல் அழியாது
    இ. புகழ்
    ஈ. அறிவே சக்தி
14. மானம்   222
    அ. மானமே பெரியது
    ஆ. கவரி மான்போல
    இ. தலையினிழிந்த மயிரனையர்

15.	தெய்வம்	232
	அ. தாயிற்சிறந்த கோயில் இல்லை	
	ஆ. எளியாரை வலியார் வாட்டினால்	
	இ. திக்கற்றவருக்குத் தெய்வமே துணை	
	ஈ. பூவுலகின் சொர்க்கம்	
16.	ஒழுக்கம்	244
	அ. ஒழுக்கம் உயர்வு தரும்	
	ஆ. இடனறிதல்	
	இ. மழை பெய்வதேன்	
	ஈ. ஊள்ளத்தால் பொய்யாது	
	உ. கற்றபடி நிற்க	
17.	இலக்கிய நயம்	262
	அ. படித்து இன்புற	
	ஆ. கற்பனை நயம்	
	இ. கவினுறு கற்பனை	
	ஈ. உவமை அழகு	
	உ. ஒலி நயம்	
18.	நில்லாமை	275
	அ. நிலையில்லா வாழ்க்கை	
	ஆ. ஆப்பிலாச் சகடு போல	
	இ. காயமே இது பொய்யடா	
	ஈ. உயிருக்கு ஆபத்தானவை	
19.	போலி	289
	அ. மெய்யும் பொய்யும்	
	ஆ. எதிர்பார்க்க முடியாதவை	
20.	விடை காணா வினாக்கள்	298

தன்னேரிலாத் தமிழ்

"முன்னைக்கும் முன்மையாய் பின்னைக்கும் புதுமையாய்ப் பன்னெடுங் காலமாய் என்றும் இளமையுடன் இலங்குவது நம் தன்னேரிலாத் தமிழ்... இனிமையும் நீர்மையும் தமிழெனலாகும்" என்கிறது பிங்கலந்தை நிகண்டு. "யாமறிந்த மொழிகளிலே தமிழ்மொழி போல் இனிதாவது எங்கும் காணோம்"– எனப் பாரதியார் புகழ்கிறார்.

பாவேந்தர்,

"தனித்தியங்கும் தன்மை தமிழினுக்கு உண்டு,
தமிழே ஞாலத்தின் தாய்மொழி பண்டு" என்றும்
"தமிழுக்கு அமுதென்று பேர் - இன்பத்
தமிழ் எங்கள் உயிருக்கு நேர்"

என்றும் போற்றிப் புகழ்கிறார்

கன்னடமும் களிதெலுங்கும்
கவின் மலையாளமும் துளுவும்
உன்னுதரத் துதித் தெழுந்தே
ஒன்று பல ஆயிடினும்
பன்னிளமை குன்றாமல் ....

என்றும் இளமையோடு வாழ்வதாக மனோன்மணியம் சுந்தரனார் வாயார வாழ்த்துகிறார். இலக்கிய இலக்கண வளங்களைத் தன்னகத்தே கொண்ட உயர் தனிச் செம்மொழி தமிழ்மொழி!

இலக்கண வளம்

தமிழ்மொழி இலக்கியத்தின் ஊற்றுக் கண்ணாய்ப் போற்றப்படும் தொல்காப்பியம். மேலும் தண்டியலங்காரம், யாப்பருங்கலக்காரிகை, வீரசோழியம், நன்னூல் முதலான இலக்கண நூல்களையும் கொண்ட மொழி இது.

தொல்காப்பியம்

மூன்று அதிகாரங்களைக் கொண்டது 27 இயல்களையும் 1610 நூற்பாக்களையும் கொண்டது.

அகத்தியம்

அகத்தியரால் எழுதப்பட்டது. பன்னீராயிரம் சூத்திரங்கள் கொண்டது. அனைத்தும் கிடைக்கப் பெறவில்லை.

இலக்கிய வளம்

"நற்றிணை நல்ல குறுந்தொகை ஐங்குறுநூறு
ஒத்த பதிற்றுப்பத்து ஓங்கு பரிபாடல்
கற்றறிந்தார் ஏத்தும் கலியோடு அகம்புறமென்று
இத்திறத்த எட்டுத் தொகை"- நூல்கள்...

"முருகு பொருநாறு பாணிரண்டு முல்லை
பெருகு வளமதுரைக் காஞ்சி – மருவினிய
கோலநெடு நல்வாடை கோல்குறிஞ்சி பட்டினப்
பாலை கடாத்தொடும் பத்து"   - என்ற

பத்துப்பாட்டு நூல்கள்... சேர சோழ பாண்டிய மன்னர்களின் படைச்சிறப்பையும் கொடைச்சிறப்பையும் கூறும் நூல் முத்தொள்ளாயிரம். இதில் 2700 செய்யுட்கள்

இருந்தன. அவற்றுள் 130 செய்யுட்கள் மட்டுமே கிடைத்துள்ளன. மேலும்,

> நாலடி நாண்மணி நானாற்ப தைந்திணை முப்
> பால்கடுகங் கோவை பழமொழி மாமூலம்
> இன்னிலைய காஞ்சியோ டேலாதி யென்பவே
> கைந்நிலைய வாங்கீழ் கணக்கு

என்னும் பதினெண்பாக்கள். சிந்தாமணி, சிலப்பதிகாரம் வளையாபதி குண்டலகேசி மணிமேகலை என்ற ஐம்பெருங்காப்பியங்கள், பன்னிரு திருமறைகள் என்ற பக்தி இலக்கியங்கள், பெருங்கதை என்ற சமணக்காப்பியம், பெரிய புராணம் கந்தபுராணம், திருவிளையாடற்புராணம் போன்ற சைவ இலக்கியங்கள், இராமாயணம், மகாபாரதம் போன்ற வீரகாவியங்கள், கலிங்கத்துப் பரணி முதலான சிற்றிலக்கியங்கள் ஆகியன உள்ளடக்கிய வளமான மொழி தமிழ்மொழி. தொண்ணூற்றாறு வகை பிரபந்தங்கள், தலப்புராணங்களும் தனிப்பாடல் திரட்டுகளும் ஏராளம் ஏராளம். வீரமாமுனிவர் இயற்றிய தேம்பாவணி தமிழுக்கு ஓர் அணிகலன். ஹென்றி ஆல்பர்ட் கிருட்ணபிள்ளையின் இரட்சண்ய யாத்ரீகம் தமிழுக்கு மணிமகுடம்.

சிந்தையை அள்ளும் சீறாப்புராணம் இஸ்லாமியரின் தமிழ்த் தொண்டிற்கு ஏற்ற சான்று. மேலும் "தாயுமான சுவாமிகள் பாடல்" இராமலிங்க அடிகளாரின் "ஆறு திருமறைகள்". தேவாரம், திருவாசகம் போன்ற ஆன்மீக இலக்கியங்கள் என எண்ணருங் கொடைகளைத் தன்னகத்தேக் கொண்டது நம் தன்னேரிலாத் தமிழ்மொழி.

திருக்குறள் மூன்று பால்களையும் 133 அதிகாரங்களும் 1330 குறட்பாக்களையுங் கொண்டு

உலகிற்கே ஒளியாயுள்ளது. சிலப்பதிகாரம் மூன்று காண்டங்கள், 30 காதைகள், 5001 வரிகள் கொண்டு நெஞ்சை அள்ளுகிறது. மணிமேகலை 30 காதைகளும் 4755 வரிகளும் உடையதாய் தமிழன்னைக்கு அழகூட்டுகிறது. சீவக சிந்தாமணி 13 இலம்பகங்கள், 3145 பாடல்களுடன் தமிழன்னைக்கு வாடாமணியாய் விளங்குகிறது.

பெரியபுராணம் இரண்டு காண்டங்களுடன் 13 சருக்கங்கள், 4286 பாடல்கள் கொண்ட அரிய நூல். கம்பராமாயணத்தில் ஆறுகாண்டங்கள் 118 படலங்கள், 10589 பாடல்கள் உள்ளன. நல்லாப்பிள்ளை பாரதம் 18 பருவங்களைக் கொண்டது. 11000 பாடல்கள் உடையது. கந்தபுராணம் 6 காண்டங்களும் 135 படலங்களும், 10345 பாடல்களையும் கொண்டது. திருவிளையாடற்புராணம் மூன்று காண்டங்களுடன் 3363 பாடல்கள் கொண்டு தமிழன்னைக்கு அழகு செய்கிறது.

தேம்பாவணியில் 3 காண்டங்களும் 36 படலங்களும் 3615 பாடல்களும் உள்ளன. சீறாப்புராணத்தில் மூன்று காண்டங்களும் 92 படலங்களும், 5027 பாடல்களும் உள்ளன. இரட்சண்ய யாத்ரீகம் 5 பருவங்களையும் 47 படலங்களையும், 3776 பாடல்களையும் கொண்டது. இராவண காவியத்தில் 5 காண்டங்களும் 57 படலங்களும் 3100 விருத்தப்பாக்களும் உள்ளன.

இயேசு காவியம் 5 பாகங்களும் 149 அதிகாரங்களும் 810 விருத்தங்களும் 2346 அகவலடிகளையும் கொண்டது. இத்தனை வளமிக்க மொழி உலகில் வேறு எதுவும் இல்லை.

இவ்வாறு இலக்கிய இலக்கண வளம் நிறைந்தது எங்கள் தமிழ்மொழி. தமிழ் எங்கள் உயிர். தமிழ் எங்கள் வளம். தமிழ் எங்கள் வாழ்வு. தமிழ் எங்கள் அடையாளம். இதனால்தான் எங்கள் வாழ்வும் "எங்கள் வாழ்வும் எங்கள் வளமும் மங்காத தமிழ் என்று சங்கே முழங்கு" என்று ஆடிப்பாடிக் கொண்டாடுகிறோம். செம்மொழியான தமிழ்மொழியே என நெஞ்சில் நிறுத்தி வணங்குகிறோம்.

இத்தனை மணமிக்க இலக்கியப் பூக்கள் தமிழ்ப் பூங்காவில் மலர்ந்திருந்தும் அவற்றுள் பல காலப்போக்கில் காணாமல் போய் விட்டன. சில மறைக்கப்பட்டன. சில மறக்கப்பட்டன. மன்னர்களும் வள்ளல்களும் புலவர்களை ஆதரித்தாலும் மறைக்கப்பட்ட நீதி நூல்களைக் காணவே முடியாமல் அமிழ்ந்து விட்டன. சில அறநூல்கள் சிறிது சிறிதாக மறைந்து வருதல் கண்கூடு. அவற்றுள் ஒன்று தான் விவேக சிந்தாமணி.

அனைவராலும் படித்துப் பயன் பெற வேண்டிய பாதுகாக்க வேண்டிய அருநிதியம் ஆகும் இந்நூல் பள்ளிப் பாடநூல்களில் இடம் பெறச் செய்து, இளைஞர்களும், பதின்ம பருவத்தினரும் படித்துத் தங்கள் வாழ்க்கை நெறிகளை வகுத்திட வாய்ப்புத் தருதல் வேண்டும்.

மனித நேயம் மாண்பிழந்து வருகின்ற இக்காலத்தில் விவேக சிந்தாமணி போன்ற நீதி நூல்கள், மனித நேயம் வளரச் செய்யும் ஊட்டமாகும் என நான் நம்புகிறேன். இதனை அனைவரும் கற்றுத் தெளிய வேண்டும்.

விவேகசிந்தாமணி

மறைந்து வரும் இலக்கியங்களுள், மறந்து வரும் அறநூல்களுள் விவேக சிந்தாமணியும் ஒன்று. விவேகசிந்தாமணியின் தனிச் சிறப்புகள் பல...

- அது ஒரு நீதி நூல்... அற இலக்கியம்...
- வாழ்வியல் நெறிகளை ஒளிவு மறைவின்றி விளக்கும் நூல்
- மனிதர் வாழ்வுக்கு வழிகாட்டி...
- மனிதவியல் மாண்புக்கு ஓர் திசைகாட்டி...
- பலரால் பாராட்டப் பெற்ற அறிவுப் பெட்டகம்...
- கல்லாதோரும் புரிந்து கொள்ளும் வகையில் நீதிகளை, எளிய கதைகளின் மூலம் விளக்கிக் கூறும் ஆசான்.
- அத்தனைப் பாடல்களும் கருத்தாழம் மிக்கவை
- இலக்கண வளம் செறிந்தவை...
- இலக்கண நெறிப்படி பாடப்பட்டவை...
- நேரிசை வெண்பா, கொச்சகக் கலிப்பா, கட்டளைக் கலித்துறை, சந்தக்கழி நெடில் விருத்தம், அறுசீரடியாசிரிய விருத்தம், எண் சீரடி ஆசிரியவிருத்தம், எழுசீரடியாசிரிய விருத்தம், கலிவிருத்தம், அறுசீர் விருத்தம், எண்சீர் விருத்தம், கலிநிலைத்துறை முதலான பாவகைகளால் அமைந்துள்ள பாடல்கள் மிகுதியாக உள்ளன.

- மனிதன், மனிதனாக வாழ வழிகாட்டுகிறது.

- கவிதைக்கு அழகு கற்பனை, உவமை. இவ்வழகினைப் பல பாடல்களில் நிறையவே காணலாம்.

- உலகின் நிலையாமையைத் தெள்ளிதின் விளக்குகிறது இந்நூல்...

- பெண்ணின் பெருந்தக்க யாவுள கற்பென்னும் திண்மை யுண்டாகப் பெறின் - என்றார் செந்நாப்போதார். அவர் மொழிக்கேற்ப மகளிரின் கற்பு நெறிக்குச் சிறப்பிடம் தருகிறது இந்நூல். கற்பு நெறி தவறாது வாழ வலியுறுத்துகிறது.

- ஆட்சியாளர் முதல் குடிமக்கள் வரை, ஆண்டான் முதல் அடிமை வரை அனைவருக்கும் பொதுவான அறிவுரைகளை அள்ளித் தருகின்றது இந்நூல்...

- ஒப்புமை சொல்லவியலா வண்ணம் மனித வாழ்வின் நில்லாமையை எடுத்துக்கூறி கல்லாமையைக் கடிந்து கொள்கிறது...

- நம்பக்கூடாதவர் யார், நம்பக்கூடியவர் யார் நட்புக்கு, அன்புக்கு, தவத்திற்கு எனப் பல பாடல்கள் உண்டு, பல பாடங்கள் உண்டு...

- செல்வத்தின் இயல்பு என்ன? செல்வரின் குணம் என்ன, விருந்தோம்புவது எப்படி? இயற்கைக் குணம் மாறுமோ? என்பதெல்லாம் இங்கே படித்து மகிழலாம்.

- தீயோர் நட்பு, தீயோருக்குப் புத்தி சொன்னால்... நல்லோர் நட்பு, மனிதர் நிலை தவறினால்... பொதுமகளிர் குணம்... அவர்களை நாடுவதன் தீ

7

விளைவுகள்... அனைத்தும் விவேக சிந்தாமணியின் பாடங்கள்.

- வறுமையின் நிறம் சிவப்பு என்பார்கள்... வறியவரின் நிலையை இந்நூலில் புரிந்து கொள்ளலாம்.

- அறிவுடைமை, அறிவுடையார் குறித்துப் பல கருத்துகளைக் கண்டு மகிழலாம்.

- அறிவிலார் இயல்புகளைப் படம்பித்துக் காட்டுகிறது இந்நூல்

இவ்வாறு மனித வாழ்வின் அனைத்து அம்சங்களையும், அனைத்துக் கோணங்களிலும் ஆராயும் அற்புதமான நூல் விவேகசிந்தாமணி.

விவேக சிந்தாமணியின் ஆசிரியர் பெயர் தெரியவில்லை. என்றாலும் தஞ்சாவூரைச் சார்ந்த பட்டீசுவரத்தைச் சார்ந்தவர் என்றும், சைவ மரபினர் என்றும் 18 ஆம் நூற்றாண்டின் பிற்பகுதியில் தஞ்சை சரபோஜி மன்னர் வாழ்ந்த கி.பி. 1798-க்கும் 1832-க்கும் இடைப்பட்ட காலத்தில் வாழ்ந்தவர் என்றும் அறிஞர்களால் கருதப்படுகிறது.

வாழ்வியல் நெறிகாட்டும் இந்த அரிய நூல் தரும் அறிவார்ந்த கருத்துகளை அனைவரும் அறிய வேண்டும் என்ற நோக்கில்,

"வாழ்வியல் வழிகாட்டும் விவேகசிந்தாமணி" என்னும் இந்த ஆய்வு நூலில் அதன் பாடல்களுள் சிலவற்றை மட்டும் எடுத்துக்காட்டி அதன் ஒப்பற்ற தரத்தினை நிலைநாட்டிட முனைந்துள்ளேன். இனிவரும்

நாட்களில் இதன் சிறப்பினை உணர்ந்து பள்ளிப்பாடத்திட்டத்திலும் இதனைச் சேர்த்து இந்த அறிவுச் சுடரை அணைந்து விடாது காத்திட தமிழ்கூறும் நல்லுலகை வேண்டுகிறேன்.

"கல்லாப் பிழையும் கருதாப்பிழையும் கசிந்துருகி
நில்லாப் பிழையும் நினையாப் பிழையும்
 நின்னஞ்செழுத்தை
சொல்லாப் பிழையுந் துதியாப் பிழையுந்
 தொழாப்பிழையும்
எல்லாப் பிழையும் பொறுத்தருள்வாய் கச்சி
 ஏகம்பனே"
- பட்டினத்தார்

1. கடவுள் வாழ்த்து

இலக்கியங்கள் அனைத்துமே கடவுள் வாழ்த்துப் பாடலுடன் தொடங்குவது இயல்பு. அவ்வண்ணமே விவேகசிந்தாமணியும் கடவுள் வாழ்த்துப் பாடலுடன் தொடங்குகிறது. இதுவே முதல் பாடலாகும்.

அ. கடவுள் வணக்கம்

அல்லல்போம் வல்வினைபோம் அன்னை வயிற்றிற் பிறந்த
தொல்லை போம், போகாத் துயரம் போம் - நல்ல
குணமதிக மாமருணைக் கோபுரத்தில் வீற்றிருக்கும்
கணபதியைக் கைதொழுதக் கால்

நேரிசை வெண்பாவால் அமைந்த இப்பாடல் நேராகவே ஆயிரம் செய்திகளைத் தருகிறது... இறைவனைத் தொழுதவர்க்கு வாய்க்கும் நன்மைகள் பல... அவற்றுள் சில...

- அனைத்து விதமான துன்பங்களும் அகன்று விடும்.
- அன்னை வயிற்றில் பிறந்து மனிதப் பிறவி எடுத்தோம். இனி வேறொரு பிறப்பின்றி மறுமையை அடைவோம். அப்படி இனியொரு பிறப்பாகிய துன்பம் அகன்று போகும்.
- எத்தனைப் பெரிய துன்பமாயினும் ஒழிந்து விடும்

திருக்குறள்

பிறவிப் பெருங்கடல் நீந்துவர், நீந்தார்
இறைவன் அடிசேரா தார்...— குறள் 10

என்கிறது பொய்யாமொழி. ஆம் எழு பிறப்பு உண்டு என்ற கோட்பாட்டினைத் திருவள்ளுவர் இப்பாடலில் நிறுவுகிறார். மேலும்,

> எழுபிறப்பும் தீயவை தீண்டா பழிபிறங்காப்
> பண்புடை மக்கட் பெறின்... – குறள் 62

என்ற பாடல் மூலமாகத் தெய்வப்புலவர் தம் கோட்பாட்டினை உறுதி செய்கிறார்,"அய்யனே மேலும் பிறவாமை வேண்டும், உன்னை மறவாமை வேண்டும்" என இறைவனிடம் வேண்டுகிறார். அவ்வை மூதாட்டி...

ஆக, மேலும் பிறவாமல், இறைவனை அடைய ஒரே வழி "அறவாழி அந்தணன் தாள் சேர்தலே ஆகும்" என்ற, அய்யனின் வாக்கை, வலுச் சேர்க்கிறார் ஆசிரியர். இறைவனைச் சரணடைந்து, அவனை இடையறாது எண்ணி இருப்போருக்கு, இவ்வுலகில் உண்டாகும் அனைத்து துன்பங்களும் நீங்கி, விடுதலை உண்டாகும். அதைப்போல, மீண்டும் பிறப்பு என்ற – வலி நீங்கி இறைவன் திருவடியைச் சேர்வர். முடிவில்லா இன்பத்தைச் சொந்தமாக்கிக் கொள்வர், என்பதாம்.

கணபதி

கணபதி – அல்லது விநாயகர் கல்விக்கு மூல காரணராகக் கருதப்படுபவர். தமிழ் மக்கள் விநாயகரை வழிபட்ட பின்னரே கல்வி கற்றலைத் தொடங்குகின்றனர். "பிள்ளையார் சுழி போட்டு அனைத்தையுமே தொடங்கு" என்ற போதனை தமிழ் மக்களுக்கு உரித்தானது.

குணமதிக மாமருணைக் கோபுரம்

நற்குணங்கள் நிறைந்த நம் மனமாகிய மேடை எனப் பொருள் கொள்ளல் வேண்டும். இறைவன் வாசம்

செய்யுமிடம், இதயமாகிய ஆலயமே! பரிசுத்தமான பாத்திரத்தில் தான் பாலை வைப்போம் இதுபோல நம் உள்ளமாகிய பாத்திரம் பரிசுத்தமாக இருக்க வேண்டும். அப்போது தான் இறைவன் குடியிருக்க அது தகுதி பெறும். அருணை என்பது திருவண்ணாமலையையும் குறிக்கும். எனவே, திருவண்ணாமலைக் கோபுரத்தில் வீற்றிருக்கும் கணபதியை வணங்கினால் என்றும் பொருள்கொள்ளலாம்.

நீதி : இறைவனை முன்னிறுத்தியே அனைத்தையும் செய்தல் வேண்டும் உலக வாழ்விலே

ஆ. உழவு

உழுவார் உலகத்தார்க்கு ஆணிஅஃ தாற்றாது
எழுவாரை எல்லாம் பொறுத்து - குறள். 1032

உழவுத்தொழில் செய்கிறவர்களே உலக மக்கள அடங்கிய தேருக்குக் கடையாணி போன்ற காப்பாளர். ஏனெனில் உணவு உற்பத்தி செய்யாமல் சமுதாயத்தின் மேற்பகுதியிலுள்ள மற்ற எல்லாருக்கும் உணவளித்து அவர்களைத் தாங்கிக் கொண்டிருப்பவர்கள் சமுதாயத் தேரின் அடிப்படையில் உள்ள உழவர்களே!

இந்தத் திருக்குறள் பாடலினை விவரித்தாற்போல விளங்கும் விவேக சிந்தாமணிப் பாடல் இதோ:

அலகில்லா மறைவிளங்கு மந்தணரா குதிவிளங்கும்
புலகலையாந் தொகை விளங்கும் பாவலர்
தம்பா விளங்கும்
மலர்குலாந் திருவிளங்கு மழை விளங்கு
மனு விளங்கும்
உலகெலா மொளி விளங்கு முழவருழு முழவாலே!

பொருள் :

அலகுஇலா	-	அளவிட முடியாத
ஆகுதி	-	வேள்வி
தோகை	-	கூட்டம்
குலாம்	-	உலவுகின்ற
மனு	-	நீதி

கருத்துரை :

உலகில் உழவர்கள் பயிர்த்தொழிலைக் குறைவின்றிச் செய்தால்தான் தானியங்கள் விளையும். அவ்வாறு தானியங்கள் விழைந்தால் மட்டுமே வேத வழிபாடுகளும் வேள்விகளும் நடக்கும்.

பலவகை கலை நுணுக்கப்பயிற்சி, பாவலர்கள் கவிதை ஆக்கம், செல்வம் சேர்த்தல், மாதம் மும்மாரி பொழிதல், நீதி நிலைபெறல், நற்செயல்களால் நன்மதிப்பு பெருகுதல், முதலிய எல்லாம் ஏற்பாடும். செல்வத்தின் கடவுளாம் திருமகள் எங்கும் நடமாடுவாள். நாட்டு மக்கள் பசிப்பிணி இன்றி வாழ்வார்...

எனவே தான் திருவள்ளுவர்,

"உழுவார் உலகத்தார்க்கு ஆணி"

என்றார்... ஆம் மக்கள் என்னும் தேரின் கடையாணியே உழவர்கள்தாம். அந்த ஆணிதானே தேருக்குப் பாதுகாப்பு அரண்!

உலக வாழ்விலே :

உணவின்றி உயிர்வாழ இயலுமா? இயலாதன்றோ... அந்த உணவை நமக்கு அளிப்பவர்களே உழவர்கள்தாம்?

இந்தியாவில் ஒரு காலத்தில் இயற்கை பொய்த்தாலும் அறிவியல் தொழில் நுட்பங்கள். ஆய்வு அடிப்படையிலான விவசாயம் வருமுன்னர் விளைச்சல் மிகமிகக் குறைந்து மியான்மர் முதலான நாடுகளிலிருந்து அரிசியும் அமெரிக்காவிலிருந்து கோதுமையும் இறக்குமதி செய்தோம்... ஆனால் இன்றோ, அரசின் திட்டங்களால் நமக்குப் போக மிஞ்சிய அளவில் விளைச்சல் பெறுகிறோம். அயல் நாடுகளுக்கு ஏற்றுமதியும் செய்கிறோம். ஏனெனில் அரசு விவசாயத்திற்கு தனிக்கவனம் செலுத்துகிறது. வீரிய விதைகள், நவீனத் தொழில் நுட்பம் பூச்சி மேலாண்மை ஆகியவற்றில் அரசின் சிறப்புக் கவனிப்பால் உழவர்கள் தம் உற்பத்தியில் வியத்தகு சாதனை ஆற்றுகின்றனர்...

திருக்குறள் :

உழுதுண்டு வாழ்வாரே வாழ்வார் மற்றெல்லாம்
தொழுதுண்டு பின்செல் பவர்   - குறள். 1033

பாரதியார் : உழவுக்கும் தொழிலுக்கும் வந்தனை செய்வோம்

நீதி :

உழவர்களைப் போற்றுவோம்...

உழவுத்தொழிலுக்கு வந்தனை செய்து வாழ்வோம்!

குறிப்பு :

- ஒவ்வொரு ஆண்டும் டிசம்பர் திங்கள் 23 ஆம் நாள் இந்தியாவில் விவசாயிகள் தினம் கொண்டாடப்படுகிறது.
- தமிழகத்தில் ஜனவரி 16-ல் உழவர் திருநாள் கொண்டாடப்படுகிறது.

2. பயனற்றவை

அ.பயனற்ற ஏழு!

பாடல்:

ஆபத்துக் குதவாப் பிள்ளை யரும்பசிக் குதவா அன்னந்
தாபத்தைத் தீராத் தண்ணீர் தரித்திர மறியாப் பெண்டிர்
கோபத்தை யடக்கா வேந்தன் குருமொழி கொள்ளாச்
சீடன்
பாபத்தை தீராத் தீர்த்தம் பயனில்லை ஏழுந்தானே!

வீவேக சிந்தாமணியின் இரண்டாவது பாடல் இது! அறுசீர் ஆசிரிய விருத்தம் என்ற பாவகைப்பட்டது. இவ்வுலகில் - பயனில்லாத ஏழு விடயங்கள் இப்பாடலில் எடுத்துக் கூறப்பட்டுள்ளன.

பொருள் விளக்கம்

- ஆபத்துக்கு உதவாத பிள்ளை
- தன் பசியைத் தீர்க்க உதவாத உணவு
- தாகத்தை தணிக்க உதவாத தண்ணீர்
- குடும்ப வறுமையைப் புரிந்து கொள்ளாத பெண்கள்
- தன் கோபத்தை அடக்க முடியாத அரசன்/ தலைவன்
- ஆசிரியருக்குக் கீழ்ப்படியாத மாணவன்.
- பாவத்தைத் தீர்க்காத புனித நீர்

இவை ஏழும் பயனற்றவை, இருந்தும் இல்லாததற்கு சமம் என்பதுதான் பொருள்.

உலக வாழ்விலே

இன்றைய உலக வாழ்விலே, எத்தனை பொருள் செறிந்த வாழ்வியல் நெறிகள் இவை. எத்தனையோ பெற்றோர்கள் தங்கள் பிள்ளைகளால் புறக்கணிக்கப்பட்டு நடுத் தெருவிலும், அங்காடிகளிலும், பேருந்து நிலையங்களிலும், கடற்கரைகளிலுமாக அலைகிறார்கள். சிலரோ எனில் புகலிடங்களில் பாதுகாப்பு தேடிக் கொள்கின்றனர். தன் பெற்றோரின் ஆபத்து வேளையிலே, இயலாத காலத்திலே அவர்களை அரவணைத்து, உதவாத மகனால் எந்தப் பயனும் இல்லை தானே!

உண்ணும் வயதிலே உணவு கிடைப்பதில்லை... உடல் நோய்வாய்ப்பட்டு கொடிய வியாதிகளால் தாக்கப்பட்டு, இதை உண்ணாதே, அதை உண்ணாதே என மருத்துவர்கள் சொல்லும் காலத்திலே – விதவிதமாக உணவுப் பண்டங்கள் கண் முன்னே இருந்தும் - அவற்றால் பயன் என்ன? அவை இருப்பதும் இல்லாமல் இருப்பதும் ஒன்று தானே...

மூதுரை

" மடல்பெரிது தாழை, மகிழ் இனிது கந்தம்
உடல் சிறியர் என்றிருக்க வேண்டா... கடல்பெரிது
மண்ணீரும் ஆகாது அதன் அருகே சிற்றூறல்
உண்ணீரும் ஆகி விடும்..."

என்ற மூதுரைப் பாடல் இங்கு கவனிக்கத்தக்கது கடல் பெரிதாக இருப்பினும் கைகால் சுத்தம் செய்திடும் மண்ணீராகவும் கூட பயன்படாது. கடல் அளவு நீர் இருந்து என்ன பயன்... எனவேதான் "தாகத்தைத் தீராத் தண்ணீர்

இருந்தும் இல்லாததுதான், பயனற்றதுதான் என்று விவேகசிந்தாமணி குறிப்பிடுகிறது.

உலக வாழ்விலே

இன்றைய கிராமத்துக் குடும்பங்களின் பொருளாதார நிலை மிகவும் வேதனைக்குரியது. வறுமையும், வேதனையும் இணைந்த வாழ்க்கையைத்தான் அங்குக் காண முடியும். இதிலே இருப்பதைக் கொண்டு, சிக்கனமாய் செலவு செய்து சிறப்புடன் வாழ்வதுதான் நிறைவானது; திருப்தியானது! பட்டணங்களில் சிலர் குடும்ப வறுமை தெரியாமல் பாத்திரம், சேலை, சீட்டு, சினிமா, கேளிக்கை எனக் கண்டபடி செலவு செய்து மிகுந்த மன உளைச்சலுக்கு ஆளாகி விடுகின்றனர். மனைவி என்று சொன்னாலே மனையின் வெற்றி எனப் பொருள். 'இல்லாள்' என்றாலே இல்லத்தை ஆள்கின்றவள் எனப் பொருள். அவள் குடும்பத்தின் வறுமைநிலையை நன்கு புரிந்து கொண்டவளாகத்தான் இருக்க வேண்டும். இல்லாவிட்டால் அவளால் பயனில்லை.

அரசன் அல்லது ஆட்சியாளன், குடும்பத்தலைவன் அல்லது சமூகத்தலைவன் அனைவரையும் இச்சொல் அடையாளம் காட்டுகிறது. சரி, தலைவன் அல்லது தகப்பன் அல்லது ஆட்சியாளன் என்பவன் கோபத்தை வென்றவனாக இருத்தல் வேண்டும். ஏனெனில் கோபத்தில் இருக்கும் போது, நல்ல தீர்ப்பு வழங்கிடல் இயலுமா? தீராக் கோபம் போராய் முடியும்" என்பது இங்கு எண்ணத்தக்கது. கோபம் என்பது கொடிய வியாதி, கோபம் என்பது ஒரு நெருப்பு, சமூகத்திற்கு ஒப்பாத பாவம் - கோபம் என்பதறிக.

குருவுக்கு அடங்காத சீடனும் பயனற்றவனே! அதாவது ஆசிரியருக்குக் கீழ்படியாத மாணவர்களால் இன்று சமூகத்தில் நடக்கின்ற சீரழிவுகளை நாம் அன்றாடம் காண்கிறோமே. பேருந்து பயணங்களில் கல்லூரி மாணவர்கள் காட்டும் அலப்பறைகளையும் நாம் கேள்விப்படுகிறோம். பட்டாக்கத்தியால் கேக் வெட்டி பிறந்தநாள் கொண்டாடினார்கள் மாணவர்கள் என்று ஓர் செய்தி வந்தது. புதிதாகக் கல்லூரியில் சேர்ந்த மாணவர்களை முன்னாள் மாணவர்கள் 'ரேகிங்' என்ற பெயரில் கலாட்டா செய்வதும் நடக்கிறது. மாண்புமிக்கவர்களாக நடந்து கொள்வதற்கு பதிலாக தங்கள் மாண்பினையே கேள்விக்குள்ளாக்கும் இத்தகு மாணவர்களைத்தான் 'பயனற்றவன்' என்கிறார் ஆசிரியர். மாறாக ஆசிரியரால் மாணவருக்குப் பெருமை வரவேண்டும். மாணவனால் ஆசிரியருக்கு நற்பெயர் வரவேண்டும்.

பாவத்தைப் போக்க புனித நீராடப் போகிறேன் எனக் கூறிக் கொண்டு புண்ணிய தலங்களுக்குச் செல்வோரைக் காண்கிறோம். 'தீர்த்தம்' என்பது புனித நீர் ஆனால் அங்கு அதற்கு மாறான நிகழ்வுகள் நடந்துவிட நேரும்போது அந்தப் புனித நீரால் பயனில்லை என்றுதானே பொருள்.

இவ்வாறு உறுதியான அறிவுரைகளை உலகியல் உண்மைகளை இச்செய்யுளில் உலகினருக்கு உரக்க உரைக்கிறது விவேக சிந்தாமணி.

நீதி :

- பெற்றோருக்கு உதவுவதே பிள்ளையின் கடமை

- மகளிர் குடும்ப வறுமையைப் புரிந்து கொண்டு வாழ வேண்டும்
- மாணவன் ஆசிரியருக்கு அடங்கி நடக்க வேண்டும்

திருக்குறள் :

மகன் தந்தைக்கு ஆற்றும் உதவி இவன் தந்தை
என்னோற்றான் கொல்எனுஞ் சொல் - குறள். 70

ஆ. சமயத்தில் உதவாதவை!

தேவை :

எந்த மனிதனுக்குமே அவசரத் தேவைகள் வரும். பிற மனிதனின் உதவி தேவைப்படும். சில நேரங்களில் நமக்கு உதவி செய்வார்கள் என நம்பியவர்கள் நம்மை கைவிட்டு விடுவதும் நாம் நினையாத பேர்கள் நமக்கு உற்ற சமயத்தில் உதவி செய்வதும் நாம் காணக்கூடிய காட்சிகளே. இங்குத் தக்க சமயத்தில் உதவாத எட்டு விடயங்களை விளக்குகிறது இப்பாடல்

பாடல்

தன்னுடன் பிறவாத் தம்பி தனைப் பெறாத்
தாயார் தந்தை
அன்னிய ரிடத்துச் செல்வ மரும்பொருள்
வேசி யாசை
மன்னிய வேட்டின் கல்வி மறுமனை
யாட்டி வாழ்க்கை
இன்னவாம் எட்டும் சார்ந்த இடுக்கத்துக்
குதவா தன்றே

பொருள் இதுதான்

தன்னுடன் பிறக்காதவனை தம்பி என்று அரவணைத்து அன்பு செய்தாலும் ஆபத்து வேளையில் உதவமாட்டான். பெற்று வளர்க்காதவர்கள் தாயும் தந்தையுமாக அன்பு செய்து வாழ்ந்தாலும் துன்பம் உற்ற வேளையில் அவனை வேற்று நபராகவே கருதுவர். அவனின் இக்கட்டான நேரங்களில் அவர்கள் ஒதுங்கி விலகியே இருப்பர். "தனக்கிருந்தாலும் போதாது தலையணையடியில் இருக்கணும்" என்பது பழமொழி. தனது தேவைக்கான பொருள், தன்னிடமில்லாத போழ்து அடுத்தவரிடத்தில் இருக்கும் செல்வத்தை எதிர்பார்த்தல் என்பது குறித்த வேளைக்கு உதவாது. அடுத்தவர்களிடம் கொடுத்து வைத்த அல்லது கொடுத்த பொருள் என்றும் கருதலாம். ஒழுக்கம் கெட்ட மகளிருடனான உறவும் அப்படிப்பட்டதே. பொது அறிவு, பட்டறிவு எனச் செயல்முறை அறிவு இல்லாமல் வெறும் ஏட்டுக்கல்வி மட்டுமே தேறிய ஒருவனுக்கு அவன் கற்ற கல்வி அவசியத்திற்கு உதவாது. அதைவிட கேவலமானது. அடுத்தவன் மனைவியுடன் குடும்பம் நடத்துவதும் ஆகிய இந்த எட்டுச் செயல்களுமே அவசரத்திற்கு உதவா. துன்பவேளையில் துணை நிற்கா. நம்பிப் பயனில்லை என்பது பொருள்.

மாற்றுக் கருத்து

உடன்பிறந்தார் சுற்றத்தார் என்றிருக்க வேண்டா
உடன்பிறந்தே கொல்லும் வியாதி – உடன்பிறவா
மாமலையி லுள்ள மருந்தே பிணி தீர்க்கும்
ஆமருந்து போல்வாரும் உண்டு

இந்த மூதுரைப் பாடலின் முதல் வரி. இந்த விவேகசிந்தாமணிப் பாடலின் கருத்தை ஒத்துள்ளதைக் காணலாம். ஆம் உடன்பிறந்தார் என்றும் சுற்றத்தார் என்றும் எதற்கும் நம்பியிருத்தல் வேண்டாம். தக்க சமயத்தில் உதவமாட்டார்கள். வியாதி உடன்பிறந்தேதான் கொல்லுகிறது. அதுபோலத்தான் ஆனால் எங்கிருந்தோ மலையிலிருந்து எடுக்கப்படும் மருந்துகள் நம் பிணிகளைத் தீர்ப்பது போல யார் யாரோ நமக்கு எந்த அறிமுகமும் இல்லாதவர்கள் கூட நம் துன்பத்தில் உதவுவது உண்டு. அவர்கள் இந்த மருந்திற்கு ஒப்பானவர்கள்.

ஏட்டுக்கல்வி

"உலகத்தோடு ஒட்ட ஒழுகல் பலகற்றும்
கல்லார் அறிவிலா தார்"   - திருக்குறள் 140

உலகியலுடன் இணைந்த அறிவு பெறாதவர், எவ்வளவுதான் கற்றிருந்தாலும் அறிவில்லாதவரே. அனுபவ அறிவு இல்லாத வெறும் ஏட்டுக்கல்வியானது ஆபத்துக்கு உதவாது, ஏட்டுச்சுரைக்காய் கூட்டுக்கு உதவாது என்பார்களே, அதுபோல. இதையே விவேக சிந்தாமணி,

"மன்னிய ஏட்டின் கல்வி" என்கின்றது இந்த பட்டறிவில்லா, பயனற்ற கல்வி ஆபத்துக்கு உதவாது,"ஏட்டுச் சுரைக்காய் கூட்டுக்கு உதவாது" என்பார்களே அதுபோல. இதையே விவேக சிந்தாமணி விளக்கியுள்ளது.

மறுமனையாட்டி வாழ்க்கை

தன் மனைவியை மறந்து அடுத்தவர் மனைவியுடன் நட்பு வைத்து இரகசியமாகக் குடும்ப வாழ்க்கை

நடத்தியோர் பலருண்டு, அத்தகையோர் ஆபத்தில் சிக்கிய செய்திகளை, நாம் ஊடகங்களில் அறிந்ததும் உண்டு இந்த வகை இழிவான வாழ்க்கை ஆபத்தில் உதவுமோ? இல்லை ஆபத்தை அதிகரித்திடச் செய்யும், அழிவைத் தந்திடும். அத்தகையோர் என்றுமே நிலைத்ததில்லை.

இவ்வாறு ஆபத்துக்கு உதவாத எட்டு காரியங்களையும் நம்பியிருந்து ஏமாற வேண்டாம் என விவேகசிந்தாமணி மனித குலத்தை எச்சரிக்கிறது.

நீதி :

ஏட்டறிவுடன் பட்டறிவும் இன்றியமையாதது. ஒழுக்க நெறிகளில் வாழவேண்டும்.

இ. அழிவைத் தரும் ஏழு

கேள்வி ஞானம்

கற்றில னாயினும் கேட்க அ∴தொருவற்கு
ஒற்கத்தின் ஊற்றாந் துணை - குறள் 414

ஒருவன் எழுதப்படிக்கத் தெரியாதவனாக இருந்தாலும் கூட பெரியோர் கூறும் அறிவுரைகளைக் கேட்டுக் கொண்டாலே போதுமானதாகும். அவ்வாறு பெற்ற அறிவானது, அவனுக்குத் தடுமாற்றம் உண்டாகும் சமயங்களில், தக்க துணையாக அவனுக்கு உதவும் என்பது பொருள். கேள்வி அறிவு என்பது அனைவருக்கும் இருக்க வேண்டும் என்று திருக்குறள் குறிப்பிடுகிறது. நாட்டை ஆளும் அரசன் இவ்வாறு கேட்டு அறியும் திறன் இல்லாது போனால் அவனது ஆட்சி பாழானதும், பயனற்றதுமாகும். நாட்டுக்குப் பெருங்கேடாய் முடியும் என விவேகசிந்தாமணி குறிப்பிடுகிறது.

அமைச்சனாவன், அரசனுக்கு அல்லது ஆட்சித் தலைவனுக்கு, தகுந்த அறிவுரைகளைத் தக்க நேரத்தில் எடுத்துரைக்க வேண்டும். அதே வேளையில் தலைவன், அல்லது அரசன் தவறு செய்ய நேரும் போதெல்லாம் அவனைக் கண்டித்து தக்க அறிவரையும் வழங்க வேண்டும். அவ்வாறு கண்டித்துப் பேசி திருத்தத்தக்க அமைச்ச ரில்லையேல் தாமாகவே அந்த அரசு அழியும்

இடிப்பாரை இல்லாத ஏமரா மன்னன்
கெடுப்பா ரிலானுங் கெடும் - குறள் 448

விவேக சிந்தாமணி

"துற்புத்தி மந்திரியா லரசுக் கீனம்" என்கிறது. ஆம், நல்ல அறிவுரை கூறாமல் தீயதான? கேடான அறிவுரைகள் சொல்லும் அமைச்சர்களால் அரசுக்கு இழிவு நேரிடும; அழிவு நேரிடும். எனவேதான் திருவள்ளுவர் கூறுகிறார்.

குன்றின் அனையாரும் குன்றுவர் குன்றுவ
குன்றி அனைய செயின் - 965

விவேக சிந்தாமணிப் பாடல்

கெற்பத்தான் மங்கையருக் கழகு குன்றுங்
கேள்வியில்லா வரசனா லுலகம் பாழாந்
துற்புத்தி மந்திரியா லரசுக் கீனஞ்
சொற்கேளாப் பிள்ளைகளாற் குலத்துக் கீனம்
நற்புத்தி கற்பித்தா லற்பர் கேளார்
நன்மை செய்யத் தீமையுட னயந்து செய்வார்
அற்பரோ டிணங்கிவிடிற் பெருமை தாழும்
அரியதவங் கோபத்தா லழிந்து போமே

எண் சீர் விருத்தம் - பாவகையிலமைந்தது இப்பாடல்

பொருள் விளக்கம் :

கருவுற்ற மகளிர்க்கு அழகு குறையும் கேள்வியறிவு இல்லாத அரசனால் உலகம் பாழாகும் தவறான அறிவுரை சொல்லும் அமைச்சனால் அரசுக்கு இழிவுண்டாகும்

பெற்றோர் சொல்லைக் கேட்டுக் கீழ்படியாத பிள்ளைகளால் அந்தக் குடும்பத்திற்கு அவமானமாகும். அற்பர்களுக்கு நற்புத்தி சொன்னாலும் கேட்கமாட்டார்கள்.

நன்மை செய்வதற்குப் பதிலாகத் தீமையான செயல்களை விரும்பிச் செய்கின்ற அற்பர்களுடன் நட்புக் கொண்டு வாழ்ந்தால், ஏற்கனவே இருந்த பெரும்புகழ் குறையும். பெருங்கோபம் உடையவர்கள் எத்தனை தவம் செய்து புண்ணியம் சேர்த்திருந்தாலும் அவையெல்லாம் அழிந்து விடும்.

அத்தனையும் உண்மை; யதார்த்தம். மறுக்க இயலாத வாழ்க்கைத் தத்துவங்கள்

அமைச்சர்கள் :

பழுதெண்ணும் மந்திரியின் பக்கத்துள் தெவ்வோர்
எழுபது கோடி உறும் - 639

தப்பான ஆலோசனை சொல்லும் மந்திரி உடனிருப்பது எழுபது கோடி பகைவர்கள் உடனிருப்பதற்குச் சமானமாகும்.

நவரத்தினங்கள் என்ற அமைச்சர்களால் சந்திரகுப்தர் புகழடைந்தார். அட்டதிக்கஜங்களால் சிவாஜி பெருமை பெற்றார். ஒன்பது நல்ல அமைச்சர்களைக் கொண்டு தமிழகத்தை ஆட்சி செய்த கர்மவீரர் காமராஜர் சிறந்த முதலமைச்சர் எனப் போற்றப்பட்டார். அத்தனையும் வரலாற்று உண்மைகள்.

அரசனுக்கு அமைச்சன் மிக மிக இன்றியமையாத நபர். ஆட்சியாளர்களுக்கு அறிவுள்ள, துணிவுள்ள, தெளிவுள்ள, நற்புத்தி சொல்லும் அமைச்சர்கள் துணையிருந்தால், அந்த ஆட்சி சிறந்தோங்குவது தெளிவு. அதுவே நல்லாட்சியாக அமையும்.

கோபம்

கோபம் கொடியது என்பதை விவேக சிந்தாமணி விளக்கிக் கூறுகிறது. இதே கருத்தினைத் திருவள்ளுவர்

> தன்னைத்தான் காக்கின் சினங்காக்க காவாக்கால்
> தன்னையே கொல்லும் சினம் - 305

"அரியதவம் கோபத்தால் அழிந்து விடும்" என விவேகசிந்தாமணி தெளிவுபடுத்துகிறது. "கோபம் தன்னையே அழித்து விடும்" என தெய்வப்புலவர் எடுத்துக் கூறுகிறார். தீராக் கோபம் போராய் முடியும். விளாடிமிர் புதினின் கோபம், உக்ரைன் போராய் - பேரழிவை நிகழ்த்தியுள்ளது.

கூடா நட்பு

"கூடா நட்பு கேடாய் முடியும்" என்பது பழமொழி அறிவில்லா மூடர்களான அற்பர்களுடன் நட்புக் கொண்டு

ஒழுகினால் அதுவரை அவன் சேர்த்த நற்பெயரும் கீர்த்தியுமெல்லாம் குறைந்துவிடும்.

இவ்வாறு வாழ்வியல் நெறிகளைத் திருக்குறள் வழிநின்று, வழிகாட்டி நிற்கிறது விவேகசிந்தாமணி.

நீதி

* கற்றிலனாயினும் கேட்க.
* பிள்ளைகள் பணிவுடன் வளர்க.
* கோபத்தைக் குறைக்க.

ஈ. இருந்தும் இல்லாதவை

இருந்தென்ன

"இடமும் பொருளும் நோயாளிக்கு
இனிய வாழ்வு தந்திடுமோ?"

எனக் கவிமணி வினா எழுப்புகிறார். தருவதில்லை என்ற பதிலையும் மறைமுகமாக அவரே சுட்டிக் காட்டுகின்றார். ஆம் உடல்நலமற்ற ஒருவருக்கு ஏக்கர் கணக்கில் இடங்களும் பிரமிக்கத்தகும் அளவில் பொருட்களும் செல்வமெல்லாம் இருந்தாலும், நோயாளியான அந்த மனிதருக்கு அவையெல்லாம் இனிமையான வாழ்வைத் தருவதில்லை. எடுத்துக்காட்டாக,

அரிசிச்சோறு உண்ணக்கூடாத நீரிழிவு வியாதியால் அவதியுறும் ஒருவருக்கு, ஆயிரம் மூட்டை நெல் விளைந்தும் அவருக்கு அது பயனில்லை. கிலோ கணக்கில் தங்க நகை இருக்கும் ஒருவர் தொழுநோயாளியாய்

துன்பப்படும் அவ்வேளையில் அந்த நகைகளால் அவருக்குப் பயனில்லை; மகிழ்ச்சியுமில்லை...

இவ்வாறு பயனற்றவையாக இருந்தும் இல்லாதனவாக விவேக சிந்தாமணி குறிப்பிடுவது இதோ

பாடல்

திருப்பதி மிதியாப் பாதஞ் சிவனடி வணங்காச் சென்னி
இரப்பவர்க் கீயாக் கைகக ளினிய சொற் கேளாக்காது
புரப்பவர் தங்கள் கண்ணீர் பொழிதரச் சாகா தேகம்
இருப்பினும் பயனென் காட்டில் எரிப்பினு மில்லை தானே

பொருள்

திருப்பதிக்கு ஒருமுறையேனும் சென்று வராதவர்களின் பாதம், சிவபெருமானை வணங்காத தலை, உதவி கேட்டு இரந்து நின்றவர்க்குக் கொடுத்து உதவாதவரின் கைகள், இனிமையான சொற்களைச் சொல்லக் கேட்க விரும்பாதவரின் காதுகள், பெற்றோர் கண்களில் கண்ணீர் வருவதைக் கண்டும் அவர்களுக்குத் துணை நின்று துயர் துடைக்காதவனுடைய உடல் ஆகிய இந்த ஐந்தும் இருந்தும் இல்லாதவையே ஆகும்.

கவனிக்க

இங்கு ‘திருப்பதி’ என்பதை அவரவர் நம்பிக்கை அடிப்படையிலான புனித தலம் எனவும் பொருள் கொள்ளலாம். இதைப்போல,‘சிவபெருமானை’ வணங்காத தலை என்பதையும் அவரவர் வணங்குகின்ற ‘தெய்வம்’ எனப் பொருள் கொள்ளலாம்.

அப்படியெனில் தங்கள் வாழ்நாளில் புனித திருத்தலங்களுக்குச் சென்று, வலம் வராத பாதங்கள் இருந்து பயனற்றவை. இறைவனை வணங்காதவனின் தலையும் இருந்தும் இல்லாதது. கைநீட்டி இரந்து நின்றார்க்குக் கொடுக்காதவனின் கரங்களும், இருந்தும் பயனில்லாதவை. பெற்றோர் கண்களில் கண்ணீரைக் கண்டும் அவர்கள் துயர் தீர்க்க முன்வராதவனின் உடல், இருந்தும் இல்லாததே. இனிமையான அறிவுரைகளைச் சொல்லும்போது காது கொடுத்துக் கேளாதவனின் காதுகளும் பயனற்றவையே....

திருக்குறளிலே

- கற்றதனா லாய பயனென்கொல் வாலறிவன்
  நற்றாள் தொழாஅர் எனின் - குறள் 2

இறைவனை வணங்காதவன் மெத்தப் படித்தவனாயினும் எந்தப் பயனும் இல்லை.

- மலர் மிசை ஏகினான் மாணடி சேர்ந்தார்
  நிலமிசை நீடுவாழ் வார் - குறள் 3

இறைவன் திருப்பாதத்தைச் சரணெனக் கொண்டு வணங்கி வருவோர் இவ்வுலகில் நீண்ட ஆயுளோடு நெடுநாள்கள் வாழ்வார்கள். இறைவனை வணங்காதவர் பாதங்களும் தலையும் இருந்தாலும் காட்டில் எரித்தாலும் ஒன்றுதான்

- வறியார்க் கொன்று ஈவதே ஈகைமற் றெல்லாம்
  குறியெதிர்ப்பை நீர துடைத்து - குறள் 221

இல்லாதவர்க்குக் கொடுப்பதே ஈகை மற்றெல்லாம் வேறு பலனை எதிர்பார்த்துச் செய்வனவேயாம்!

- அற்றார் அழிபசி தீர்த்தல் அ∴தொருவன்
  பெற்றான் பொருள்வைப் புழி – 226

ஏழைகளின் கடும்பசியைத் தீர்த்து வைத்தலான செயல், பிற்காலத்தில் தனக்கு வேண்டுமே எனச் சேமித்து வைக்கும் பெரும் செல்வத்திற்கு சமமாகும்.

திருவிவிலியம்

> "ஏழைக்கு இரங்குகிறவன் இறைவனுக்குக்
> கடன் தருகிறான்"

எனக் குறிப்பிடுகின்றது.

இரப்பவர்க்குக் கொடுக்காதவன் கைகள் இருந்தாலும் இல்லாமலிருந்தாலும் ஒன்றுதான் என விவேகசிந்தாமணி போதிக்கிறது.

> மண்டிணி ஞாலத்து வாழ்வோர்க் கெல்லாம்
> உண்டி கொடுத்தோர் உயிர்கொடுத்தோரே"

என்பது மணிமேகலை கூறும் அறம்

கேள்வியறிவு

கேள்வியறிவின் மேன்மையைத் திருவள்ளுவர் கீழ்க்குறித்தவாறு விளக்குகிறார்.

- செவிக்குண வில்லாத போழ்து சிறிது
  வயிற்றுக்கும் ஈயப் படும் - குறள் 412

காதுகளின் வழியாக உண்டு கொண்டிருக்கும் கேள்வி நின்று விட்டபோதுதான் பசியெடுத்து உணவு கொள்ளும் நினைவு உண்டாகும்.

- செவியிற் சுவையுணரா வாயுணர்வின் மாக்கள்
  அவியினும் வாழினும் என்   - குறள் 420

இனிய சொற்களைக் கேட்கும் செவியின் சுவையினை உணர இயலாத மனிதன் இருந்தாலும் இறந்தாலும் ஒன்றுதான்!

விவேக சிந்தாமணி இதைத்தான் கூறுகிறது இனிய சொல் கேளாத காதுகள் இருந்தாலும் காட்டில் எரித்தாலும் ஒன்றுதான்!

காணக்கூடாதது

காணக்கூடாதது "பெற்றோர் கண்களில் கண்ணீர்" என்பர் பெரியோர். பெற்றோர் அல்லது தம்மை வளர்த்து காப்பாற்றியோர் கண்களில் கண்ணீரைக் காணக்கூடாது – என்றால் அந்த அளவுக்கு அவர்களைக் காக்க வேண்டும், பராமரிக்க வேண்டும் எனப் பொருள்.

விவேகசிந்தாமணி

பெற்றோர் கண்ணீர் சிந்துவதைக் கண்டும் அவர்கள் துயர் துடைக்காதவன் உடல் இருந்தாலும் காட்டில் எரித்தாலும் ஒன்றுதான் என இயம்புகின்றது. நோக்கம் என்ன? பெற்றோரைப் பேண வேண்டும். பெற்றோர் மனம் நோகாமல் கவனிக்க வேண்டும் என்பதே!

இவ்வாறு இறைவனை வணங்காதவன் ஏழைகளுக்கு உதவி செய்யாதவன், இனிய சொற்களைக் கேட்க

மனமில்லாதவன், தங்கள் பெற்றோரை மனம் கலங்காமல் பார்த்துக் கொள்ளாதவன் என இவர்கள் பயனற்றவர்களே ஆவார்.

நீதி : இறைவனை வணங்கவேண்டும், ஏழைகளுக்கு இரங்கவேண்டும் இனிய அறிவுரைகளுக்குச் செவிமடுக்க வேண்டும். பெற்றோரைக் கண்கலங்காமல் பார்த்துக்கொள்ளவேண்டும்...

திருக்குறள் :

> பயனில்சொல் பாராட்டு வானை மகன்எனல்
> மக்கட் பதடி யெனல் - குறள். 196

உ. ஒன்றுக்கொன்று சமமானவை

கான மயிலாட

கற்றறிந்த அறிஞர்கள், கதிர்மணி தலை சாய்த்து நிற்றல்போல் பணிவோடு நடந்து கொள்வார்கள். அப்படியிருக்க அரைகுறையாகக் கல்வி கற்றவர்கள் சிலர் "நான் முற்றும் கற்றவன்" என்பது போல, செருக்குடன் "தலை நிமிர்ந்து" நடந்து கொள்வார்கள் - பதர் தாள் நிமிர்ந்து நிற்றல்போல! அத்தகையோர் கற்றதும், அவர்கள் நடத்தையும் ஒன்றுக் கொன்று சமம்...

> கானமயிலாடக் கண்டிருந்த வான்கோழி
> தானும் அதுவாகப் பாவித்து தானுந்தன்
> பொல்லாச் சிறகை விரித் தாடினாற் போலுமே
> கல்லாதான் கற்ற கவி

இங்கு, கானமயில் ஆடுவதைக் கண்ட வான்கோழியும் தன்னையும் மயிலாகப் பாவித்து, ஆடியதைப் போன்றது

தான் "கல்லாதான் சொற்கா முறுதலும், திமிருடன் பெருமையடித்துக் கொள்வதுமாகும்.

இருப்பதும் இல்லாமலிருப்பதும்

ஒருமையுள் ஆமைபோல் ஐந்தடக்கல் ஆற்றின் எழுமையும் ஏமாப்புடைத்து. ஆனால் பொருளில்லா வறியவர் ஒருவர் ஐம்பொறிகளை அடக்குவது என்பது? இரண்டும் ஒன்றுக்கொன்று சமமே! மெய் வாய் கண் மூக்கு செவி இவற்றின் நுகர்வுக்கு வாய்ப்பு வருகையில் அதனைக் கட்டுப்படுத்தி அடக்கமாக இருப்பதுதான் ஐம்பொறிகளின் அடக்கம் என்பது. இவருக்குத்தான் வறுமை காரணமாக அந்த வாய்ப்புகள் எதுவுமே இல்லையே! எனவே வறியவரின் புலனடக்கம் என்பது ஒன்றுக்கொன்று சமமானது.

அன்பும் அருளும் இல்லாத ஞானிகளின் அறச் செயல்களும், எந்த நல்ல பலன்களையும் தருவதில்லை. எனவே அவை இருப்பதும் இல்லாமலிருப்பதும் சமமே.

இந்தக் கருத்துகளமைந்த விவேகசிந்தாமணிப் பாடல் இதோ

தெருளினார்க் கலையினர் செருக்கு மாண்மையும்
பொருளிலா வறியர்ஐம் பொறியடக்கமும்
அருளிலா அறிஞர்தம் மவுன நேசமும்
கருவிலா மங்கையர் கற்பு மொக்குமால்

பொருளுரை

தெளிவில்லாமல் கற்றவர்களின் அகம்பாவம், மன ஊக்கம்; ஏழை ஒருவனுடைய ஐம்பொறிகளினடக்கமும், அருளில்லாத ஞானிகளின் அமைதியான - அன்புள்ளவர்

போன்ற பாசாங்கும், பிள்ளைப் பேற்றுக்கான தகுதியற்ற ஒரு மங்கை, மணவாழ்வுக்கு விரும்புவதும் ஒன்றுக்கொன்று சமமானவை ஆகும். அதாவது இவை இருப்பதும் இல்லாமலிருப்பதும் ஒன்றே ஆகும்.

நீதி

- ஐயம் திரிபறக் கற்ற பின்னரே அறிஞர்கள் சபைதனில் செல்ல வேண்டும்
- ஐம்பொறிகளை அடக்கி வாழவேண்டும்
- முற்றிலும் பரிபக்குவம் அடைந்தவர்

மற்றவரில் குற்றம் காண்பதில்லை

திருக்குறள் :

ஒருமையுள் ஆமைபோல் ஐந்தடக்கல் ஆற்றின் எழுமையும் ஏமாப் புடைத்து

ஊ. வீண் முயற்சி!

கற்பூரம் என்பது வாசனை தருவது. கஸ்தூரி என்னும் பொருள் வாசனைத் திரவியங்களில் மதிப்பு மிக்க ஒன்று. உள்ளிப்பூண்டு என்பது ஒருவித எரிச்சல் தரும் மணம் உள்ளது. அந்த உள்ளிப் பூண்டினை மண்ணில் நட்டு வைத்து, அதற்கு கற்பூரத்தால் பாத்தியும் கட்டி, கஸ்தூரி என்னும் வாசனைத் திரவியத்தையே எருவாக இட்டு வளர்த்து வந்தாலும் அந்த உள்ளிப்பூண்டின் எரிச்சல் மணம் மாறப் போவதில்லை. இந்த முயற்சி வீணாகும். வாசனை மிக்க பன்னீர் ஊற்றி பாதுகாத்தாலும் பயனில்லை. அதன் இயல்பு மாறுவதில்லை.

மூடருக்கு அறிவுரை

சொன்னால் புரிந்து கொள்ள இயலாத மூடருக்கு, அறிவுத் தெளிவுடன் நற்புத்தி – வருமென்று எண்ணி, அவருக்கு எவ்வளவு தான் அறிவுரைகள் கூறினாலும், அவரின் இயல்பான குணம் மாறப் போவதில்லை.

இந்த உள்ளிப்பூண்டின் இயற்கைத் தன்மை மாறாதது போல

உவமை நயம்

கற்பூரம், கஸ்தூரி, பன்னீர் முதலான மணமிக்க பொருள்கள், பெரியோர் செல்லும் அறிவுரைகள் போன்றவை. எல்லாரும் விரும்புபவை. நோய்களை நீக்கும் குணமுடையவை. கிருமிகளைக் கொல்லும் தன்மையுள்ளது கற்பூரம். இதுபோல தீக்குணம் என்னும் தீ நுண்மியைக் கொல்லும் தன்மை கற்பூரம் போன்ற பெரியோரின் போதனைகளுக்கு உண்டு.

ஆனால் வீணருக்கு மூடருக்கு எவ்வளவுதான் அறிவுரைகள் சொன்னாலும் அனைத்துமே விழலுக்கு இறைத்த நீராக வீண்முயற்சியாகி விடுகின்றன. வெங்காயத்தின் வாசனையை மாற்ற எடுத்துக் கொண்ட முயற்சிபோல

இனி விவேகசிந்தாமணி பாடலைப் பார்ப்போமா

கற்பூரப் பாத்தி கட்டி கஸ்தூரி எருப்போட்டு
கமழ்நீர் பாய்ச்சி
பொற்பூர வுள்ளியினை விதைத்தாலு
மதன் குணத்தைப்

பொருந்தக் காட்டும்
சொற்பேதை யருக்கறிவிங் கினிதாக வருமெனவே
சொல்லி னாலும்
நற்போதம் வாராதாங் கவர்குணமே மேலாக
நடக்குந் தானே!

பொற்பூரவுள்ளி : விரும்பத்தகாத குணமுள்ள, உள்ளிப் பூண்டு

சொற்பேதை : சொன்னால் புரிந்து கொள்ள இயலா மூடர்

நன்னெறி

கற்பூரம் போல கடலுப்பிருந்தாலும்
கற்பூரம் ஆமோ கடலுப்பு – பொற்பூரும்
புண்ணியர் போல இருந்தாலும் புல்லியர்தாம்
புண்ணியர் ஆவாரோ புகல்!

இப்பாடல் வரிகளும் இக்கருத்தை வலியுறுத்துகின்றன. கற்பூரம் - மேன்மையான குணத்துக்கு ஒப்பிடப்படுகிறது. பொற்பூரும் - விரும்பத்தகாத குணங்கள் மிகுந்த, புல்லியர் - அற்பர்

3. வறுமை

அ. வறுமை வந்தபோது!

வறுமை என்பது

ஒருவன் தன்னால் தாங்கிக் கொள்ள, பொறுத்துக் கொள்ள, எதிர்கொள்ள இயலாத அளவில் ஏழ்மை தாக்கியபோது அவன் நிலை எப்படியிருக்கும் என்பதை விவேகசிந்தாமணிப் பாடல் ஒன்று விவரிக்கிறது. அப்பாடல் இதோ

பாடல்

தாங்கொணா வறுமை வந்தாற் சபைதனிற்
செல்ல நாணும்
வேங்கைபோல் வீரங்குன்றும் விருந்தினர்
காண நாணும்
பூங்கொடி மனையாட் கஞ்சும் புல்லருக்
கிணங்கச் செய்யும்
ஓங்கிய வறிவு குன்றும்உலகெலாம் பழிக்குந் தானே!

பொருள் விளக்கம்

எத்தனை திறம்படைத்தவராயினும் அவரால் தாங்க இயலாத அளவு வறுமைத்துன்பம் அவருக்கு நேரிட்டபோது நண்பர்கள் கூட்டங்களில் செல்வதற்கு அவருக்குக் கூச்சமாகத்தான் இருக்கும், கூனிக்குறுகி நிற்கும் இத்தகு காட்சிகள் அந்நிலையை அனுபவித்தவர்க்கு மட்டுமே புரியும். வேங்கைப் புலியினும் திறம்படைத்த வீரராயினும் அவருக்கு ஏழ்மைத்துயர் வந்தபோது அந்தச் சிறப்பான

வீரமும் தானாகவே குன்றிச் சிறுமையடைந்துவிடும்; பயனற்றதாகிவிடும். விருந்தினர் வரும்போது விரும்பி உபசரித்த அவர், இன்று விருந்தினரைக் கண்டு வெட்கி, நாணி நிற்கும் நிலைதான் யதார்த்தம். தன் மனைவிக்கு அஞ்சி நிற்கும் நிலைக்குத் தள்ளப்படுகிறார். கைப்பொருள் இல்லாத இந்த மனிதர் தம் தேவைகளை நிறைவேற்றிக் கொள்வதற்காக அற்பர்களைக் கூட நட்புக் கொண்டு அவர்களுக்கு இணங்கி இருக்கின்ற நிலை ஏற்படும். இவை மட்டுமா ஓங்கி உயர்ந்த அறிவுடன் திகழ்ந்த இவர்,''பேரறிவு மிக்கவர்'' எனப் போற்றப்பட்ட இவரின் அறிவுகூடக் குறைந்து போய், தேய்ந்து போய், தீய்ந்து போய் இன்று உலகினர் எல்லாருமே பழித்துப் பேசும் இழிநிலைக்குத் தள்ளப்படுகிறார். இதுதான் பொருளற்றவர் நிலை.

இவ்வாறு பொருட்செல்வத்தின் இன்றியமையாமையையும் பொருளில்லாதவரின் பரிதாபகரமான நிலையையும் படம்பிடித்துக் காட்டுகிறது, இப்பாடல்

நீதி : இவ்வுலக வாழ்க்கைக்குப் பொருட்செல்வம் இன்றியமையாதது

திருக்குறள் :

> பொருளல் லவரைப் பொருளாகச் செய்யும்
> பொருளல்லது இல்லை பொருள் - குறள். 751

ஆ. நிதி படைத்தோர் இயல்பு

உலக இயல்பு இதுதான். ஒருவர் பொருளின்மையால் வறுமைத் துன்பத்தில் உழலும்போது அவருக்கு உதவி செய்திட துணிபவர் இல்லை. நிதிபடைத்தோரும்.

கண்டாலும் காணாதது போல இருந்து விடுகின்றனர். ஆனால் நிதிபடைத்தோருக்குத்தான் செல்வந்தர்களும் நிதி தந்து துணை நிற்கின்றனர். பணக்காரர்களும் சேர்ந்தே இருக்கின்றனர்.

வங்கிகளில் யாருக்கு விரைவில் கடன் தருகிறார்கள்? அசையும் சொத்து, அசையாச் சொத்து எனப் பிணையாகத் தருவதற்கு இயலும் நபர்களுக்கே எளிதில் கடன் வழங்கப்படுகிறது, நிதியுதவி வழங்கப்படுகிறது. அவ்வாறு நிதியுதவி பெற்று ஏமாற்றியவர்கள்கூட உண்டு. வெளிநாடுகளுக்கு மறைந்து சென்றவர்களும் உண்டு. ஆனாலும் நிதியுதவி என்பது நிதிமிக உள்ளவர்க்கே வாய்க்கிறது.

விவேக சிந்தாமணியிலும் ஓர் காட்சி

கதிர்பெறு செந்நெல் வாடக் கார்குலங் கண்டு சென்று
கொதிதிரைக் கடலிற் பெய்யுங் கொள்கை போற்
குவலயத்தே
மதிதனம் படைத்த பேர்கள் வாடினோர்
முகத்தைப் பாரார்
நிதிமிகப் படைத்தோர்க கீவார், நிலையிலார்க்
கீய மாட்டார்!

பொருள் விளக்கம்

நெல், கதிர் முற்றி விளையும் நிலையில் நீரின்றி வாடி நிற்கிறது. கார்மேகக் கூட்டமோ இதனைக் கண்டுவிட்டுச் செல்கிறது. மழையைத் தந்து அப்பயிர்களைக் காத்திட முன் வரவில்லை. ஆனால் நீரலைகள் பொங்கி மறிகின்ற கடலில் சென்று மழையைத் தருகிறது.

உலக மாந்தர்

இதைப் போலத்தான், உலகில் நிதிமிகப் படைத்த செல்வந்தர்களும், தம் அருகில் பொருளின்றித் தங்கள் இன்றியமையாத் தேவைகளையும் சந்திக்க இயலாமல் வாடுகின்ற, தம் அண்டை அயலார்களைப் பார்க்கிறார்கள். மனம் கனியவில்லை. தம்மைப்போல செல்வந்தர்க்கே சென்று உதவி செய்கிறார்கள். இனம் இனத்தோடு சேரும் என்பது இதுதானோ! நிலை கெட்ட ஏழைகளுக்கு உதவி செய்யவே மாட்டார்கள்.

உவமை நயம்

இல்லாத ஏழைகளின் நிலைக்குக் கதிர் முற்றிய, வாடிய பயிர் உவமைப்படுத்தப்பட்டுள்ளது. இந்நிலையில் நீர் அதற்கு இன்றியமையாத் தேவை. வாடிய பயிர் வாடினோர் முகத்திற்கு ஒப்புமைப் படுத்தப்பட்டுள்ளது.

நாட்டிலே மழையில்லாக் காலங்களிலும் கார்மேகங்களால் கடலில் மழை பெய்யும் என்பது இயற்கையாக நிகழ்வது; இயல்பானது. இங்கு வாடினோர் முகத்தைப் பார்த்திருந்தும் வசதி படைத்தோர்க்கு உதவுவதானது கடலில் பெய்யும் மழைக்கு ஒப்புமை யாக்கப்பட்டுள்ளது.

ஏழை எளியவர்க்கு இரங்கி உதவி செய்வோர் இவ்வுலகில் எவருமில்லை என்ற உலகியல் உண்மையை உவமைத்திறத்தால் உணர்த்தி நிற்கும் ஒப்பற்ற நூல் விவேகசிந்தாமணியைத் தமிழுலகம் பாதுகாக்க வேண்டும்.

நீதி

எளியோர்க்கு இரங்குக, இல்லாதோர்க்கு வழங்குக.

திருக்குறள் :

அருளென்னும் அன்பீன் குழவி பொருளென்னும்
செல்வச் செவிலியா லுண்டு – குறள். 757

இ. பொருளில்லார் நிலை!

ஏழைபடும் பாடு

பொருளே இல்லார்க்குத் தொல்லையா
புதுவாழ்வே இல்லையா

யதார்த்தமாக நம் இதயங்களில் எழும் ஒரு வினா. ஏனெனில் இன்றையக் காலக் கட்டத்தில், நாகரீக உலகில் பொருளில்லா ஏழைகள் இல்லங்களில் காணும் கண்ணீர்க் காட்சிகள் இதோ

"கல்விக் கட்டணம் செலுத்த பணமில்லாத காரணத்தால் படிப்பை நிறுத்திய மாணவர், பணம் இல்லாத காரணத்தால் நின்று போன மகளின் திருமணம், விரக்தியில் தந்தை மரணம், மருத்துவமனைக் கட்டணம் செலுத்தவில்லை எனக் காரணம் காட்டி இறந்து போனவர் உடலைத் தர மறுத்த மருத்துமனை நிர்வாகம், மனைவியின் மருத்துவச் செலவுக்காகத் தன் சிறுநீரகத்தை விலைபேசிய கணவன், தன் தாயின் மருத்துவக் கட்டணத்தைச் செலுத்தாமல் அவர் உடலைத் தர மறுத்ததால் அதற்காகத் தெருவில் இறங்கி பிச்சை எடுத்த சிறுவர்கள், தரமான உணவுகளும் சிறப்பான உடைகளும் இன்றித் தவிக்கும் ஏழைவீட்டுப் பிள்ளைகள்....

வேலையில்லாக் காலத்தில் வீட்டுச் செலவுகளுக்காகக் காட்டிலே விறகு பொறுக்கும் வீட்டுப்

பெண்கள் - குறைந்த கூலியாவது கிட்டுமே என முந்திரி ஆலை சாயப்பட்டறை பட்டாசு ஆலைகளுக்குச் சென்று தன் உயிரையும் பணயம் வைத்து உழைக்கும் குழந்தைத் தொழிலாளர்கள், ஒட்டிய வயிறும் குழி விழுந்த கண்களுமாய் சாலையிலே கையேந்தி வரும் முதியோர்கள், இப்படிக் கண்ணீர்க் காட்சிகள் கூறுவது: "ஏழ்மையின் வண்ணத்தையே"! ஒரு நாட்டிலல்ல சோமாலியா முதலான பல நாடுகளின் அன்றாடக் காட்சிகளே! இங்கு விவேகசிந்தாமணி இத்தகையதோர் கண்ணீர்க் காட்சியை இங்குக் காட்டுகிறது.

பாடல்

பொருளிலார்க் கின்பமில்லை புண்ணிய
மில்லையென்று
மருவிய கீர்த்தியில்லை மைந்தரிற் பெருமையில்லை
கருதிய தர்மமில்லை கதி பெற வழியுமில்லை
பெருநிலந் தனிற்சஞ் சாரப் பிரேதமாய்த் திரிகுவாரே

பொருள் விளக்கம்

பொருளில்லாவருக்கு எந்தவிதமான இன்பமும் இல்லை. அவரால் எந்தப் புண்ணியச் செயல்களும் செய்ய திராணி இல்லை. எண்ணமிருந்தாலும் இயலுவதில்லை. கீர்த்தியாகிய பெருமை புகழ் எதுவுமே சொல்வதற்கில்லை. தமது பிள்ளைகள் எத்தனை பேர் இருந்தாலும் அவர்களால் பெருமை உண்டாகும் செயல்களை ஆற்றிட இயலாது. பெருமை கொண்டு பேசிட முடியாது. தம் வாழ்வின் இறுதியில் எல்லோரும் விரும்பும் மோட்சம் என்ற நற்கதி அடைவதற்கான எந்தச் செயல்களும் செய்ய இயலாது புண்ணியதலங்களுக்குச் செல்லவும் இயலாது. இந்த உலகத்திலே வெறும் நடைபிணமாகவே இருப்பர். வெறும் "நடமாடும் சடம்" அவ்வளவுதான்!

ஆம் 'பணம்' என்பது ஒரு பேராயுதம். மனித வாழ்வைத் தீர்மானிக்கும் ஒப்பற்ற சக்தி, கருவி

மைந்தரிற் பெருமையில்லை

பட்டணத்தில் இருந்த புகழ்பெற்று விளங்கிய கல்லூரியில் பயின்று வந்தான் மகன். வறுமையிலும், மாடாய் உழைத்து அவனுக்குப் பணம் அனுப்பி வந்தார் தந்தை. மகனைக் காண ஓர் நாள் பட்டணம் சென்றார். கல்லூரிக்கே சென்றார். மகனைக் கண்டார். அறிமுகமற்றவருடன் பேசுவதைப் போலப் பேசி அவரை அனுப்பினான் தனயன். அவரும் மெதுவாக நடை போட்டார் மன வருத்தத்துடன். கல்லூரியின் பேராசிரியர் அவனிடம் கேட்டார். "இப்போது வந்து விட்டுச் சென்றாரே இவர் யார்". "இவர் தான் எங்கள் வீட்டிலே மாட்டுவண்டி ஓட்டும் வேலைக்காரன், அப்பா அனுப்பியிருக்கிறார்" பட்டென்று பதில் சொன்னான் பையன். அந்தத் தந்தையின் காதுகளிலே இச்சொற்கள் விழுந்து விட்டன. பழுக்கக் காய்ச்சிய கம்பிகளைக் காதில் சொருகியது போல - எத்தனை மனம் உடைந்து போயிருப்பார். கற்பனைகளுடன் தம் மகனைக் குறித்த கனவுகளுடன் சென்ற அந்தத் தந்தை! இதைத்தான் விவேகசிந்தாமணி,"மைந்தரிற் பெருமையில்லை" என்கிறது. இது சாதாரண நிகழ்வுதான். உலக இயல்புதான். இதுமட்டுமா?

தந்தையின் ஆயுள் காப்பீட்டு பணத்திற்காக, அவரைத் தன் மனைவியுடன் சேர்ந்து அறையில் பூட்டி வைத்தான் தனயன்.

இவைபோன்ற செய்திகள் நாம் கேட்டதுண்டு. இதைத்தான் தூதுவாக்காக உரைக்கிறது விவேகசிந்தாமணி

நற்பணிகள் செய்ய வேண்டும் என்ற எண்ணம் இருக்கலாம். ஆனால் அதற்குப் பொருள் வேண்டுமே? எனவே இத்தகு எண்ணம் பொருளற்றவனுக்குப் பூத்தலின் பூவானம் நன்று!

மருவிய கீர்த்தி இல்லை

இங்கு மருவிய கீர்த்தி என்னும் போது ஒன்றைப் புரிந்து கொள்ள வேண்டும். ஏற்கனவே விளங்கியிருந்த புகழ் எனப் புரிந்து கொள்க. ஆகவே தான் மருவிய கீர்த்தி எனப்பட்டது. அவ்வாறு விளங்கியிருந்த புகழ்கூட இல்லாமலே போய் விடுகிறது. ஒருவர் வறுமைநிலை எய்தும் போது! எத்தனை உலகியல் உண்மை இது

கருதிய தர்மமில்லை

ஒருவர் தன்னிடம் செல்வம் இருக்கும் போது பல தர்மச் செயல்கள் செய்ய தீர்மானித்திருக்கலாம். இங்கு அவர் ஏற்கனவே எண்ணி, திட்டமிட்ட தர்மச் செயல்களைக் கூட நிறைவேற்ற இயலாமல் போய் விடுகிறது. ஏனெனில் அவரிடம்தான் இப்போது செல்வம் இல்லாமல் போய் விட்டதே!

இத்தனைப் பெரிய உண்மைகளை வாழ்க்கை யதார்த்தங்களைப் புரிய வைக்கும் மகத்தான வாழ்க்கை நெறிகாட்டும் நூல்தான் விவேகசிந்தாமணி. வாழ்வியல் உண்மைகளைத் தெற்றெனக் காட்டும் கண்ணாடி.

நீதி :

பொருளில்லார் இவ்வுலகில் எந்தச்சிறப்பும் அடைய இயலாது.

திருக்குறள் :

அருட்செல்வம் செல்வத்துள் செல்வம்
பொருட்செல்வம்
பூரியார் கண்ணும் உள - குறள் 24

இல்லாரை எல்லாரும் எள்ளுவர் செல்வரை
எல்லாரும் செய்வர் சிறப்பு – குறள். 752

ஈ. சோதனை மேல் சோதனை

உலக வாழ்க்கையில் ஒருவருக்குத் துன்பங்கள் வருவது இயல்பு. ஆனால் ஒருசிலர் வாழ்விலே துன்பங்கள் தொடர்ந்து வந்து துன்பமே வாழ்க்கையாகி விடுகிறது. அவ்வாறு ஒரு ஏழைபடும் பாட்டினைப் படம் பிடித்துக் காட்டுகிறது சோதனை மேல் சோதனை இப்பாடல்.

பாடல்

ஆவீன மழை பொழிய இல்லம் வீழ
அகத்தடியாள் மெய்நோக வடிமை சாக
மாவீரம் போகுதென்று விதை கொண்டோட
வழியிலே கடன்காரர் மறித்துக் கொள்ளக்
கோவேந்த ருழுதுண்ட கடமை கேட்கக்
குருக்கள் வந்து தட்சணைக்குக் குறுக்கே நிற்க
சாவோலை கொண்டொருவன் எதிரே செல்ல
தள்ளவொணா விருந்துவர சர்ப்பந்தீண்ட
பாவாணர் கவிபாடி பரிசு கேட்கப்
பாவிமகன் படுந்துயரம் பார்க்கொணாதே!
எத்தனைத் துன்பங்கள் - தொடர்ந்த துயரங்கள்...

துன்பச் சூழ்நிலை

பசுமாடு கன்றை ஈன்றது, பெருமழை பெய்து கொண்டே இருக்கிறது, மழையினால் அவன் வீடு இடிந்து விழுகிறது, அவன் இல்லத்தரசிக்குப் பிரசவ வலி வருகிறது, வீட்டு வேலையாள் இறந்து விட்டான், மானாவாரி நிலம் இதுதான் விதைப்பதற்கு ஏற்ற சமயம் நிலத்தின் ஈரம் இருக்கும் போது விதைத்து விடவேண்டும் என்ற எண்ணத்தில் விதையை விதைப்பதற்கு எடுத்துக் கொண்டு ஓடுகிறான். ஓடோடி வந்துவிட வேண்டும் வீட்டிலே- வழியில் அவனுக்குக் கடன் கொடுத்தவன். "என் கடனைத் தீர்த்து விட்டுப்போ" என்று மறியல் செய்கிறான். அரசனுக்குச் செலுத்தவேண்டிய நிலக்குத்தகைப் பணத்திற்காக அதிகாரிகள் அவனைச் சூழ நின்று மிரட்டுகிறார்கள் அவர்களையும் சமாளித்துவிட்டு, ஏதோ சொல்லி விட்டுத் திரும்பும் வேளையில் கோயில் பூசாரி வந்து நிற்கிறான் "எனது தட்சணையைச் செலுத்து" என்று அதையும் தாண்டி விரைந்து ஓடுகிறான். அப்போது அங்கொருவன் வந்து நின்றான். உறவினர் "இறந்து விட்ட செய்தி" சொல்லி வந்தான். மீண்டும் ஓடுகிறான். கொடிய பாம்பு ஒன்று துரத்துகிறது. வேறு வழியாக ஓடி வருகையில் புலவர் ஒருவர் பாடல்பாடி பரிசு கொடுக்குமாறு வேண்டுகிறார்.

அப்பப்பா எத்தனைத் துன்பங்கள் இந்தக் குடிமகனுக்கு

> அடுக்கி வரினும் அழிவிலான் உற்ற
> இடுக்கண் இடுக்கட் படும் - குறள் 625

அடுக்கடுக்காகப் பல துன்பங்கள் வந்தாலும் - மனங்கலங்காத இயல்புடையவனுக்கு வந்த துன்பங்கள் அவனை ஒன்றும் செய்ய மாட்டா, தமக்குள் தாமே

அழித்துக் கொள்ளும். மடுத்த வாயெல்லாம் பகடன்னான் ஆக இருந்தாலும் இடும்பைக்கு இடும்பை படாதவராக இருப்பினும் கலக்கத்தைக் கையாறாக் கொள்ளாதவராக இருக்கினும் இடும்பை இயல்பென்பானாயிருந்தாலும் இப்படி இடுக்கண் வரும் போது, எப்படி நகுவது? சொல்லுங்கள்!

ஒக்கிப் புயலில் ஒடிந்து போன மரங்களும், உடைந்து போன இல்லங்களும், ஒப்பாரிச் சத்தங்களும் இப்பாடலிலே காட்சியாகின்றன. சமூகத்திலும் இப்படி கருகிய மொட்டுக்களாய் கசங்கிய கரும்புகளாய் துன்பங்களால் துவண்டு போய் வாழ்வார் பலருண்டு.

கடமை தவறாதவர்

இங்கே சொல்லப்படுகின்ற விவசாயி கடமை தவறாதவர், பருவத்தே பயிர் செய் என்ற இயற்கை நியதி அறிந்து செயல்படுபவர், கடன் சுமையால் கடின வேதனைப்பட்டவர். அரசனுக்குத்தான் அன்று நிலங்கள் சொந்தமாக இருந்தன. அதனை, உழுது பயிரிடும் விவசாயிகள் விளைச்சலில் ஒரு பகுதியை வரியாக, கடமையாகச் செலுத்த வேண்டும். அதையும் காலம் தவறாது செலுத்துபவர். ஆலய வழிபாடுகளில் தவறாதவர். அன்று வழிபாட்டுத் தலங்களில் பணியாற்றும் 'குருக்கள்' எனப்பட்ட இறை ஊழியர்களுக்கு 'தட்சணை' என்ற கூலி செலுத்த வேண்டியதும் ஒரு விவசாயியின் கடமையாக இருந்த காலம். எனவேதான் குறிப்பிட்ட அன்று அந்த தட்சணைப்பணம் பெறும்படியாகக் குருக்களும் அங்கே அவனிடம் வருகிறார். இத்தனைத் துன்பங்களுக்கிடையேயும் புலவர் ஒருவர் இவரைத் தேடி, இவரைப் பாடி பரிசு கேட்க வருகிறார் என்றால் இந்த விவசாயி இத்தனை

நல்ல காரியங்களையும் செய்து வருகிறார் என்பதே பொருள்.!

கடமை தவறா அந்த நல்ல மனிதருக்கும் இத்தனைத் துன்பங்கள் வருகின்றன என்னும் போது “துன்பங்கள் வருவது இயல்பு” என்ற இயற்கை நியதி புரிகிறதல்லவா?

திருவிவிலியத்திலும் கூட ‘யோபு’ என்ற நல்ல மனிதர் இருந்தார் என்றும், அவருக்கு அடுக்கடுக்கான துன்பங்கள் வந்தன என்றும், தன் அயராத பக்தியால், குன்றாத நம்பிக்கையால், குலையாத நற்குணத்தால் அத்தனை துன்பங்களையும் வெற்றி கண்டார் என்றும் படிக்கிறோம்.

அரிச்சந்திர புராணத்திலே அரிச்சந்திரன் என்ற அரசன், இயற்கை செய்த சதியால், தன் மனைவி சந்திரமதியை இழந்தான், மகன் லோகிதாசனை இழந்தான். ஆடு, மாடு சொத்தெல்லாம் இழந்தான். மாட மாளிகைகள் அழிந்தன. எல்லாம் அழிந்தாலும் ‘வாய்மை’ என்ற வலுவான கொள்கையை அரிச்சந்திரன் இழந்தானில்லை. இறுதியில் அனைத்து துன்பங்களையும் வெற்றி கொண்டான் என்ற செய்தி, பதிவு செய்யப்பட்டிருக்கிறது. ஆம் துன்பங்கள் இயல்பு. துன்பங்கள் வந்தபோது நம் மனநிலை எவ்வாறு உள்ளது. தோல்விகளைக் கண்டு துவண்டு விடுகிறோமா? விவேகசிந்தாமணி தரும் இப்பாடலில் வரும் விவசாயி எத்தகைய துன்பங்களுக்கும் அஞ்சாதவர். எல்லாம் எதிர்கொள்ள இலக்கானவன். இந்த மனநிலை உலகினர்க்கு வேண்டும் என்பதை உணர்த்தவே விவேகசிந்தாமணி முயல்கிறது. படிப்போர் உள்ளத்தைப் பரவசமாக்கும்

இப்பாடல், இலக்கிய இலக்கண வளமிக்கது. கருத்துக் களஞ்சியம் வாழ்வியல் வழிகாட்டி.

நீதி

சோதனையை வெற்றி கொள்கிறவன் பாக்கியவான் - திருவிவிலியம்

திருக்குறள் :

இடுக்கண் வருங்கால் நகுக அதனை
அடுத்தூர்வது அஃதொப்பது இல் - குறள். 621

பொருள்

துன்பம் வரும்போது சிரித்து விடுக... ஏனெனில் ஆதனை அடுத்து வருவது அதனை ஒப்பது இல்லை...

"AUTUMN ACCOMPANIES SPRING"

உ. பொருள் இருக்கும்போது!

அற்ற குளத்தில்

அருளில்லார்க்கு அவ்வுலகமில்லை
பொருளில்லார்க்கு
இவ்வுலகம் இல்லாகி யாங்கு - குறள் 247

என்பது திருக்குறள். ஆம் இவ்வுலக வாழ்வுக்கு மிகமிக இன்றியமையாதது செல்வம். செல்வம் இல்லாதவர்கள் படும் துயரம் சொல்லவும் கூடுமோ? செல்வம் இல்லாதவர்கள் எங்குமே மதிப்புப் பெறுவதில்லை அவர்களின் சொல்லுக்கு மரியாதை இருப்பதில்லை. குடும்பத்திலும் சரி சமூகத்திலும் சரி செல்வம் மிக படைத்தோரே சிறப்புப் பெறுகின்றனர். மற்றவர்கள் எவ்வளவு

நல்லவராக இருந்தால்கூட அந்த அளவுச் சிறப்பு அடைவது கடினம். அதுபோலவே ஒருவரிடம் செல்வம் இருக்கும்போது உற்றார் உறவினர் நண்பர்கள், அவர்களின் நண்பர்கள் எனப் பலர் வந்து எப்போதும் கூடவே சுற்றியிருப்பார். இல்லாதது எல்லாம் பேசி அவர்களைப் புகழ்ந்து கொண்டே இருப்பார்கள். ஆனால் அவருக்கு வறுமை வந்தபோது, அவரிடமிருந்த செல்வம் இல்லாமல் போன போது அவரோடிருந்தவர்கள் அனைவருமே அவரை விட்டு அகன்று விடுவது இயல்பு. "அற்ற குளத்தில் அறுநீர்ப்பறவைபோல கொட்டியும் ஆம்பலும் நெய்தலும் போல ஒட்டி உறுவார்" இன்று மிக மிக அரிது. இவ்வுண்மைகளையே விவேக சிந்தாமணி தெளிவாகக் குறிப்பிடுகிறது. இதோ

பாடல்

ஆலிலை பூவுங் காயு மனிதரு பழமு முண்டேல்
சாலவே பட்சியெல்லாந் தன்குடி யென்றே வாழும்
வாலிபர் வந்து தேடி வந்திப்பார் கோடி கோடி
ஆலிலை யாதி போனா லங்குவந் திருப்பா ருண்டோ

பொருள் விளக்கம்

உலக மாந்தரிடத்திருந்த செல்வம் அவரை விட்டுச் சென்றபோது, அவர் வறிய நிலை எய்திய அந்த நிலையைப் - பட்டுப்போன ஆலமரத்திற்கு ஒப்பிடும் அழகு தனி. ஆலமரத்தின் இலை, பூ, காய், பழம் எனச் செழித்திருந்த நாட்களில் பறவைகளெல்லாம் வந்து தங்கி மகிழும். அதுபோலவே ஒருவரிடம் செல்வம் இருந்த காலத்தில் சுற்றத்தார் நண்பர்கள் சூழ்ந்து வருவர் என்பதனை அழகான இந்த உவமையால் விளக்குகிறது 'விவேக சிந்தாமணி'. இளைஞர்கள் அந்த மரநிழலில் சுகம் தேடி வருவர்.

மரம் இலைகளற்று நிழல்தர இயலாதபோது அவர்களும் அங்கு வருவதில்லை. அந்த மரம் தனிமரமாகி நிற்கிறது. உலக மாந்தர் இயல்பு இதுதான். இந்தத் தத்துவக் கருத்துகளை அள்ளித்தரும் விவேகசிந்தாமணி தமிழ் மொழிக்குக் கிடைத்த அரிய வேதம் என்பதை நினைவில் கொள்ள வேண்டும். மறுமலர்ச்சிப் பாடல்களிலும், மானுடம் பாடும் நெறியே உயிர்நாடியாக இருந்துள்ளது. மானுடம் பாடியோர்க்கெல்லாம் முன்னோடியும் இந்த விவேக சிந்தாமணி என்பதை நினைவில் கொள்க.

திருக்குறள்

அறஞ்சாரா நல்குரவு ஈன்றதா யானும்
பிறன்போல நோக்கப் படும் - குறள் 1047

உலக வாழ்வில்

பொருள் செல்வத்தின் தன்மையினைக் கீழ்க்காணும் பாடல் தெளிவுபடுத்தும்

கல்லானே யானாலும் கைப்பொருள் ஒன்றுண்டாகில்
எல்லாரும் சென்றங்கு எதிர்கொள்வர் - இல்லானை
இல்லாளும் வேண்டாள், மற்றீன்றதாய் வேண்டாள்
செல்லாது அவன் வாயில் சொல்

இதுதான் பொருளில்லாதவன் நிலை. "கல்வி கல்லாத மூடரை கற்றோர் கொண்டாடுதல் வெள்ளிப் பணமடியோ. குதம்பாய் வெள்ளிப் பணமடியோ" என்பது "பராசக்தியில்" வரும் பாடல் வரிகள் ஆம் ஒருவன் பொருள் உடையவனாக இருந்தால் அவன் கல்வி அறிவு அற்றவனாக இருப்பினும் அனைவரும் அவனை ஆகா, ஓகோ என வருவேற்று உபசாரம் செய்வார்கள். ஆனால் பொருள் இல்லாதவனை

அவன் மனைவிகூட விரும்பமாட்டாளாம். தாய்கூட அவனிடத்தில் வெறுப்படைந்து விடுகிறாள். அவன் சொல்லும் எந்த சொற்களுமே செல்லாக் காசுகளே! எத்தனை யதார்த்தமாக இப்பாடல் அமைந்துள்ளது. இதுதானே இன்றைய நிலைமை! இதுதானே இக்கால இயல்பு!

நீதி

வறுமையிலும் வளமையிலும் ஒன்றுபோல் நேசிக்க வேண்டும்

ஊ. செல்வர் பெறும் சிறப்பு

செல்வர்

பொருளாதாரத்தில் மேம்பாடுடையவர்கள் அரசாங்கத்தின் சொத்துகளைக் கூட விலைக்கு வாங்கிச் சிறப்படையும் காலம் இது. எடுத்துக்காட்டாக இந்திய நாட்டின் சொந்தமான ஏர் இந்தியா என்ற பன்னாட்டு போக்குவரத்து வான்வழிச் சேவை நிறுவனம் அது 27.01.2022 முதல் இந்தியாவின் மிகப் பெரும் பணக்காரர்களான டாட்டா நிறுவனத்தால் விலைக்கு வாங்கப்பட்டுள்ளது.

விவேகசிந்தாமணியின் பாடல் இதோ.....

பொன்னொடு மணியுண் டானால்
புலையனுங் கிளைஞ னென்று
தன்னையும் புகழ்ந்து கொண்டு
சாதியின் மணமுஞ் செய்வார்
மன்னரா யிருந்த பேர்கள்

வகைகெட்டுப் போவா ராயின்
பின்னையு மாரோ வென்று
பேசுவா ரேசு வாரே!

செல்வத்தில் செழித்துப் பெயரும் புகழும் ஒருவருக்கு வந்துவிட்டால், அவர் தன்னை விளம்பரப் படுத்திக் கொண்டு புகழ்ந்து கொண்டு, அரச குலத்தாரோடு திருமண உறவு கூட ஏற்படுத்திக் கொள்வார். ஆனால் அரச குலம் போன்ற உயர்ந்த நிலையில் இருந்தவர்கள்கூட, அவர்கள் தங்கள் நிலை கெட்டு வறுமைநிலையடைந்த போது 'இவர் யாரோ' என்று உலகினர் பழித்துப் பேசுவர். இதுதான் இன்றைய உலகியலின் உண்மைநிலை. ஆனால் மூதுரை கூறும் உண்மையும் இங்கு கவனிக்கத்தக்கது.

அப்பாடல் இதோ

அட்டாலும் பால் சுவையில் குன்றாது அளவளாய்
நட்டாலும் நண்பல்லார் நண்பல்லர்,
கெட்டாலும் மேன்மக்கள் மேன்மக்களே – சங்கு
சுட்டாலும் வெண்மை தரும்.

பால் நன்கு சூடேறக் காய்ச்சப்பட்டாலும் அது தன் சுவையில் குறையாது. அதுபோலவே மேன்மக்கள், அதாவது உயர்ந்த பண்புடைய உன்னதர்கள், எந்த அளவுக்குப் பொருளாதாரத்தில் கெட்டு அழிந்தாலும் அவர்களின் நற்பண்புகள் குறைந்து போவதில்லை, அழிந்து போவதில்லை; சுட்டாலும் சங்கு வெண்மை தருவது போல. அவர்கள் எவ்வளவுதான் துன்பங்கள் அனுபவித்தாலும், தங்கள் நற்பண்புகளில் சிறந்தே விளங்குவார்கள் என்பது இப்பாடலின் கருத்து. எந்த அளவுக்கு வறுமை வந்து உலகினர் ஏச்சுப் பேச்சுகளுக்கு ஆளானாலும்

நற்பண்புகளுடைய மேலோர் தங்கள் நற்பண்புகளில் நிலைத்தே வாழ்வார்கள்.

நீதி : பொருட்செல்வம் அழிந்து விடும் இயல்புடையது திருக்குறள் :

> பொருளென்னும் பொய்யா விளக்கம் இருளறுக்கும்
> எண்ணிய தேயத்துச் சென்று – குறள். 753

எ. செல்வரின் செருக்கு

பணம்படுத்தும் பாடு

பெரிய பெரிய செல்வம் படைத்தவர்களும் பின்னாளில் தங்கள் செல்வச் செருக்கினால் அழிந்த வரலாறுகள் ஏராளம். ஆம் செருக்கு என்பது கொடிய நோய். அந்தக் கொடியநோய் ஒருவனிடமுள்ள பெரும் செல்வத்தையே அழித்து விடும். இக்கருத்தினை விவேக சிந்தாமணி குறிப்பிடும் பாடல்

> பெருத்திடு செல்வமாம் பிணிவந்துற்றிடில்
> உருத் தெரியாமலே யொளிம ழுங்கிடும்

இங்குக் குறுக்கு வழியில் திடீரென வந்து குவிந்த பெரும் செல்வமே சுட்டிக் காட்டப்படுகிறது. இவ்வாறு சேர்த்த செல்வம் ஒருவனுக்கு செல்வச் செருக்கு என்ற கொடிய நோயைத் தருகிறது. இந்நோய் வந்துற்றால் அவனுக்கு அது அழிவைத் தருகிறது. இருந்த இடம் தெரியாமல் அவனை அழித்து விடுகிறது.

செல்வச் செருக்குடையோர்

மேற்சொன்ன படியே காரணகாரியங்களுமின்றி, உழைப்பும் இல்லாமல், சட்டங்களுக்கும் - மனச் சான்றிற்கும்

புறம்பாக உருவான பெரும் செல்வமானது பாவம் என அண்ணல் காந்தியடிகள் குறிப்பிடுகிறார்,

"Wealth without work is a sin"

என்பது அவர் வாக்கு. இப்படி உழைக்காமலே உருவாக்கிய உயர் செல்வம் அவனுக்கு என்றேனும் மன அமைதியைத் தருமோ? இல்லை, இல்லவே இல்லை.

பாடல்

செல்வம்வந் துற்ற போது தெய்வமுஞ் சிறிது பேணார்
சொல்வதை யறிந்து சொல்லார் சுற்றமுந் துணையும் பேணார்
வெல்வதே கரும மல்லால் வெம்பகை வலிதென் றெண்ணார்
வல்வினை விளைவு மோரார் மண்ணின்மேல் வாழு மாந்தர்!

ஒருவனிடத்திலே செல்வம் மிகுதியாக வந்து சேர்ந்தபோது, கடவுளை அடியோடு மறந்து விடுகிறார். தாம் சொல்வதை இன்னது என அறிந்து ஆய்ந்து சொல்வதில்லை. பிறர் சொல்வதையும் காது கொடுத்துக் கேட்பதில்லை. பிறர் சொல்வதைக் கேட்டும் பதில் கூறுவதில்லை. எந்த உறவினர்களையும் பேணிக்காத்து அவர்களுக்கு உதவி செய்வதில்லை. செல்வர்க்கழகு செழுங்கிளை தாங்குதல் என்பது ஆன்றோர் வாக்கு. அந்தக் கடமையிலும் தவறி விடுகிறார்கள். எந்தச் செயல் மேற்கொண்டாலும் அச்சயெலின் நன்மை தீமைகளைப் பாராமல் தாம் மேற்கொண்ட செயலில் வெற்றியை மட்டுமே நோக்கமாகக் கொள்பவர்கள். தம் எதிராளியின் வலிமைகளையும் எண்ணிப் பார்ப்பதில்லை. "வினை வலியும் தன்வலியும்

மாற்றான் வலியும் துணைவலியும் தூக்கிச் செயல்" என்ற வள்ளுவர் அறிவுரை அவர்கள் செவிகளை விட்டு அகன்று விட்டது. நீதியோ அநீதியோ எடுத்த முயற்சியில் வெற்றியே குறிக்கோளாகக் கொள்வார்கள். இவை மட்டுமா தன் வெற்றிக்காக எத்தகைய பாவச் செயல்களையும் செய்வதற்கு அஞ்சாதவர்கள் ஆகிவிடுகிறார்கள்.

உலக வாழ்வில்

இன்றைய சமூகத்திலே அரசியலிலே, குடும்ப வாழ்விலே இவை எத்தனை உண்மை.

இடும்பைக்கு இடும்பை படுப்பர் இடும்பைக்கு
இடும்பை படாஅ தவர்   - குறள் 623

அறிவுமிக்க பெரியோர்கள் தங்கள் வாழ்விலே வருகின்ற எத்தகு துன்பங்களையும், இடையூறுகளையும் கண்டு கலங்கி ஒடுங்கி விடமாட்டார்கள். அவ்வாறு துன்பங்களைக் கண்டு துவண்டு விடாமல் துணிந்து நிற்பாரிடத்து வந்த துன்பங்களே துன்பமடைந்து விடுமாம்

திருக்குறள்

நல்லார்கண் பட்ட வறுமையின் இன்னாதே
கல்லார்கண் பட்ட திரு   - குறள் 408

கல்வி கற்ற பெரியோர்கள் எத்தனைதான் வறிய நிலையில் இருந்தாலும் அவர்கள் பிறருக்கு சமூகத்திற்கு பயன்பட்டுக் கொண்டே இருப்பார்கள். கல்லாத மூடரோ பெரும் செல்வம் உடையவராயிருந்தாலும் பிறருக்குப் பயன்படவே மாட்டார்கள். ஆகவேதான் வள்ளுவர் சொல்கிறார்.

கல்வியறிவு இல்லாதவர்களிடத்தில் உள்ள செல்வமானது கல்வி கற்றறிந்த நல்லவர்களின் வறுமையை விட வேதனை தரக்கூடியது, கொடியதே. ஆக கல்வியறிவில்லாத தீயவர்களிடமிருக்கும் செல்வம் திரண்டதாயினும் அது பிறருக்குப் பயன் தருவதற்குப் பதிலாகத் தீமையைத் தரும் என்பதால் அது இன்னாதது எனத் தெய்வப்புலவர் தெளிவுபடுத்துகிறார்.

அள்ளிக் கொள்வன்ன தாயினும்
கள்ளிமேல் கைநீட்டார் சூடும்பூ அன்மையால்
செல்வம் பெரிதுடைய ராயினும்
கீழ்களை நள்ளார் அறிவுடையோர்

என்ற நன்னெறிப்பாடல் குறிப்பிடுவதும் இக்கருத்துகளே! ஆம் சூட்டிக் கொள்ள தகுதியற்றது என்பதால் பெரியதாக இருந்தாலும் கூட கள்ளி மலரை எவரும் விரும்பி கொய்வதில்லை. அதுபோலவே எத்தனை செல்வம் பெரிதுடையவராக இருந்தாலும் அற்பர்களை மேன்மக்கள் நாடிச் செல்லமாட்டார்கள் என்பது தெளிவு

இந்தக் கருத்துகளெல்லாம் விவேக சிந்தாமணியின் முந்தைய பாடலில் ஒளிரக் காண்கிறோம். இத்தகு சீரிய வாழ்வியல் தத்துவங்களை அள்ளித் தரும் விவேக சிந்தாமணி, படித்துப் போற்றத்தக்கதோர் அற்புத நூல். தமிழுலகம் பாதுகாக்க வேண்டிய பெரும் சொத்து. மனித குலம் விரும்பிப் பயில வேண்டியதோர் நல் இலக்கியம்! நாம் விரும்பிப் பயில வேண்டியதோர் நல் இலக்கியம்

நீதி : செல்வம் வந்தபோது தானதர்மங்கள் செய்து வாழ வேண்டும்.

செல்வத்தின் இயல்பு

செல்வம் :

செல்வம் நிலையானது அல்ல.... இன்று ஒருவரிடத்தில் இருக்கும். நாளை, வேறொருவருக்குக் கைமாறி விடுகிறது அது. செல்வம் வரும், செல்வோம் எனச் சென்று விடும் என்று பெரியோர்கள் குறிப்பிட்டுள்ளனர். இன்று ஏழையாக இருக்கின்றவர்கள் நாளை செல்வந்தராவதும், இன்று செவந்தராக வாழ்ந்திருந்தவர் நாளை ஏழையராக ஆவதும் உலக இயல்பு. பலரின் வாழ்விலே இது கண்கூடு... நில நாடுகள் கூட பொருளாதாரச் சிக்கல் காரணமாகப் பொதுமக்களின் புரட்சியை எதிர்கொள்ளவேண்டியுள்ளன. எடுத்துக்காட்டாக அண்மையில் சிறீலங்காவில் பொருளாதாரக் காரணங்களாலேதான் பெரும் போராட்டங்களை அரசு சந்திக்க வேண்டியிருந்தது... அதிபர் மாளிகை மக்கள் முற்றுகை, அதிபர் தப்பி ஓட்டம் என்று உலகின் நாளிதழ்களில் தலைப்புச் செய்திகள் ஆகுமளவிற்கு அலங்கோலம் அடைந்தது சிறீலங்கா. இதன் அடிப்படைக் காரணம் செல்வமே...

நல்வர்களிடம் செல்வம் :

நல்லவரிகளிடத்திலே செல்வம் பெருகுமானால் அதனால் அவருக்கும், சுற்றியுள்ள அனைவருக்கும் அதனால் மிக்க பயன் உண்டாகும்... அதனால்தான் திருவள்ளுவர்

ஊருணி நீர் நிறைந்தற்றே உலகவாம்
பேரறி வாளன் திரு - 215

பயன்மரம் உள்ளூர்ப் பழுத்தற்றால் செல்வம்
நயனுடை யான்கண் படின் - 216

என அழகிய இரு குறள் பாக்களைத் தருகின்றார்.

கருத்து :

215. பேரறிவுள்ள ஒருவரிடத்திலே வந்த செல்வமானது ஊர் நடுவேயுள்ள நீர்வற்றாத கிணற்றிற்கு ஒப்பானது... ஊர் மக்களுக்கும், அதனை அண்டிவந்தோர் அனைவர் தாகத்தையும் தணிக்கும் இயல்புள்ளது.

டாக்டர் அண்ணாமலைச் செட்டியார் தான் சேர்த்த பொருளெல்லாம் பயன்படுத்தி உருவாக்கிய அண்ணாமலைப் பல்கலைக்கழகம் இன்று ஆயிரமாயிரம் மக்களின் கல்வி தாகத்தைத் தணித்து நிற்கிறது.

216. நற்பண்புகள் உள்ளவரிடத்திலே வந்த செல்வமானது ஊர் நடுவே நின்ற பழமரத்திற்கு ஒப்பானது. நற்கனிகளைத் தந்து நாடிவந்தோர்க்கு நலம்தரும் இயல்புடையது.

நல்வர்களிடம் வந்த செல்வத்தால் அவர்கள் செருக்கடைய மாட்டார்கள். ஆனால் அவர்கள் தங்களிடம் உள்ள செல்வத்தில் சிறிதளவாவது அடுத்தவர் நலன்களுக்காகச் செலவிடுவார்கள். அவர்களிடம் மேலும் மேலும் செல்வம் உயர்ந்து கொண்டே இருக்கும்....

தீயோரிடத்துச் செல்வம் :

தீயோரிடம் சேர்ந்த செல்வம் அடுத்தவர்களுக்கும் கேடுசெய்யும், அவர்களையும் அழித்துவிடும். அது அந்த

கீழ்மக்களுக்குச் செருக்கைத் தருவதுடன் தீநெறிகளில் அவர்களை இட்டுச்செல்லும்.

வழங்கலும் துய்த்தலும் தேற்றாதான் பெற்ற முழங்கு முரசுடைச் செல்வம் அல்லவா அது. அது நாய் பெற்ற தென்னம் பழத்திற்கு ஒப்பானது. ஆக,

அள்ளிக் கொள்வன்ன தாயினும்
கீழ்களை நள்ளார் அறிவுடையோர்

என்பது மெய்யன்றோ!

இக்கருத்துக்களை மெய்ப்பிக்கும் விவேகசிந்தாமணி பாடலைப் பார்ப்போமா....

திரவியம் வந்தபோது சேர்ந்த பல்லோர்க்கு மீந்தால்
வரவர வளரும் அந்தவகைசெயா விடிற்கெட்டேகும்
ஒருகலிங் கினைவிட்டக்கா லோதநீர் போக்குப்போகப்
பெருகுறு மேரியில்லா விடினடு வணையப்போக்கும்

பொருளுரை :

ஒரு கலிங்கினை - ஏரியில் நிறையும் நீர் வடியும்படி கட்டப்பட்டிருக்கும் மதகுகளில் ஒரு மதகு

ஓத நீர் - பெருக்கெடுத்த வெள்ளம்

கருத்துரை :

ஏரியில் நீர் வந்து பெருகும் காலத்தில் அந்த ஏரியின் மதகைத் திறந்து பெருகும் அந்த நீரை வெளியேற்றினால் அந்தக் குளத்தின் கரைக்கு எவ்வித

சேதமும் இல்லாமல் இருக்கும்... நீரும் பெருகினபடியே இருக்கும். அங்ஙனம் போக்கிட வழிசெய்யாவிடில் வெள்ளப்பெருக்கால் அந்த ஏரியின் கரையும் உடைந்து, முன்னரே தேங்கியிருந்த நீரெல்லாம் போய்விடும் சூழ்நிலை உருவாகிவிடும்.

அதைப்போல ஒருவரிடத்தில் செல்வம் வந்து சேரும் காலத்தில் அதில் சிறிதளவாவது நல்ல வழியில் செலவிடவேண்டும். அப்படி செலவிட்டு வந்தால் அவரிடத்தில் மேலும் மேலும் செல்வம் பெருகிவளரும் இல்லாவிடில் அது பெருகாமல் போவது மட்டுமன்றி ஒரு சமயத்தில் சிறிதும் இல்லாமல் நாசமடைந்து அவரை விட்டுச் சென்றுவிடும். எனவே, கொடுத்து மகிழ்தலே செல்வத்திற்கு அழகு. ஆம் செல்வர்க்கழகு செழுங்கிளை தாங்குதல் அன்றோ!

திருக்குறள் :

சாதலின் இன்னாத தில்லை இனிததூஉம்
ஈதல் இயையாக் கடை - 230

பொருள் :

எவருக்கும் எதையும் கொடுக்க மனமில்லாமல் வாழ்ந்த ஒருவன் இறந்துவிட்டாலும், ஈகைக்குணம் இல்லாதவனின் இறப்புச் செய்திகூட கேட்பவர்க்கு மகிழ்ச்சியைத் தரும்.

குறள் :

ஈதல் இசைபட வாழ்தல் அதுவல்லது
ஊதியம் இல்லை உயிர்க்கு - 231

பொருள் :

பிறருக்குக் கொடுத்து புகழோடு வாழ்தல் வேண்டும். பிறருக்குக் கொடுத்தல், புகழோடு வாழ்தல்... இந்த இரண்டுமின்றி மனிதர்கள் சம்பாதிக்க வேண்டியது எதுவும் இல்லை.... முன்னாள் முதல்வர் எம்.ஜி. இராமச்சந்திரன் பொன்மனச் செம்மல் எனப் போற்றப்பட அவரின் கொடைச் சிறப்பே காரணம்....

இவ்வாறு விவேகசிந்தாமணி தரும் கருத்துகள் அனைத்தும் திருக்குறளின் விளக்கமாகவே காணப்படுகின்றன....

நீதி:

கொடுத்து வாழ வேண்டும்....

கொடுத்துக் கொட்டாரில்லை....

நிலையானது புகழ் மட்டுமே....

4. தீயோர் பண்பு

அ. தீயோருக்குப் புத்தி சொன்னால்

கதை இது

குரங்கு ஒன்று மழையில் நனைகிறது. தென்னை மரத்தில் தூக்கணங்குருவி கூடு கட்டி மகிழ்வோடு வாழ்கிறது. பாதுகாப்பாகக் கூட்டில் இருந்த தூக்கணங் குருவி கீழே பார்க்கிறது. நனைந்து கொண்டே வந்த குரங்கைப் பார்த்து பரிதாபம் கொண்டது குருவி. குரங்கே... குரங்கே... ஏன் நனைகிறாய்? உனக்கு கைகால்கள் இருந்தும் கூடு கட்டி வாழத் தெரியாதா? ஓர் கூடு கட்டிக் கொண்டு எங்களைப் போல பாதுகாப்பாக வாழலாமே! என அறிவுரை கூறிற்று அந்தச் சின்னஞ்சிறு பறவை.

குரங்கிற்கு வந்ததே கோபம்! நான் யார், என் திறமை என்ன? என்னிலிருந்து தானே "மனிதர்கள் கூடத் தோன்றினார்கள்" என சார்லஸ் டார்வின் கூறியது இக்குருவிக்குத் தெரியாதா என்றெல்லாம் எண்ணி எண்ணி பெருஞ்சினமுற்றது. கோபத்துடன் மரத்தை நோக்கிப் பார்த்துக் கூறியது.

'அடே அற்பக் குருவியே, எனக்கா புத்தி சொல்கிறாய்? நான் யார் என் குலம் என்ன? மனித குலத்திற்கே தாத்தா நான்! என்னைப் பார்த்து இந்தக் கேள்வி கேட்டுவிட்டாயே? இதோ வருகிறேன் பார் எனக்குக் கூடுகட்டத் தெரியாது. ஆனால் கிழித்தெறியத் தெரியும்.. என்று உறுமிக் கொண்டே மரத்தில் ஏறியது, விரைவாக. குருவி கட்டியிருந்த கூடுகளைப் பிய்த்து எறிந்தது, திட்டிக் கொண்டே! அற்பனுக்குப் புத்தி சொல்லி ஆபத்தில் மாட்டிக்

கொண்ட அப்பாவிக் குருவிகளோ பறந்து சென்று அடுத்த மரங்களில் அடைக்கலம் தேடிற்று

இந்த அழகான காட்சியினை விவேகசிந்தாமணி படம் பிடித்துக் காட்டுகிறது.

வானரம் மழைதனில் நனையத் தூக்கணம்
தானொரு நெறிசொலத் தாண்டிப் பிய்த்திடும்
ஞானமும் கல்வியும் நவின்ற நூல்களும்
ஈனருக்கு உரைத்திடில் இடரதாகுமே.

வானரம்

குரங்குக்குக் கூடு கட்டத் தெரியாது. ஆனால் அந்தக் குறைபாட்டைக் குத்திக் காட்டியதால் அது கொதிப்படைந்து விட்டது. "கிடைத்ததைப் பிய்த்து எறிதல்" என்பது குரங்கின் இயல்பான அறிவு. நல்லதோ கெட்டதோ அதைக் கிழித்து எறிதல் தான் அதன் செயல்.

தூக்கணம்

தூக்கணங்குருவி சிறியதுதான். வெறும் பட்டாணிக் கடலை அளவுதான் அதன் மூளை. ஆனால் அந்தத் தூக்கணங்குருவியால் உருவாக்கப்பட்ட கூடு அது ஓர் வியப்பின் சின்னம். ஆம் மூன்று தட்டுகள் உடையது. தூக்கணங்குருவியின் கூடு அது தென்னை ஓலை அல்லது ஏதேனும் மரக்கிளை நுனியில் எவருமே தொட முடியாதபடி அது தொங்கவிடப்பட்டிருக்கும். கீழிருந்து மேல்நோக்கி அதன் நுழைவாயில் காணப்படும் அடுத்து அது ஓய்வு அறைக்குச் செல்லும். கடைசியாக மேற்பகுதியில் அதன் முட்டையிட்டு அடைகாக்கும் பகுதி காணப்படும். கூட்டினுள் மின்மினிப் பூச்சிகளைக் கொண்டு வந்து, அவற்றின் முதுகுப்

பக்கம் கூட்டின் சுவரில் படும்படி ஒட்டி வைக்கப்பட்டிருக்கும். இரவு வேளைகளில் வெளிச்சம் கிடைப்பது இப்படித்தான்!

இவ்வாறு அறிவுக்கூர்மையுடையது தூக்கணங்குருவி. அதன் கூடுகள் ஓலை விளிம்புகளிலிருந்து எடுத்த தும்புகளால் சுற்றிச்சுற்றி அமைக்கப்பட்டவை. எந்தத் திறம்படைத்த பொறியாளரைக் கொண்டும் அந்தக் கூட்டினைத் தும்புகள் முறியாமல், உடையாமல் பிரித்து எடுக்க இயலாது! என்பதுதான் உண்மை.

ஞானமும் கல்வியும்

அறிவு தரும் நூல்களையும், சிறந்த கல்வியும் ஞான வழிகளையும் ஈனராகிய கொடியவர்களுக்குப் போதிப்பது என்பது இந்தக் குரங்கிடம் புத்தி சொல்லப் போன கதையாகவே முடியும். நற்புத்திக்கும் நயவஞ்சகர்க்கும் தொடர்புண்டோ?

நீதி

கொடியவர்கள் எப்போதுமே நல்வழி வருவார்கள் என்பதை நம்ப முடியாது. அவர்களிடம் கூறும் அறிவுரைகளும் பயனற்றவையே அறிவுரை சொன்னவர்க்கே அது ஆபத்தை உருவாக்கும்

திருக்குறள்

ஊதியம் என்பது ஒருவற்குப் போதையார்
கேண்மை ஒரிஇ விடல் - குறள். 797

நல்லோர் நட்பு

ஒருவன் வளர்ந்து நல்லவனாவதும் தீயவன் ஆவதும் அவன் வளரும் சூழ்நிலையின் கையிலேதான் உள்ளது.

சில வேளைகளில் சில காட்சிகள் நமக்கு பகையாகவே தோன்றுகின்றன. நாம் காணும் காட்சிகள் அனைத்தும் உண்மையல்ல. நல்ல நண்பர்களின் தொடர்பால் சிலர் நல்லவர்களாக மாறலாம். அதே வேளையில் தீ நட்பின் காரணமாக, கூடா நட்பின் காரணமாக, கெட்டுப் போனவர்களும் உண்டு. நல்ல நண்பர்களால் மேன்மையடைந்தோரும் உண்டு.

விவேகசிந்தாமணிப் பாடல்

கற்பகத் தருவைச் சார்ந்த காகமு மமுத முண்ணும்
விற்பன விவேக முள்ள வேந்தரைச் சேர்ந்தோர் வாழ்வார்
இப்புவிதன்னில் கிள்ளை இலவு காத்ததனைப் போல
அற்பரைச் சேர்ந்தார் வாழ்வ தரிதரி தாகுமம்மா!

கற்பகத் தரு

பனை மரத்தின் அனைத்து பாகங்களும் மிக்க பயன் தருவன. எனவே இந்த மரம் கற்பகத்தரு எனப்படுகிறது. ஓங்கி உயர்ந்து வளர்ந்த பனைமரம் வறட்சியையும் தாங்கி நிற்கும். நீண்டதூரம் தன் வேரினைச் செலுத்தும். அமுதம் எனப்படும் பதனீரைத் தரும். அந்த பனைமரத்தில் ஒன்றித்து வாழும் காகம்கூடத் தேவைப்பட்டால் அப்பனைமரத்தில் பதனீர் இருக்கும் காலங்களில் அப்பதனீரை உண்ணவும் முடியும். இங்குப் பதனீரை 'அமுதம்' என்கின்றார் புலவர். 'அமுதம்' என்பது உண்டவர்களை இறப்பின்றி நெடுங்காலம் வாழச் செய்யும். இன்று இது அருகி வருவதும் நாம் அறிந்ததே.

விவேகமுள்ள வேந்தர்

அதைப்போலவே அறிவுக் கூர்மையுள்ள, ஞானமுள்ள வேந்தர்களோடு நட்புக் கொண்டிருப்பவர்களுக்கும் அவர்களுடன் சேர்ந்து வாழ்வோருக்கும் இயல்பாகவே நன்மைகள் உண்டாகும், நல்வாழ்வு உண்டாகும். இங்கு வேந்தர் என்பதை ஞானமுள்ள மனிதர்கள், அல்லது கல்வி அறிவிற் சிறந்த பெரியோர்கள், என்றும் பொருள் கொள்ளலாம். அதுவே இக்காலத்துக்குப் பொருந்துவதாகக் கொண்டால் இப்பாடலின் கருத்து எக்காலத்துக்கும் பொருந்தும் என்பது தெளிவு.

காகமும் அமுதமுண்ணும் காட்சி

'காகம்' என்பது தந்திரமுள்ள பறவை. எவருமே வெறுக்கத்தகும் பறவை. அந்தப் பறவைகூடத் தம்மிடம் அமுதம் உண்பதற்கு தடை சொல்வதில்லை, பனைமரம்! ஆம் இதுபோலவே அற்பர்கள் தந்திர புத்திக்காரராக இருந்தாலும் கூடப் பெரியோர்களை நாடி வரும்போது அவர்கள் மறுப்புத் தெரிவிக்காமல் கல்வி அமுதமாகிய அறிவினைத் தந்து ஆதரிப்பார்கள் எனப் பொருள் கொள்ளல் வேண்டும்

இலவு காத்த கிளி

இலவு பூக்கத் தொடங்கியதும், காயானதும் கண்ட கிளிகள், காய் பழுக்குமென்றும் பழம் உண்ணலாம் என்றும், காத்து, எதிர்பார்த்து இருந்தன. ஆனால் நிலமை என்ன? நடந்தது என்ன? காய் முற்றியதும் பழுக்கவில்லை. மாறாக வெடிக்கத் தொடங்கியது. பஞ்சு வெளியே பறக்கத் தொடங்கியது. பழம் உண்ணக் காத்திருந்த கிளிகள் பெருத்த ஏமாற்றம் அடைந்தன.

அற்பரைச் சேர்ந்தோர்

இங்கும் மேற்சொன்ன அதே காட்சிதான். அறிவும் பண்பும் இல்லாத அற்பர்களுடன் நட்புக் கொண்டவர், நல்வாழ்வு பெறுதல் என்பது அரிதிலும் அரிதானதாகும். இலவு காத்து ஏமாந்த கிளிபோல இவர்களும் ஏமாற்றம் அடைவது உறுதியிலும் உறுதி.

எத்தனை அழகான உவமை! எத்தனை உயர்வான உண்மைகள்!!

நீதி : அற்பர்களுடன் சேர்ந்திருத்தல் ஆகாது

திருக்குறள் :

மருவுக மாசற்றார் கேண்மைஒன் றீத்தும்
ஒருவுக ஒப்பிலார் நட்பு...

பொருள் :

பொருத்த மற்றவர்களுடைய நட்பை, ஏதேனும் விலை கொடுத்தாவது விலக்கிவிட வேண்டும்.

ஆ. தீயோருக்கு உதவினால்

தேள் :

தேள் ஒன்று நெருப்பில் வீழ்ந்து கிடக்கிறது... துடியாய்த் துடிக்கிறது.. இதைக்கண்டு இரக்கமுற்ற ஒருவன், அந்தத் தேளைக் கொடிய நெருப்பினின்று காப்பாற்றுகிறான்... ஆனால் அந்தத் தேளானது தன்னைக் பாதுகாத்தவன் என்றும் பாராது தனது கொடிய கொடுக்கினால் அந்த மனிதனைக் கொட்டுகிறது... அவன்

வலியால் துடிக்கிறான் இப்போது... இதுதான் இந்நாளின் பல சூழ்நிலைகளிலும் காண்கின்ற நிகழ்வு. நன்மை செய்தவனுக்குத் தீமை செய்வது, இத்தகைய கொடியோர்க்கு ஒன்றும் தவறாகத் தெரிவதில்லை. இதனை விளக்கும் ஓர் பாடல் இதோ:

பாடல் :

தேளது தீயில் வீழ்ந்தாற் செத்திடா தெடுத்த பேரை
மீளவே கொடுக்கினாலே வெய்யுறக்
                           கொட்ட லேபோல்
ஏளனம் பேசித் தீங்குற்றிருப்பதை யெதிர்கண்டாலுங்
கோளினர் தமக்கு நன்மை செய்வது குற்ற மாமே!

சூழ்நிலை :-

கோளும், கெடுமதியும் கொண்ட ஒருவனைச் சிலர் ஏளனம் பேசி அவனது தீக்குணங்களைக் குத்திப்பேசி வருத்தமுறச் செய்கின்றனர். அதைக் கேட்டு அவன் மனம் வருந்தியிருக்கின்றான், முகவாட்டத்தோடு இருக்கின்றான்.... இதைக் கண்டால் நல்ல இதயம் உடையவருக்கு மனம் இளகும், உருகும்..... அவனுக்கு உதவி செய்யத் துடிக்கும்.

அறிவுரை:

இவ் வாறான சூழ் நிலைகளில் மனம் இரக்கப்பட்டாலும், கொடியவனும், கெடுமதியும் கொண்டவனுக்கு எந்தச் சூழ்நிலையிலும் உதவுதல் என்பது ஆபத்தானது.... உதவி செய்தவருக்கே தீங்காய் முடியும். ஏனெனில் "துச்சனருக்கு அங்கமுழுவதும் விடமே".... ஒரு சிலர் இதற்கு விதிவிலக்காக இருக்கலாம், எனினும்

பொதுவாக எடுத்துக் கொண்டால், தீயவர்களுக்கு உதவி செய்தாலும் அது ஆபத்திலே தான் முடியும் என்பது தான், விவேக சிந்தாமணி தரும் கருத்து. இதனையே திருவள்ளுவர

“நன்றாற்ற லுள்ளுந் தவறுண்டு அவரவர்
பண்பறிந் தாற்றாக் கடை – குறள். 469

என்கிறார்.

மேற்கண்ட விவேகசிந்தாமணி பாடலில் ஒரு ‘அன்புமடம்’ தெளிவாகிறது.... சீவகாருண்ய சீலர்கள், எவ்வுயிருக்கும் தீங்கு நேர அனுமதியார். அப்படிப்பட்ட சீலர்களே இந்தமாதிரி நெருப்பில் விழுந்த தேளை மீட்க முயலுவார்கள்...தேள், தீமை செய்யுமென்பதைத் தெரிந்தும், அவ்வாறு அதனை மீட்க எண்ணுவது மடமை. எனினும் இங்கு இந்த உவமை மிகைப்படுத்தியே தரப்பட்டுள்ளதாகக் கருத முடியும். எது எப்படியோ “கொடியவர்களிடத்தே மிகுந்த எச்சரிக்கையுடன் இருக்க வேண்டும்” என அறிவுரை வழங்குவதாகப் புரிந்து கொள்ளல் வேண்டும்....

‘தேளின் கொடுக்கு’ மனிதரைக் ‘கொட்டி’ வலியை ஏற்படுத்துகின்றது..... மனிதர்களில் சிலர் தங்களின் ‘நாக்கு’ என்ற கொடுக்கினால் பிறரை மனவலிக்கு உள்ளாக்குகிறார்கள்.... தேளின் கொடுக்கை விடக் கொடியது தீய மனிதனின் நாக்கு.... அதிலிருந்து வெளிவரும் நச்சுச் சொற்கள்.....

திருக்குறள்

தீயினாற் சுட்டபுண் உள்ளாறும் ஆறாதே
நாவினாற் சுட்ட வடு.....   - குறள் 129

இ. குணத்தை மாற்ற குரு உண்டோ?

பிறவிக்குணம்:

ஒருவரின் இயல்பான குணம்தான் பிறவிக்குணம் எனப்படுவது. அந்தப் பிறவிக் குணத்தை மாற்றிட எவ்வளவுதான் முயன்றாலும் தோல்வியே மிஞ்சும். அவர்களின் இயல்பான குணம் அப்படியேதான் இருக்கும்... இதனை விளக்கிக் கூறுவதற்காகவே வருகிறது இப்பாடல். பல எடுத்துக்காட்டுகள் இங்கு தரப்படுகின்றன.

"தூம்பினில் புதைத்த கல்லும் துகளின்றிச்
சுடர்கொடாது.
பாம்புக்குப் பால்வார்த் தென்றும் பழகினும்
நன்மை தாரா
வேம்புக்குத் தேன்வார்த் தாலும் வேப்பிலை
கசப்பு மாறா
தாம்பல நூல்கற் றாலுந் துர்ச்சனர்
நல்லோ ராகார்....."

எத்தனை பொருத்தமான எடுத்துக்காட்டுகள்....

பொருள் விளக்கம்:

மக்கள் அதிகமாகப் போய் வரும் பாதையில் புதைக்கப்பட்ட கல் ஆண்டாண்டு காலமாக, மக்களின் பாதங்கள் பட்டுப்பட்டு தேய்ந்து காணப்படும். ஆனால் அதன் துகள்கள் ஒளி தருவதில்லை.... பாம்புக்குத் தினமும் பால் வார்த்து அதனுடன் பழகிவந்தாலும், அதனால் நன்மை விளைவதில்லை. அது என்றேனும் தீமையே விளைவிக்கும்... வேம்பு மரத்திற்குத் தேனை நீராகப் பாய்ச்சி வளர்த்தாலும் அதன் கசப்புசுவை மாறுவதே

இல்லை.... அப்படியே இருக்கும்..... இலைகள் கசப்புச் சுவை உடையதாகவே இருக்கும். இவற்றைப்போல தீக்குணங்கள் நிறைந்த கொடியவர்களுக்கு நல்லபல நீதிநூல்களைப் பயிற்றுவித்தாலும் அவர்களின் குணம் மாறப்போவதில்லை... தீயவர் தீயவர்களே! என்றுமே நல்லவர்களாகப் போவதில்லை.... ஆழமான கிணற்றினுள், நாற்பதடி நீருக்குள், 50 ஆண்டுகளாகக் கிடந்த அந்தக் கல்லை எடுத்து உடைத்துப் பார்த்தால் அதனுள் ஒரு சிறு துளி நீர்கூட புகுந்து விட்டிருக்காது. இன்னும் எத்தனை ஆண்டுகள் அங்கு கிடந்தாலும் அது அப்படித்தான்... கல் நெஞ்சம் படைத்த கொடியவர்களும் அப்படியே எத்தனை ஆண்டுகள் அறிஞர்களுடன் பழகி, அறிவு நூல்களை, ஞான நூல்களைக் கற்றாலும் அவர்கள் நெஞ்சுக்குள் கனிவு, இரக்கம் என்பது சற்றும் நுழைந்து விடப்போவதில்லை.

உலகவாழ்வில்:

இதனால்தான் பெரியோர்கள் "துட்டனைக் கண்டால் தூர விலகு" என்றார்கள். அவ்வாறு விலகுவதற்கும் ஓர் எல்லை வகுத்தார்கள். ஆம்....

கொம்புளதற்கு ஐந்து குதிரைக்கு பத்துமுழம்
வம்புகரிக் காயிரம்தான் வேண்டுமே – வம்புசெறி
தீங்கினர்தம் கண்ணிற் படாத தூரத்தே
நீங்குவதே நல்ல நெறி"

என நன்னெறி ஆசிரியர் விளக்குகிறார்.....

இங்ஙனமாகக் கொடியவர்களிடமிருந்து, நம்மைக் காத்துக்கொள்ள வேண்டுமேயன்றி, அவர்களைத் திருத்துவதற்காக, அவர்களுக்குப் போதிப்பதற்காக எடுக்கும்

அனைத்து முயற்சிகளும் வீண் என்பதை அறிந்து கொள்க...... அவரவர் குணம் அவரவரிடமிருக்கும்...

ஆனால்,

➢ "ஊழி பெயரினும் தாம்பெயரார் சான்றாண்மைக்கு ஆழி எனப்படு வார்"   - திருக்குறள் 989.

நீதி:

நற்குணங்கள் நிரம்பிய கடல் போன்ற சான்றோர்கள் யுகப்புரட்சி ஏற்பட்டு உலகெலாம் நிலைகலங்கினாலும், தாம் தம்முடைய நிறை குணத்தில் நிலை கலங்கவே மாட்டார்கள்....

ஈ. பாவி யார்!

பாவம்

பொதுவாக, பாவம் செய்தவரைப் பாவி என்று சமயவாதிகள் குறிப்பிடுகின்றனர். ஏழைகளையும் கூட பாவம், பாவப்பட்டவர் என்ற சொற்களால் குறிப்பிடுகின்றோம். ஆனால் யார் பாவி என்ற வினாவிற்கு விவேக சிந்தாமணி தரும் பதில் இதோ

பாடல்

கருதிய நூல் கல்லாதான் மூடனாகும்
    கணக்கறிந்து பேசாதான் கசடனாகும்
ஒரு தொழிலு மில்லாதான் முகடியாகும்
    ஒன்றுக்கு முதவாதான் சோம்பனாகும்
பெரியோர்கள் முன்னின்று மரத்தைப் போலும்
    பேசாம லிருப்பவனே பேயனாகும்

பரிவு சொல்லித் தழுவினவன் பசப்பனாகும்
பசிப்பவருக் கிட்டுண்ணான் பாவி யாமே!

பொருள் விளக்கம்

* கற்கத்தக்க நல்ல நூல்களைக் கல்லாதவன் மூடன்

* அளவு அறிந்து, சபையறிந்து பேசாதவன் கசடன் எனப் படுவான்.

* ஒரு தொழிலுமே செய்யாமல், வாய்ப்பிருந்தும் அதற்கு முயலாமல் இருப்பனை மூதேவி என்கிறார்.

* எதற்குமே பயினில்லாமல் "சும்மா" எனக் காலத்தைக் கடத்தி வருபவன் சோம்பேறி.

* பெரியோர்கள் இருக்கும் சபைகளிலே சென்றும் அவர்களுடன் எதுவுமே பேசாமல் அவர்கள் கேட்டதற்கும் பதில் கூறாமல் இருப்பவன் பேயன் அதாவது பேய் பிடித்தவன்.

* போலியாக அன்பு காட்டி இல்லாத பொல்லாதது எல்லாம் சொல்லி நடிப்பவன் பசப்பன் எனப்படுவான்.

* பசித்தோர்க்கு உணவு கொடுத்து விட்டுத் தானும் உண்ணாதவன் பாவி

* பிறன் பசி கண்டும் அதைத் தீர்க்க முயலாதவன் பாவியாவான்.

பசிப்பிணி தீர்க்கவே மணிமேகலா தெய்வம் மணிமேகலைக்கு அட்சய பாத்திரத்தை வழங்கியது.

வடலூர் வள்ளலார் தர்மசாலை தொடங்கி அடுப்பு ஏற்றி வைத்து இன்று வரை நூற்றுக்கணக்கான ஏழைகள் பசியாறிச் செல்கின்றனர். பசி வந்திட பத்தும் மறந்து போய் விடுமன்றோ. இன்று பள்ளிகளில் சத்துணவுத் திட்டத்திலே பல ஆயிரம் பிள்ளைகள் பசியாறிச் செல்வது பார்க்கவே உள்ளம் குளிர்கிறது.

அம்மா உணவகங்களில் ஆயிரமாயிரம் ஏழைகள் பசியாறிச் செல்வது மனதிற்கு மகிழ்ச்சி தருகிறது. பசித்தோர்க்கு உணவு கொடுத்து பின்னர் உண்பதே தர்மம் ஆகும். இதுதான் ஏழையின் சிரிப்பிலே இறைவனைக் காண்பது.

மரத்தைப் போலும்

கவையாகி கொம்பாகி காட்டகத்தே நிற்கும்
அவையல்ல நல்ல மரங்கள் - சபை நடுவே
நீட்டோலை வாசியா நின்றான் குறிப்பறிய
மாட்டாதவன் நன்மரம்

என நீதி நூலில் சொல்லப்பட்டுள்ளது.

சபை நடுவே என்பது விவேக சிந்தாமணியில் பெரியோர்கள் முன்னின்று

என உள்ளது. ஆக பெரியோர்கள் முன் சென்று அவர்களுடனிருந்துவிட்டு பேசாமல் இருப்பவன் மரத்தைப் போன்றவன் ஆவான். அதாவது எதற்குமே பதில் பேசாமல் இருப்பவன் மரம் !

கருதிய நூல்
கற்க கசடற கற்பவைக் கற்ற பின்
நிற்க அதற்குத் தக

என்கிறது திருக்குறள். இப்பாடலை,

> கற்பவை கசடறக் கற்க
> கற்றபின்
> அதற்குத் தக நிற்க

எனக் கொண்டால் அதன் பொருள் புரிந்து விடுகிறது. ஆம் கற்பவை கசடறக் கற்க அதுதான் இங்கே கருதிய நூல் என வந்துள்ளது. கருதிய நூல் எது? கற்கத் தகுந்த நல்ல நூல்களே. கருதிய நூல் அதுவே கற்பவை. அவற்றையே கசடறக் கற்க. இவ்வாறு கற்பனை வளமும் உவமை நயமும் பொருட் செறிவும் கொண்ட நூல் விவேகசிந்தாமணி.

மூடன்

கல்லாதவனை மூடன் என ஆசிரியர் சாடுகிறார். ஆம் கல்வி கரையில கற்பவர் நாட்சில என்பதை அறிந்திருக்கிறோம். கல்வி இல்லா வீடு களர் நிலம் என்பதை அறிந்துள்ளோம். கற்றவர் முகத்தில் இருப்பதைத்தான் கண் என்கின்றார் கல்லாதவர் முகத்தில் இருக்கும் கண்களைப் புண்கள் எனச் சாடுகிறார் திருவள்ளுவர். யாதானும் ஊராமால் நாடாமால் என்னொருவன் சாந்துணையும் கல்லாதவாறு? என வினவுகிறார். கற்றோர்க்குச் சென்ற இடமெல்லாம் சிறப்பு என்பதையும் அறிகிறோம். கற்பதற்கு எத்தனையோ வசதிகள் செய்யப்பட்டுள்ளன. இவ்வாறு எல்லாம் தெரிந்தும், எல்லாம் இருந்தும் கல்வி கற்பதற்கு ஆர்வம் காட்டாதவனை மூடன் என்று கடிந்து கொள்கிறார்.

மூதேவி (முகடி)

ஒரு தொழிலுமே இல்லாதவனை இப்படித் திட்டுகிறார். அதாவது தொழில் செய்தவற்கு திராணி இருந்தும், தொழில் இருந்தும் சோம்பேறியாகவே சும்மா இருந்து நேரத்தை வீணடிக்கும் ஒருவனைத்தான் மூதேவி என்கிறார். இப்படி சும்மா இருப்பவர்களால் தான் இன்று பல குற்றச் செயல்கள் அரங்கேறுகின்றன. எனவே சும்மா இருந்து நேரத்தை வீணடித்தல் கூடாது என்பதே இதன் கருத்தாகும்.

நீதி :

நல்ல நூல்களைக் கற்க வேண்டும். அளவறிந்து பேச வேண்டும். சோம்பேறியாய் திரிதல் கூடாது பசிப்பவர்க்கு உணவு கொடுக்க வேண்டும்.

உ. "பொறுமை"

பொறுமை

"தண்ணீரைக் கூட சல்லடையில் அள்ளலாம் -
அது
பனிக்கட்டி ஆகும் வரை பொறுத்திருந்தால்..."

என்பது பொறுமையின் பெருமையை பறைசாற்றும் கவிதை... ஆம் பொறுமையால் சாதிக்க முடியும்... அரிய பெரிய சாதனையாளர்கள் தத்தம் பொறுமைக்குணம்தான் அந்த சாதனைகளுக்குத் துணை நின்றன.

"ஒருவர் பொறை இருவர் நட்பு" என்பது பழமொழி... இருவரிடையே நட்பு நீட்டிக்க வேண்டுமாயின் ஒருவருக்கேனும் பொறுக்கும் குணம் இருக்க வேண்டும்...

ஆனால் நிகழ்வுகளில் சிலர் பொறுமை காப்பதை இயலாமை என்று எண்ணுவதும் உண்டு... எப்படி?

>அடக்கம் உடையார் அறிவிலர் என்றெண்ணிக்
>கடக்கக் கருதவும் வேண்டாம்
>மடைத்தலையில் காத்திருக்குமாம் கொக்கு...

இதுபோல...

பொறுமையாக, அடக்கமாக இருப்பவர்களை அறிவில்லாதவர் என்று எண்ணிவிடக்கூடாது. சில சூழ்நிலைகளில் பொறுப்பதே ஆபத்து. இதனை விவேக சிந்தாமணி குறிப்பிடுவதைக் கேட்போமா...

>வில்லது வளைந்த தென்றும் வேழம்
>உறங்கிற்றென்றும்
>வல்லியம் பதுங்கிற் றென்றும் வளர்கடா
>பிந்திற்றென்றும்
>புல்லர் சொல்லுக் கஞ்சிப் பொறுத்தனர் பெரியோ
>ரென்றும்
>நல்லதென் றிருக்கவேண்டா நஞ்செனக் கருதலாமே!

சூழ்நிலைகள்

வில்லானது வளைந்து கொடுக்கிறது. அது இயலாமையல்ல, எதிர்தாக்குதலுக்காக... மதயானையானது உறங்குகிறது.... அது இயலாமை அல்ல... அடுத்தமுறை எதிரிகளைத் திணறடிக்கத்தக்க வலிமையைப் பெற அது ஓய்வு எடுக்கிறது... புலி பதுங்குகிறது... அது பயந்து ஒதுங்குவதல்ல... பாய்ந்து தாக்குவதற்காக... ஆட்டுக்கடா. இன்னொரு ஆட்டுக்கடாயுடன் சண்டையிடுகையில் பின் வாங்குகிறது...

தளர்ந்து ஒடுங்குவதற்காகவா... இல்லை மின்னல் தாக்குதலுக்காக... அற்பர்களின் சொற்களைக் கேட்டு அஞ்சி பெரியோர்கள் பொறுமைக் காப்பதுண்டு... அச்சத்தாலல்ல... இவர்களுடன் சச்சரவு செய்து நம் பெருமையைக் குறைக்க வேண்டாம் என்று...

இத்தகு சூழ்நிலைகளை 'நல்லது' எனக் கருதுவது வேண்டாம்... இவை அனைத்துமே ஆபத்தைத் தரும் நஞ்சினைப் போன்றதாகும்... எனவே பொறுமை காப்பதும் சில சூழ்நிலைகளில் ஆபத்தைத்தரும், தவறாக எடை போட்டால்!

இந்த இடத்திலே அருள்மிகு சத்திய சாயிபாபாவின் அருளுரைகளுள் ஒன்றைக் குறிப்பிடுவது பொருத்தமானது எனக் கருதுகிறேன்.

"உன்னுடைய பார்வையை மாற்றிக்கொள், உலகம் அதற்கேற்ப தோற்றமளிக்கும்....
உன் கண்களைத் தெய்வீகத்தால் செறிவாக்கிக்கொள்
அது, எல்லாவற்றையும் கடவுளாகவே காணும்....
உலகத்தைச் சரியாக மாற்றச் செய்வது என்பது முட்டாள்தனம்... உன்னைச் சரியாக்கிக்கொள்!
உன்னை, அன்பு பொறுமை இவற்றின் வடிவாக மாற்றிக்கொள், பிறகு நீ எல்லாவற்றையும் - அன்பு இரக்கம், பொறுமை ஆகியவற்றின் வடிவமாகக் காண்பாய்"!

திருக்குறள் :

உண்ணாது நோற்பார் பெரியர் பிறர்சொல்லும்
இன்னாச்சொல் நோற்பரின் பின் - 160

பல துன்பங்களைச் சகித்துக்கொள்கிற பெரியோர்களாகிய துறவியரும் கூடப் பிறர் கூறும் வசைமொழிகளால் உண்டாகும் துன்பங்களைச் சகித்துக் கொள்ளுகிறவர்களை விட பின் தங்கியவர்களே....

நீதி :

பொறுமை— எல்லாச் சூழ்நிலைகளிலும் ஏற்புடைத்தன்று...!
சூழ்நிலைகளை நம் அறிவுக் கண்கொண்டு ஆய்ந்து – எதிர்வினை ஆற்ற வேண்டும்...
கண்களைத் தெய்வீகத்தால் செறிவாக்கிக் கொண்டு சூழ்நிலைகளை ஆராய்தல் வேண்டும்!

கவனிக்க :

பொன்னணி செய்வோரும் ஓவியர்களும், சிற்பத்தொழிலாளரும் பிற கலைஞர்களும் தம்தம் நீடிய பொறுமையின் விளைவாலேயே பார்போற்றும் படைப்புகளைத் தருகின்றனர்.

திருக்குறள் :

நிறையுடைமை நீங்காமை வேண்டின்
பொறையுடைமை
போற்றி ஒழுகப் படும்.

பொருள் : பொறுமையைப் பாதுகாத்து அதற்கிணங்க நடந்துகொண்டால் நிறைகுணமுள்ளவன் என்ற பெருமை நீங்காமலிருக்கும்.

ஊ. பிறவிக்குணம்

நற்குணங்கள் இல்லாத ஒருவனை எத்தனைதான் அறிவுரைகள் கூறினாலும் அவன் தீக்குணங்கள் அவனை விட்டுப் போவதில்லை. எத்தனை நல்ல வாய்ப்புகள் அவனுக்குக் கிட்டினாலும் அவனிடத்தில் நல்ல மாற்றங்கள் வருவதில்லை. அவன் நற்பயன் தருவதில்லை. இந்த உலகியல் உண்மை கீழ்காணும் செய்யுள் மூலம் தெளிவுபடுத்தப்படுகிறது.

பாடல்

குக்கலைப் பிடித்து நாவிக் கூண்டினி லடைத்து வைத்து
மிக்கதோர் மஞ்சள்பூசி மிகுமணஞ் செய்தாலுந்தான்
அக்குலம் வேற தாமோ வதனிடம் புனுகுண்டாமோ
குக்கலே குக்கலல்லாற் குலந்தனிற் பெரியதாமோ

பொருள் விளக்கம்

நாவி எனப்படும் புனுகுப் பூனையிடத்தில் தான் புனுகு கிட்டும். அதற்காக அந்தப் புனுகுப் பூனையின் கூட்டிலே ஒரு நாயினை அடைத்து வைத்து அதனை நீராட்டி, பாராட்டி, மஞ்சள் முதலான வாசனைத் திரவியங்களைப் பூசி என்னதான் முயன்றாலும் நாயிடத்தில் புனுகு கிட்டுவதில்லை... இது ஒரு வீண் முயற்சி... தீயோரிடமும் இத்தகு முயற்சிகள் வீண்தான். போலித்தனம் எப்போதும் நிஜமாகாது!

ஒருவனின் பிறவிக்குணம் மாறப் போவதில்லை புலிக்குட்டிகளுக்குப் பால் கொடுக்கும் நாயின் செய்தியைப்

படித்தோம். அக்குட்டிகள் வளர வளர புலியின் தன்மை, புலியின் இயல்புதான் வெளிப்படும். அதன் கொடூர குணம் மாறப் போவதில்லை, எத்தனை முயன்றாலும்!

உலக வாழ்வில் :

இன்று இளங்குற்றவாளிகளைத் திருத்துவதற்காக எத்தனையோ சீர்திருத்தப் பள்ளிகள் உருவாக்கப்பட்டு அம்முயற்சிகளுக்காகக் கோடிக்கணக்கான பணம் செலவழிக்கிறார்கள் அரசினர். எனினும் அப்பள்ளிகளிலிருந்து வெளியேறி நல்ல மனிதர்களாக மாறியோர் எண்ணிக்கை மிக மிகக் குறைவு மாறாக சுவர் ஏறிக் குதித்து தப்பிக்க முயன்றும், நான்கு சுவர்களுக்குள்ளேயும் மேலும் மேலும் குற்றச் செயல்களில் ஈடுபடுவோர் எண்ணிக்கை அதிகம்.

எ. அருங்குணங்கள் - 13

குணம்:

முற்கால அறிஞர்கள் விலங்குகள், மரங்கள், பறவைகள் இவற்றின் சிறப்புக்குணங்களோடு மனிதர்களை ஒப்பிட்டு உரைப்பதுண்டு.... ஏனெனில் ஒவ்வொரு உயிரினத்திற்கும் ஒவ்வொரு தனிப்பட்ட குணம் உண்டு.... அவ்வண்ணமே விவேக சிந்தாமணிப் பாடல் ஒன்று பதின்மூன்று குணங்களும் உடைய மாந்தரைத் தெய்வமாகப் போற்றலாம் என்கிறது. அந்த பதின்மூன்று குணங்களுள் ஒவ்வொரு குணத்திற்கும் ஒரு பொருளை எடுத்துக்காட்டாக விளக்குகிறார் ஆசிரியர்.

பாடல்:

> மயில் குயில் செங்கா லன்னம் வண்டு
> கண்ணாடி பன்றி
> அயிலெயிற்றரவு திங்க ளாதவ னாழி கொக்கோ
> டுயரும்விண் கமலம் பன்மூன்றுகுண முடையோர்
> தம்மை
> இயலுறு புவியோர் போற்று மீசனென்
> றெண்ணலாமே!

பொருளுரை:

மயில், குயில், சிவந்த கால்களையுடைய அழகிய அன்னப்பறவை, பூக்களில் தேனுண்ணும் வண்டு, கண்ணாடி பன்றி, கூர்மை மிக்க பற்களையுடைய பாம்பு, சந்திரன், சூரியன், சமுத்திரம், கொக்கு, ஆகாயம், தாமரை முதலான பதின்மூன்று பொருட்களிடத்து காணப்படும் தனிச்சிறப்புகளை ஒருங்கே ஒருவரிடம் காணப்படுமானால் அந்த மனிதரைத் தெய்வமாகக்கருதி வணங்கலாம்...... என்பதுவே இப்பாடலின் பொருள்.

அயிலெயிற்றரவு	-	அயில்+ எயிற்று + அரவு....
எயிறு – பல்	-	கூர்மையான பற்களை உடைய பாம்பு
ஆதவன்	-	சூரியன்
அத்தி	-	கடல்
கமலம்	-	தாமரை......

இப்பதின்மூன்று பொருட்களின் அருங்குணங்கள் யாவை?

மயில்:

பறவைகளுள் அழகானது கார் மேகத்தைக் கண்டால் மகிழ்ந்து ஆடுவது! மழை பொழிந்தால்தானே மண் செழிக்கும்.... மண் செழித்தால் தானே மக்கள் நல்வாழ்வு வாழ்வர்.... இவ்வாறு உலகம் மகிழ்ச்சியாக வாழ வேண்டும் என்ற பரந்த குணமிக்கவர்களை மயிலுக்கு ஒப்பிடுவர்..... மயிலுக்கு இன்னொரு தனிப்பண்பும் உண்டு. அது தன் வாழ் நாளில் ஒரே பெண்மயிலுடன்தான் வாழும்.... ஆணும் பெண்ணும் இணைபிரிய மாட்டா...... அவ்வாறு ஏதேனும் ஒன்று பிரிவதற்கு நேரிடின் எதிர் இணை உயிர் வாழ மாட்டா..... இராமபிரானும் சீதாப்பிராட்டியும் போல வாழ்பவர்களை மயிலுக்கு ஒப்பிடப்படுவதுண்டு கற்புக்கு இலக்கணமானவர்கள் இவர்கள்.....

திருக்குறள்:

பெண்ணிற் பொருந்தக்க யாவுள கற்பென்னும்
திண்மையுண் டாகப் பெறின்   - குறள் 54

குயில்:

குயிலின் இசைக்கு மாற்று இசை கிடையாது.... அத்தகு இனிமையான குரலுடையது குயில். இதுபோல இன்சொல்லே பேசுவோரைக் குயிலுக்கு ஒப்பாகப் பேசுவர்.

திருக்குறள்:

இன்சொல் இனிதீன்றல் காண்பான் எவன்கொலோ
வன்சொல் வழங்கு வது......   - குறள் 99.

இவ்வாறு இன்சொல் வழங்குவோரைக் குயிலின்குணத்திற்கு ஒப்பிடுகிறது விவேகசிந்தாமணி.

அன்னம்:

அன்னப்பறவை அழகான பறவை. அதன் நடையை நங்கையர் நடையுடன் ஒப்பிடுவதுண்டு. பாலுடன் நீரைக் கலந்து அதற்குத் தந்தாலும் நீரை ஒதுக்கி விட்டு பாலை மட்டும் பிரித்து பருகும் தனித்திறன் கொண்டது அன்னப்பறவை....

மனிதர்களுள் சிலர் தாம் கேட்டவற்றுள் நல்லவற்றை மட்டும் எடுத்துக் கொண்டு ஏனையவற்றை ஒதுக்கிவிடுவர்.... அவ்வாறு பகுத்து அறியும் திறன் கொண்ட மனிதரை அன்னப்பறவையின் தனித்தன்மையுடன் ஒப்பிடுகின்றனர்.

திருக்குறள்:

எப்பொருள் எத்தன்மைத் தாயினும் அப்பொருள்
மெய்ப்பொருள் காண்பது அறிவு   - 355.

எந்தப் பொருள் எந்த வடிவில் காணப்பட்டாலும் அந்தப் பொருளின் எந்தப்பகுதி அழிவில்லாமல் நிலைத்திருக்கும் என்று கண்டு அறிவதே மெய்யான அறிவு.....

இந்த அறிவுதான் அன்னப்பறவையிடம் உள்ளது..... இத்தகைய திறன்படைத்த மனிதரும் உண்டு.

வண்டு:

மலர் மலர்ந்திருக்க எங்கிருந்தோ வந்து அதனுள் இருக்கும் தேனைப் பருக ஓடி வருகிறது.... பூவின் தேனைப் பருகுவதால் மகரந்தச் சேர்க்கைக்கும் ஏதுவாகிறது... சுறுசுறுப்பாகச் செயல்படுகிறது வண்டு. இதைப் போன்று நல்லவை எங்கு உளவோ அங்கு தேடிச்சென்று அதைப்

பயன்படுத்தும் திறன் படைத்த மனிதர்கள் உண்டு. வண்டு, மகரந்தச் சேர்க்கைக்கு உதவுகிறது.... அது சமூகத்திற்கு பயன் தரும் பணி.... இதைப்போல சிலர் சமூகத்திற்கு நன்மையான செயல்களைச் செய்து கொண்டே இருப்பார்கள், இந்த வண்டு போல.....

கண்ணாடி:

கண்ணாடி என்பது உள்ளதை உள்ளபடிக் காட்டும்.... எதுவும் ஒளிவு மறைவு இல்லை..... கபடமோ கள்ளமோ இல்லை..... இந்தக் கண்ணாடியைப் போன்று எதையும் ஒளிவு மறைவின்றி வாழும் மனிதர்கள் உண்டு. எதையும் மறைக்க மாட்டார்கள்...... எவரிடமும் இல்லாததைச் சொல்லமாட்டார்கள். அஞ்சாப் புறங்கிடக்கும் நீர்ப்பாம்பிடத்தில் நஞ்சு இல்லை. அதைப்போல கரவிலா நெஞ்சத்தவர் இவர்கள், கரவில்லாதவர்கள் இவர்கள்..... இத்தகு கபடமற்ற மனிதர்களை, ஒளிவு மறைவற்ற மனிதர்களை கண்ணாடிக்கு ஒப்பிடுகின்றனர். சிலர் சொல்வார்கள் "என் வாழ்க்கை திறந்த புத்தகம்" என்று.... இவர்களைப் போன்றவர்கள் இந்தக் கண்ணாடியின் குணம் படைத்தவர்கள்.

பன்றி :

ஒரு திசையை நோக்கிச் சென்றால் என்ன தடை நேர்ந்தாலும் அத்தடையால் திரும்பாது குறித்த இடத்தையே போய்ச்சேரும்... இலட்சியவாதிகளின் அருங்குணம் இது...

பாம்பு:

“நஞ்சுடைமை தானறிந்து நாகம் கரந்துறையும்” என்பது முதுமொழி. ஆம் நல்லபாம்பு தன்னை மறைத்துக்கொண்டு வாழும். பாம்புக்கு காதுகள் இல்லை.... ஆனால் அதிர்வுகளால்....... அதாவது சூழ்நிலை மாற்றங்களால் உள்ளுணர்வினால் அது ஒலிகளை அறிந்து கொள்ளும் திறன் படைத்தது...... இத்தகு கூர்மையான அறிவுத்திறன் படைத்தது பாம்பு...... இதைப் போல மிகக் கூர்மையான அறிவு படைத்தோரை இதனுடன் ஒப்பிடுவது உண்டு. அவர்கள் சூழ்நிலைகளை வைத்துக் கொண்டு உணர்ந்து உண்மை நிலையைப் புரிந்து கொள்வார்கள் என்பதுதான்... சத்தியத்திற்கு கட்டுப்பட்டது பாம்பு.

சந்திரன்:

சந்திரன் குளிர்ச்சியானது.... இது சுய ஒளி இல்லாத கோள். பூமியைச் சுற்றி வருகிறது. அவ்வாறு சுற்றி வருகையில் சூரியனிடமிருந்து ஒளியைப் பெற்றுக் கொள்கிறது. பின்னர் அந்த ஒளியைப் பூமிக்கு வழங்குகிறது. தான் பெற்ற நன்மைகளைப் பிறருக்கு வழங்கி மகிழும் வள்ளல்களை நிலவுக்கு ஒப்பிடுவர்... மேலும் நிலவு குளிர்ச்சியானது.... குளிர்ச்சி என்பது கனிவான பண்புக்கு அடையாளம்.... இவ்வாறு இரக்கம், கொடைத்தன்மை ஆகியன உடையவர்கள் சந்திரனுக்கு ஒப்பாவர் என விவேக சிந்தாமணி உணர்த்துகிறது... அடுத்தவர் மீது கனிவான பார்வை வேண்டும் என விழைகிறது.

சூரியன்:

உலகம் உய்வது ஆதவனால்தான்... அனைத்து உயிர்களுக்கும் அவனே ஆதாரம்.. சூரியன் உலகுக்கு

ஒளி! நல்லோர் மீதும் தீயோர் மீதும் பாரபட்சமின்றி தன் கதிர்களைச் செலுத்துகிறது சூரியன்..... இவ்வாறு அறிவுச்சுடராகவும், எல்லோருக்கும் உதவுவராகவும் இருப்போர் சூரியனைப் போன்றவர்கள். அவர்கள் பாரபட்ச மற்றவர்களாய் அனைவருக்கும் உதவுவார்கள், அறிவுச்சுடராய் ஒளிவீசுவார்கள்....

கடல்:

கடல் எல்லையற்றது.... பரந்துபட்டது..... உலகின் வெவ்வேறு பகுதிகளிலிருந்து வெவ்வேறு அழுக்குகளையும் சுமந்து வரும் ஆறுகளையும் தம்முள் அணைத்துக் கொள்கிறது.... தம்முடன் கலந்த பின்னர் அந்த அழுக்களையும் நீக்கி தூய்மை செய்கிறது..... உலகில் கோடானு கோடி மக்களுக்கு உணவூட்டுகிறது.... அவர்களுக்கு வாழ்வாதாரமாக உள்ளது....

மனிதர்களுள் சிலர் பரந்த அறிவு உடையவராக விளங்குவர்.யார் தம்மிடம் வந்தாலும் ஏற்றுக் கொள்வர்; நிபந்தனையின்றி தம்முடன் வந்தவர்கள் சில தீக்குணம் உள்ளவர்களாயிருப்பினும் அவர்களிடத்திலே நற்குணங்கள் படியச்செய்வர்.... பிறருக்கு உதவி செய்வர்.... பலருக்கு உணவளித்து வாழ்வர்... பகுத்துண்டு பல்லுயிர் ஓம்புவர்.... இத்தகைய மாந்தர்களைக் கடலுக்கு ஒப்பிடுவர்....

கொக்கு:

கொக்கு கழுத்து நீண்ட பறவை.... மடைத்தலையில் ஓடுமீன் ஓட உறுமீன் வருமளவும் வாடி இருக்கும். அதன் இலட்சியம் 'பெரிய மீன்'.... சிறிய மீனல்ல எனவேதான் அவற்றைக் கண்டும் காணாமல் இருக்கிறது....

அடக்கம் உடையார் அறிவிலர் என்றெண்ணிக்
கடக்கக் கருதவும் வேண்டாம் மடைத்தலையில்
ஓடுமீன் ஓட, ஊறுமீன் வருமளவும்
வாடி இருக்குமாம் கொக்கு"........

இதுதான் கொக்கின் குணம். இதைப்போல அடக்கமாக இருப்பவர்களை அறிவில்லாதவர்கள், திறமையில்லாதவர்கள் என்று எண்ணி அவர்களை அற்பமாக நினைப்பது அறியாமை.... அவர்கள் இதைவிட மிகப்பெரிய வாய்ப்பிற்காகக் காத்து இருக்கிறார்கள் என்று பொருள். அற்பமானதை விட்டுத்தள்ளி விடுவர்.

சுவாமி விவேகானந்தர் ஒருமுறை தொடர்வண்டியில் பயணம் செய்து கொண்டிருந்தார், ஒரு விழாவில் கலந்து கொள்வதற்காக.... அவர் அமர்ந்திருந்த இருக்கையருகில் மிடுக்கான உடையணிந்த நான்கைந்து இளைஞர்களும் அமர்ந்திருந்தனர்... சுவாமியை யார் என்றே அறியாதவர்கள் அவர்கள். சன்யாச உடையிலிருந்த சுவாமியை அந்த வாலிபர்கள் கிண்டலும் கேலியும் செய்தவண்ணமிருந்தனர். ஆங்கிலத்தில் பேசி அவரைச் சீண்டினர். அமைதிக் கடலாய் அமர்ந்திருந்தார் சுவாமி.... வண்டி சென்று கொண்டே இருந்தது.... அவர் இறங்கவேண்டிய இடம் வந்தது.... அமைதியாக தொடர் வண்டியிலிருந்து இறங்கினார்! அங்கு அவரை வரவேற்க முன்னரே காத்திருந்தனர், அதிகாரிகள், பெரியோர்கள், வாலிபர்கள் எனப் பெருந்திரள் கூட்டம். சுவாமியைக் கண்டதும் தாயைக்கண்ட பிள்ளைபோல, ஆனந்த முழக்கமிட்டு அவரை வரவேற்றனர்...தூக்கிச் சென்றனர்.... நடப்பதையெல்லாம் கண்டுகொண்டிருந்த அந்த வாலிபர்கள் வெட்கித் தலைகுனிந்தனர்.... யார் என்றே தெரியாமல்

பேசிவிட்டோமே.... நாம் பேசியதெல்லாம் இவருக்குப் புரிந்திருக்குமே... எனப் பலவாறு வருந்தினர். ஓடிச்சென்று சுவாமியிடம் மன்னிப்புக் கேட்டனர்... தங்கள் செயலுக்கு வருந்துவதாகக் கூறினர்..... ஆனால் சுவாமியோ, அமைதியாக எதுவும் நடக்காதது போல.... "அப்படி நீங்கள் பேசியதெல்லாம் அப்போதே மறந்து விட்டேனே" எனக் கூறி அவர்களை ஆசீர்வதித்தார்.... ஆம் திருவள்ளுவர் இதைத்தான் குறிப்பிட்டார்.....

"நன்றி மறப்பது நன்றன்று நன்றல்லது
அன்றே மறப்பது நன்று"   -   108

நல்ல செயல்களை மறக்காமல் இருப்பதும், நல்லன அல்லாதவற்றை அப்போதே மறந்து விடுவதும் நல்லது..... இத்தனை ஆழமான கருத்துகளையெல்லாம் உள்ளடக்கியதே விவேக சிந்தாமணிப் பாடல்....

நீதி : நற்குணங்கள் மிகுந்த நல்லவர்களை உலகம் என்றுமே வணங்கும்.

ஆகாயம் :

ஆகாயம் உயரமானது. எங்கும் நிறைந்திருப்பது..... நிலத்திலிருந்து வெளியாகும் அனைத்து நச்சுக் காற்றினையும் ஏற்கக் கூடியது.... தூய்மைப் படுத்தவல்லது..... சூரிய வெப்பத்தினைப் பயன்படுத்தி மேகக்கூட்டங்களை உருவாக்கவல்லது..... அந்த மேகக்கூட்டங்களே மழையைப் பெய்ய வைக்கின்றன. மழை பொழிந்தாலொழிய மண்ணில் உயிரினங்கள் உயிர் வாழ்வது அரிது.... இதனாலேயே,

"வான்நின்று உலகம் வழங்கி வருதலால்
தான்அமிழ்தம் என்றுணரற் பாற்று"

- திருக்குறள் -11

என்றுரைத்தார் தெய்வப்புலவர்.... வானத்திலிருந்து மழை பொழியாவிடில் நிலத்தில் புல்பூண்டுகூட முளைக்காது.... மழை பெய்யாதிருந்தால் நெடிய கடல்கூட வற்றிவிடும்.... வறண்டுவிடும்..... எனவே இத்தனைக்கும் காரணமாய் அமைவது ஆகாயம்..... இதைப் போன்று சிலர் பிற மனிதர்களுக்கு மழையைப் போல உதவுவர், ஆகாயத்தைப் போன்றவர்கள் இவர்கள்....

தாமரை:

தாமரைக்கொடி சேற்றிலே வளர்ந்தாலும் செழுமையான சிறப்பான தாமரை மலரைத் தருகிறது.... மருந்தாகவும், மணப்பொருட்கள் தயாரிக்கவும், வழிபாட்டுக்கும், மாலையாகச் சூடுவதற்கும் உகந்த மலர் தாமரை.... இதன் அனைத்துப் பாகங்களுமே தமிழ் மருத்துவத்தில் பயன்படுத்தப்படுகின்றன... அத்தனை சிறப்பான மருத்துவக் குணமுடையது... தெய்வீக மலர் இது... வழிபாட்டுத் தலங்களில் தாமரையின் மகிமையை அறியலாம்.....

மக்களுள் சிலர் தாமரைபோல சமூகத்திற்குப் பயன் தருவோராய் வாழ்வர்... சூரியனைக் கண்டால் விரியும் தாமரை போல ஒளிவு மறைவின்றி வாழ்வர்... கள்ளங் கபடமின்றி வாழ்வர்.....

இவ்வாறு,

கற்பிற் சிறந்தோர், இன்சொல், நன்மையானதையும் தீமையானதையும் ஆய்ந்தறியும் திறன் நல்லனவற்றை

நாடிச் செல்லும் குணம், கள்ளங்கபடமற்ற இதயம், நேர்மை, கூர்மையான அறிவு, எல்லோரும் விரும்பும் குளிர்ச்சியான குணம், அனைவர்க்கும் ஒளிபோன்று வழிகாட்டும் வாழ்க்கை, சிறியன சிந்தியாமை, அனைவர்க்கும் உதவி செய்யும் குணம், மகத்தான வாழ்க்கை ஆகிய பதின்மூன்று குணமும் ஒருங்கே அமையப் பெற்றவரை மனிதர்களுள் தெய்வம் என வணங்கலாம் என்பது விவேக சிந்தாமணி கூறும் கருத்தாகும்.

நீதி:

வையத்துள் வாழ்வாங்கு வாழ்பவன் வானுறையும்
தெய்வத்துள் வைக்கப் படும் - குறள். 50

5. நட்பு

அ. உண்மையான அன்பிருந்தால்

உறக்கம்

திங்கள் உறங்கிடும் போது
தென்றல் உறங்கிடும் போது
கண்கள் உறங்கவில்லை

இது ஒரு திரைப்படப் பாடல்! தலைவனை எண்ணி தலைவி பாடுவது இக்காட்சி உண்மையான அன்பர்கள், மனமொத்த காதலர்கள் பிரிந்திருக்கும் போது அவளின் மனநிலையைப் படம் பிடித்துக் காட்டுகின்றன இவ்வரிகள். தமிழரின் தகைமைசால் வாழ்வில் காதல் சிறப்பிடம் பெறுகிறது. செம்புலப் பெயல் நீர்போலக் கலந்த அன்புடை நெஞ்சங்கள் கணநேரமும் பிரிந்திருக்க விரும்பமாட்டார்கள். ஆனால் பொருள் தேடுதல் நிமித்தமாக தலைவன் அயல் ஊர்களுக்கு, சிலவேளை அயல் நாடுகளுக்குப் பயணப்படும் சூழல் வரும்போது தான் தலைவி இவ்வாறு தன் தோழியிடம் சொல்லிப் புலம்புகிறாள்.

விவேகசிந்தாமணியின் அழகு ஒளிரும் ஓர் காட்சி

பாடல்

சங்கு முழங்குத் தமிழ்நாடன்றன்னை
நினைத்த போ தெல்லாம்
பொங்கு கடலு முறங்காது, பொழுதோர்
நாளும் விடியாது
திங்களுறங்கும் - புள்ளுறங்கும்

தெனறலுறங்குஞ் சிலகாலம்
எங்கு முறங்கு மிராக்கால மென்
கண்ணிரண்டு முறங்காதே!

சங்கு முழங்குத் தமிழ்

எங்கள் வாழ்வும் எங்கள் வளமும்
மங்காத தமிழ் என்று சங்கே முழங்கு!

எனப், பாவேந்தர் தமிழைப் பாடிப் பரவுகின்றார்

விவேக சிந்தாமணியும், சங்கு முழங்குத்தமிழ் எனப் போற்றுகிறது. சங்கம் வைத்து வளர்க்கப்பட்டது தமிழ் வெற்றியின் அடையாளமான சங்கு ஒலிக்க சங்கம் செழிக்க தமிழ் வளர்ந்தது வெற்றிச் செய்தியை ஊரார் உலகார் அறிய ஓங்கி உரைக்கும் போது சங்கு முழங்குவது வழக்கம். பாரதியார் "வெற்றி கூறுமின் வெண்சங்கு ஊதுமின்" என்று பாடினார். பாரதிதாசனார்

"முழங்கு சங்கே" என்கிறார்.

பொங்கு கடல்

வினைத் தொகையான இத்தொடரில் பொங்கிய கடல் பொங்குகின்ற கடல் இனி பொங்கும் கடல் என முக்காலத்தும் எக்காலத்தும் ஒலி எழுப்பிக் கொண்டே இருக்கும் கடல். அதுகூட தலைவனைப் பிரிந்த தலைவியின் நிலை கண்ட போது தூங்காமல் இருக்குமாம். ஓசையின்றி காணப்படுமாம். சூழ்நிலைக்கு ஏற்ப பவ்வம், பரவை, வேலை, பரவை, ஆழி சமுத்திரம் என்ற பெயர்களில் கடல் வழங்கப்படும். மேலும் தலைவியின் நிலை கண்டு இரங்கி சூரியனும் உதிக்க தவறியதால் பொழுதும் விடிவதில்லை! என்னே கற்பனை வளம்!

திங்களுறங்கும்

சந்திரன் சிலகாலம் தெரியாமலே இருக்கும். அதுதான் இங்கு 'திங்கள் சிலகாலம் உறங்கும்' எனச் சொல்லப்பட்டுள்ளது. காரணம் தலைவனைப் பிரிந்த தலைவிக்கு அனுதாபம் காட்டு முகத்தான் அப்படி செய்கிறதாம்.

தென்றலுறங்குஞ் சிலகாலம்

பருவநிலையில் தென்றலும், வாடையும் மாறி மாறி வருவது இயற்கை. அவ்வாறு சிலகாலம் தென்றல் வீசாது நிற்பதை ஆசிரியர் தென்றல் சிலகாலம் உறங்கும் எனச் சுவையாகக் குறிப்பிடுகிறார். தலைவியின் நிலைக்கு இரங்கி அவ்வாறு தென்றல் உறங்குகிறதாம்.

எங்கு முறங்குமி ராக்காலம்

உயிர்களனைத்தும் உறங்குகின்ற இரவு நேரம் அப்போதும் கூட தலைவியின் கண்கள் உறங்காது விழித்திருக்கின்றன.

என்ன அருமையான கற்பனை. கற்பனையின் ஊடே தலைவன் தலைவி இடையே நிலவத்தகும் அன்புப் பிணைப்பையும் இப்பாடல் தெள்ளிதின் புகட்டுகிறது. அமாவாசையின் காலத்தில் நிலவைக் காண இயலாது. அதனைச் சுவையாகத் தலைவனைப் பிரிந்த தலைவிக்கு இரங்கல் காட்டி இப்படிச் செய்வதாகக் கூறுவது எத்தனை அழகு!

நீதி : அன்புடையார் கணநேரமும் பிரிந்திருக்க விரும்பமாட்டார்கள்.

திருக்குறள் :

அன்பின் வழியது உயிர்நிலை அஃதிலார்க்கு
என்புதோல் போர்த்த உடம்பு – குறள். 80

ஆ. கர்வமிக்கவர் நட்பு

கர்வம் :

'ஆணவம்' அல்லது அகம்பாவம் மனிதப் பண்புகளுக்கே எதிரானது. எத்தனை நல்லவராக இருந்தாலும் கர்வமிக்கவராக இருந்தால் அவர் நற்பண்புகளனைத்தும் அடிபட்டுப் போய்விடும்... எனவே பணிவுடைய மனிதனாக வாழவேண்டும்... அதைப்போல நண்பர்களைத் தேர்ந்தெடுக்கும் போது கர்வம் இல்லாதவரான நபர்களைத் தேர்ந்தெடுங்கள்... பணிவுடையராக அவர் இருந்தால் அதுமேலும் சிறப்பல்லவா... கர்வமிக்கவர்களுக்கு எவ்வளவுதான் கொடுத்தாலும் அவர்கள் உங்களிடம் உண்மையாக நட்புக் கொள்ளப்போவதில்லை...'நான்' என்ற எண்ணமே மேலோங்கி நிற்கும் அவர்களிடம்... நான்' என்பது தன்னலம்", அகம்பாவம் நாம்' என்பது பொதுநலம்...'நாம்' என்ற எண்ண மிக்கவரையே நட்'புக் கொள்ளுதல் நலம் பயக்கும்...'நான்' என்றாலே உதடுகள் ஒட்டுவதில்லை, நாம் என்றால் உதடுகள் ஒட்டுகின்றன...

திருக்குறள்:

❖ எல்லார்க்கும் நன்றாம் பணிதல் அவருள்ளும்
செல்வர்க்கே செல்வந் தகைத்து - குறள் 125

❖ நிலையில் திரியாது அடங்கியான் தோற்றம்
மலையினும் மாணப் பெரிது. - குறள் 124

அனைவரிடத்தும் பணிவுடன் நடந்து கொள்வது எல்லார்க்கும் நன்று... செல்வர்களுக்கு மேலும் செல்வம் சேர்ந்தது போன்றதாகும்...

பிறரிடத்து பணிவாகப் பேசி அடக்கமாக நடந்துகொள்கிறவனுடைய புகழ், மலையை விட மிகப் பெரியதான தோற்றம் உண்டாக்கும்...

ஐயம் :

இங்கு இச்சொல் 'சந்தேகம்' என்ற பொருளைக் குறிக்கும்...'சந்தேகக்கோடு சந்தோசக்கேடு' என்று நம் கிராமங்களில், சொல்லக் கேட்டிருக்கிறோமே... அதுதான் சந்தேகம் என்பது பேய்... அந்தப் பேய் ஒருவர் மனதில் புகுந்து விட்டால் அது அவரை மட்டுமல்ல அவர் குடும்பத்தை மட்டுமல்ல, ஒரு சமூகத்தையே அழித்துவிடும்...

திருக்குறள்

> தேரான் தெளிவும் தெளிந்தான் கண் ஐயுறவும்
> தீரா இடும்பை தரும்.   - குறள் 510

ஒருவரை ஆராயாமல் நம்பி விடுவதும் ஆராய்ந்து நம்பி விட்டவரிடத்தில் சந்தேகம் கொள்வதும் ஓயாத துன்பத்தையே உண்டாக்கும்... சந்தேகம் காரணமாகப் பிளவுபட்ட இல்லறங்கள் எத்தனையெத்தனை... சந்தேகம் காரணமாகப் பிரிந்துபோன நண்பர்கள் எத்தனையெத்தனை

சிலருக்கு எடுத்ததற்கெல்லாம் சந்தேகம்... நம்பவே மாட்டார்கள்... அத்தகைய சந்தேக பேர்வழிகளை திருப்திபடுத்துவதற்காக " ஆணையிடுதல்" என்ற கருவி பயன்படுத்தப்படுகிறது... சிலர் அப்படியும் நம்பமாட்டார்கள்

என் செய்வோம்! இத்தகைய சந்தேகப் பேர்வழிகளிடம் நட்பு கொள்ள வேண்டாம் என்பதே விவேக சிந்தாமணி தரும் வாழ்க்கைப்பாடம். அந்தப்பாடல் இதோ:-

"மருவு சந்தனக் குழம்பொடு நறுஞ்சுவை
நலம்பெற வணிந்தாலும்
சருவ சந்தேக மனமுடை மாதரைத்
தழுவலு மாகாதே
பருவ தங்கள்போல் பலப்பல நவமணிப்
பைம் பொனையீந்தாலும்
கெருவ மிஞ்சிய மானிடர் தோழமை
கிட்டலு மாகாதே!

பொருளுரை:

உடலெல்லாம் சந்தனக்குழம்பு பூசி, வாசனைத் திரவியங்களும் ஆபரணங்களும் அணிந்தவராயினும் கூட சந்தேக மனமுடையவராக இருந்தால் அத்தகைய மகளிருடன் இல்லற வாழ்க்கை நடத்துதல் ஆகாததே! அதைப்போல் மலையளவு நவமணிகளையும், பொன்னாபரணங்களையும் கொடுத்தாலும் கர்வம் மிகுந்தவர்களுடனான தோழமை கிட்டுவதில்லை... மெய்யான அன்பு இந்த இரு வகையினரிடமும் என்றுமே எதிர்பார்க்க இயலாது...

நீதி:

❖ சந்தேகமுடைய மாதருடனான இல்வாழ்க்கை மகிழ்வைத் தருவதில்லை.

❖ கர்வம் மிக்கவருடன் நட்புக் கொள்ள எண்ணாதே.

இ. உயிர்காப்பான் தோழன்

"கொண்டு வந்தால் தந்தை,
கொண்டு வந்தாலும் வராவிட்டாலும் தாய்,
கொலையும் செய்வாள் பத்தினி,
உயிர்காப்பான் தோழன்"

என்ற கருத்தினை ஓர் தமிழ்த் திரைப்படத்தில் நிரூபித்திருந்தார்கள். எப்படியானாலும் "நண்பன் என்பவன் உயிர்காப்பான்" என்ற தொடர் முற்றிலும் உண்மையாக்கப்பட்டிருந்தது. நிழல் வாழ்வில் மட்டுமல்ல, நிஜ வாழ்விலும் அது நூற்றுக்கு நூறு அறியலாம்....

விவேக சிந்தாமணியிலும் ஓர் கதையின் மூலமாக இவ்வுண்மை தெளிவாக்கப்பட்டுள்ளது....

பாடல் :

சலந்தனிற் கிடக்கு மாமை சலத்தைவிட்ட
                                கன்றபோது
கொலைபுரி வேடன் கண்டு கூடையிற்
                                கொண்டு செல்ல
வலிவினா லவனை வெல்ல வகையொன்று
                                மில்லையென்றே
கலையெலி காகஞ் செய்த கதையென
                                விளம்புவோமே!

காட்சி :

நீரிலே வாழ்ந்து வந்த ஓர் ஆமை, நீரைவிட்டு நிலத்திற்கு வந்தது... அவ்வழியே வந்த வேடன் அந்த ஆமையைப் பிடித்து தன்னிடமிருந்த பையில்

போட்டுக்கொண்டான். இந்த ஆமைக்கு உயிர் நண்பர்களாக ஓர் எலியும், ஓர் காகமும் இருந்தன. ஆமையை வேடன் கொண்டு சென்றதைக் காகம் பார்த்துவிட்டது. அது நேராக எலியிடம் சென்றது... நிலமையை விளக்கி எலியைத் தூக்கிக் கொண்டு வந்தது... வேடனும் தன் வலையையும் ஆமை இருந்த பையையும் ஓர் மரத்தடியில் வைத்துவிட்டுத் தூங்கினான்... அந்த இடத்திலே எலியைக் காகம் விட்டது... மரத்தில் காத்திருந்தது... ஆமை இருந்த பையை எலி கடித்து துளை உண்டாக்கவே ஆமை வெளியே வந்தது... ஆமையைக் கவ்விக்கொண்டு காகம் பறந்தது... எலி ஓடிச் சென்று வளையில் புகுந்து கொண்டது....

நீதி :

ஒன்றுபட்டால் உண்டு வாழ்வு
கூடி வாழ்ந்தால் கோடி நன்மை
ஆபத்தில் உதவுபவனே உண்மை நண்பன்
தந்திரத்தால் எந்த வலியவனையும்
வெல்ல முடியும்...

திருக்குறள்

உடுக்கை இழந்தவன் கைபோல ஆங்கே
இடுக்கண் களைவதாம் நட்பு - குறள் 788

இடுப்பில் கட்டியுள்ள ஆடை நழுவிவிட்டால் ஆடையைச் சரிசெய்ய விரைகின்றன... கைகள்... அதுபோல நண்பனுக்குத் துன்பம் வந்துவிட்டதை அறிந்த அந்நிமிடமே அவன் அறியாமலேயே தானே ஓடி வந்து அந்தத் துன்பத்தினின்று காப்பதே உண்மையான நட்புக்கு அடையாளமாகும்...

உண்மையான நட்பினால், உண்மையான நண்பர்களால் உலகில் எத்தனையோ சாதனைகள் நிகழ்ந்துள்ளன... அண்டை நாடுகளுக்குள் ஒரு நாடு ஆக்கிரமிப்பு நடத்தும் போது பாதிக்கப்பட்ட நாட்டின் நட்பு நாடுகள் பார்த்துக் கொண்டு சும்மா இருப்பதில்லை... மாறாக அந்நாட்டிற்குத் தேவையான ஆடைகள் உணவு, மருந்துகள். ஆயுதங்கள், எரிபொருட்கள் என லட்சக்கணக்கான கோடி செலவு செய்கிறார்கள்...

நீதி :

- பகுத்தறிவின் அடிப்படையில் காட்சிகளை நம்புக...
- உண்மையான நண்பன் உயிரைக் காப்பான்

ஈ. அன்புக்குமுண்டோ அடைக்குந்தாழ்!

அன்பு

கார்மேகம் சூழ்ந்து வரக்கண்ட மயில் ஆனந்தமாக நடனமாடும் தன்மை உடையது. ஆனால் அந்த கார்மேகமோ மிக மிகத் தொலைவில் உள்ளது. சூரியன் உதயமானதைக் கண்டதும் தாமரை மலர் இதழ்களை விரிக்கத் தொடங்கும். ஆனல் அந்தச் சூரியனோ மிக மிகத் தொலைவில் உள்ளது. இரவு நேரத்தில் மலரக்கூடிய அல்லி மலரானது நிலவைக் கண்டதும் மலருமாம். ஆனால் அந்தச் சந்திரனோ மிகமிகத் தொலைவில்தான் உள்ளது. இந்தச் செயல்கள் இயல்பாக, இயற்கையாக நிகழ்வன. இவைபோல உண்மையான அன்புடையவர்கள் எவ்வளவு தொலைவில் இருந்தாலும் அவர்களிடையேயுள்ள அன்பு குறைவதுமில்லை. அவர்கள் குறித்த நினைவுகள்,

இதயங்களை விட்டு அகல்வதில்லை. அவர்களை நினைத்தே வாழ்வார்கள்.

வரலாற்றில்

கோப்பெருஞ்சோழனும் பிசிராந்தையாரும் இணைபிரியா நண்பர்கள் ஒருவரை ஒருவர் சந்தித்ததே கிடையாது. எனினும் ஒருவரைக் குறித்து ஒருவர் கேள்விப்பட்டு, அறிந்து, மனமொத்த நண்பர்களாயினர். நாளும் வளர்ந்தே வந்தது அவர்களின் அன்பு. கோப்பெருஞ்சோழன் தன் பிள்ளைகளிடத்து ஏற்பட்ட கருத்து மோதலால் வடக்கிருந்து உயிர்விடத் தீர்மானித்தான். அதற்காக ஆற்றிடைக் குறையில் அமர்ந்திருந்தான். உண்ணா நோன்பு இதனை உள்ளுணர்வால் அறிகிறார் பிசிராந்தையார். ஆம் இதுதான் உண்மையான அன்புக்கு அடையாளம். தன் நண்பனுக்கு, அன்பருக்கு ஏதோ நிகழப்போகிறது என்பதை உணர்ந்து கொண்ட பிசிராந்தையார், ஓடோடி வருகிறார். கோப்பெருஞ்சோழன் அரண்மனைக்கு! விபரமறிந்தார், விம்மினார், துடித்தார். ஆற்றிடைக் குறையிலே வடக்கு நோக்கி உண்ணா நோன்பிருக்கும் அன்பு நண்பனைக் கண்டு ஆறுதல் சொல்லித் தேற்றுகிறார். சோழன் கோபம் தணிய அரண்மனைக்குச் சென்றனர் அன்பர்கள் இருவரும்! இதுதான் அன்பின் பண்பு....இதனை விவேக சிந்தாமணிப் பாடல்:

> மங்குலையைம் பதினாயிரம் யோசனை மயில்
> கண்டுநடமாடும்
> தங்குமா நூறு நூறாயிரம் யோசனை தாமரை
> முகம் விள்ளும்

திங்களாமதற்கிரட்டி யோசனையுறச்
சிறந்திடுமரக்காம்பல்
எங்கணா யகனு மன்பரா யிருப்பவ ரிதயம்
விட்டகலாரே!

மங்குல் = கார்மேகம்

உண்மையான அன்புடைய நண்பர்கள் எவ்வளவு தொலைவில், இருந்தாலும் தங்கள் இதயங்களை விட்டு அகலாமல் தாங்கள் கொண்ட அன்பில் நிலைத்திருப்பார்கள்.....

திருக்குறள்:

அன்பிற்கும் உண்டோ அடைக்குந்தாழ் ஆர்வலர்
புன்கண்ணீர் பூசல் தரும்.   - குறள் 71

புணர்ச்சி பழகுதல் வேண்டா உணர்ச்சிதான்
நட்பாம் கிழமை தரும் - குறள். 785

அன்பு என்பது மூடி வைக்க முடியாத உணர்ச்சி ஒருவர் அன்புடையவர் என்பதை அவர் பிறருடைய துன்பத்தைக் கண்டு தம்மை அறியாமலே கண் கலங்குவதே காட்டி விடும்.

பட்டினத்துப் பிள்ளையார் தம் அன்னையாரிடம் அபார அன்பு வைத்திருந்தவர். முற்றும் துறந்து அலைந்து திரிந்தவர். பல காதம் தொலைவில் சென்று விட்டார். ஒரு நாள் திடீரென உணர்ந்து கொள்கிறார். தன் அன்னையாருக்கு ஏதோ நிகழ்ந்து விட்டதென்று! ஓடோ வருகிறார். தன் அன்னையின் உடல் சிதையிலே வைக்கப்பட்டிருக்கிறது. தீ மூட்டவோ இறுதிச் சடங்குகள்

செய்யவோ வேறு எவருமே இல்லாமல் அனாதைப் பிணமாக வைக்கப்பட்டிருக்கிறது. பக்கத்துத் தோட்டங்களில் கிடந்த பச்சை வாழைத் தண்டுகளை எடுத்து வந்து அடுக்கினார். அன்னையின் அருகில் உள்ளம் உருகி பாடினார்.

"அன்னை இட்ட தீ அடி வயிற்றிலே
முன்னமிட்ட தீ முப்புரத்திலே
யானு மிட்ட தீ மூள்க மூள்கவே!"

பற்றி எரிந்தது நெருப்பு, பார்த்தவர் திகைத்தனர். அவர்களால் பார்க்க முடியவில்லை பட்டினத்தாரை! எங்கேயோ இருந்தாலும் உண்மையான அன்பு இதயத்தில் இருந்தால் அவர்கள் ஒருவருக்கொருவர் நினைத்தே வாழ்வர்

அதியமானும் அவ்வையாரும் கொண்ட நட்புக் காரணமாகவே அரிதாய்க் கிடைத்த நெல்லிக்கனியை அவ்வைக்குத் தந்தான் அதியமான். அவர் நீண்ட காலம் வாழ்கவென்று!

நீதி

முகம் சார்ந்த நட்பு போலியானது!
அகம் சார்ந்த நட்பே நிலையானது!
காந்தியடிகளும் காலேல்கரும் போல!

உ. உற்றுழித்தீர்வார்

நிலைமாறினால்

செல்வச் செழிப்புடன் வாழ்ந்த ஒருவன் தன்னிடமிருந்த பொருட்செல்வம் அழிந்து, வறுமை நிலையை எட்டிவிட்டால்

அவன் நண்பர்கள் கூட அவனுக்குப் பகையாகிவிடுவர். இது உலக இயல்பு. செல்வச் செழிப்பில் வாழ்ந்திருந்தபோது அவனுடன் மகிழ்ந்து வாழ்ந்திருந்த உறவினர்கள் கூட அவனுடன் சண்டையிட்டுப் பிரிந்து அவனுக்கு எதிரியாகவே மாறி விடுகின்றனர். அவனுடன் ஆனந்தமாய்க் களித்திருந்தவர்கள் அவனை ஏளனம் செய்து பழிக்கின்றனர். மானிடர் வாழ்வில் நாம் காணும் காட்சி இது

ஆட்சி அதிகாரத்தில் இருந்தபோது அனைத்து சுகங்களையும் அவர்களுடன் அனுபவித்தவர்கள், அந்த ஆட்சி அதிகாரத்தை விட்டு இறங்கியதும் இருந்த இடம் தெரியாது. பறந்து ஓடி விடுகிறார்கள். பகைவர் கூடாரத்தில் பதுங்கி பகைவராகவே மாறிவிடுகின்றனர். நேற்று வரை வாயாரப் புகழ்ந்தார்கள். அதே வாய் இன்று ஏளனம் செய்து வெறுப்பான வார்த்தைகளால் அர்ச்சனை செய்கிறது. அரசியல் உலகம் அன்றாடம் காணும் காட்சி இது. இந்த யதார்த்தத்தை எடுத்தியம்பும் விவேக சிந்தாமணிப்பாடல் இதோ

"நிலைதளர்ந் திட்டபோது நீணிலத் துறவு மில்லை
சலமிருந்தகன்றபோது தாமரைக் கருக்கன் கூற்றம்
பலவன மெரியும் போது பற்றுதீக் குறவாங் காற்று
மெலிவது விளக்கே யாகில் மீண்டுமக்
                               காற்றே கூற்றாம்

பொருள் விளக்கம்

நீர் நிறைந்த தடாகத்தில் இருக்கும் போது தாமரை மலருக்குச் சூரியன் நண்பனாக இருந்தான். ஆனால்

அந்த தாமரை மலர் நீரைவிட்டு வெளியே எடுக்கப்பட்டால் அதே சூரியனே எமனாக, பகைவனாக மாறி விடுகிறான். அழித்துவிடத் துடிக்கிறான்.

பலவிதமான காடுகள் பற்றி எரியும் போது அதற்குத் துணையாய் நின்றது காற்று ஆம் காற்றின் காரணமாகவே காட்டுத்தீ எங்கும் பரவி விடுகிறது. இப்படி நெருப்பிற்குத் துணை செய்கிறது காற்று. ஆனால் அதே பெருநெருப்பு மெலிந்து சிறிய அகல்விளக்கு ஒளியாய் மாறிவிட்டால் அதே காற்று அந்த விளக்கிற்குப் பகையாய் எமனாய் மாறி அதை அணைத்து விடத் துடிக்கிறது. ஆப்பிரிக்கக் காடுகளில் பற்றி எரிந்த நெருப்பு பல மாதங்களாகப் பல்லாயிரங்கோடி இழப்புகளை ஏற்படுத்திய செய்தி உலகம் அறிந்ததே காட்டுத்தீ மூள்வதற்கு காற்றுதான் காரணமானது. இதைப்போலவே செல்வம் நிறைந்து செழித்திருந்த காலத்திலே நெருங்கி உறவாடி மகிழ்ந்திருந்த நண்பர்களும், உறவினர்களும் கூட பகைவர்களாகி பழித்துப் பேசுபவராகி இழிவுபடுத்துவார்கள். இது உலக இயல்பு.

அருக்கன் - சூரியன்

சலம் - நீர்

நீணிலம் - பூவுலகம்

கூற்றம் - பகை

நிலை தளர்ந்திட்டபோது

தம்மிடமிருந்த செல்வம் தேய்ந்து வறிய நிலையை எட்டிவிட்டால் எனப் பொருள் கொள்ள வேண்டும் மற்றும் ஒருவர் இருந்த உன்னத நிலையிலிருந்து கீழிறிங்கி விட்டால் என்றும் பொருள் கொள்ளத் தகும்

திருக்குறள்

இல்லாரை எல்லாரும் எள்ளுவர் செல்வரை
எல்லாரும் செய்வர் சிறப்பு   – குறள் 752

பணம் இல்லாதவரை எல்லோரும் அலட்சியம் செய்வர்கள். ஏளனம் செய்வார்கள். ஆனால் செல்வம் உடையவரை எல்லோரும் பெருமைப்படுத்துவார்கள். பராசக்தி திரைப்படப்பாடல் "கல்வி கல்லாத மூடரைக் கற்றோர் கொண்டாடுதல் வெள்ளிப் பணமடியோ" ஆக, இவ்வுலகத்து மாந்தர் பொதுவாகவே செல்வம் மிக்கவரையே சிறப்பு செய்கின்றனர். அரசியல் செயல்பாடுகளில் கூட நாம் காணும் காட்சி இதுதான். செல்வாக்கும் அதிகாரமும் இருக்குமட்டும் கூடவே இருந்து ஜால்ரா போடுவர். அது இழந்த பின்னர் எதிரணிக்கும் பறந்து விடுவர்

நீதி

நிலையில்லாதது செல்வம் - அது வரும், போகும். வந்த "செல்வம்" கூட ஒரு நாள் செல்வோம் எனச் சென்று விடும் ஆனால் மனிதப்பண்பு எந்நாளுமே அழியாதது. எனவே மனிதனைச் செல்வன் ஏழை எனப் பார்ப்பதை விடுத்து, மனிதனை மனிதனாகப் பார்க்க வேண்டும். ஏனெனில் உலகில் உள்ள எல்லா மனிதருமே உடன் பிறந்தவர்களே ஒரே உலகம், ஒரே குலம், ஒரே இறைவன், என்ற உயர்ந்த சிந்தனைக்கு உரத்த முழக்கம் எழட்டும்.

புதியதோர் உலகு செய்வோம் கெட்ட
போரிடும் உலகை வேருடன் சாய்ப்போம்
                    - பாரதிதாசன்

ஊ. அன்பிலார் நட்பு

நட்பு

ஒருவருடன் நட்புக் கொள்ளுமுன் அவருடைய நற்பண்புகளை நன்கு அறிந்து, அவருடன் உடன்பட்டு வாழவேண்டும். இவ்வாறு அருமை பெருமைகள் உள்ள சிறப்பானவர்களுடன் கொண்ட நட்பினால் நன்மைகள் பல உண்டாகும். இம்மையிலும் மறுமையிலும் இன்பமுடன் வாழ்வதற்குண்டான அனைத்தும் நிகழும். அதற்கு மாறாக, அவர்களின் தீக்குணங்களை அறியாது, அவர்களுடன் இணங்கியிருந்தால், அதனால் பெருங்கேடுகள் விளைவதன்றி, இம்மைக்கும் மறுமைக்கும் துன்பங்களே அதிகமாகும். இந்த உண்மையை விளக்குகிறது இப்பாடல்

"அருமையும் பெருமைதானு மறிந்துடன் படுவோர்
தம்மால்
இருமையும் ஒருமையாகி இன்புறற் கேதுவுண்டாம்
பரிவிலாச் சகுனி போலப் பண்பு கெட்டவர்கள்
தம்மால்
ஒருமையி னிரய மெய்து மேதுவே யுயரு மன்னோ

ஏது – துன்பம், பரிவு - இரக்கம், அன்பு –

சகுனி

மகாபாரதம் என்ற வீரகாவியம் வியாச முனிவரால் இயற்றப்பட்டது. இக்காவியத்தில் பாண்டவர்களையும் கவுரவர்களையும், சூதாட்டத்தில் பங்கெடுக்கச் சூழ்ச்சி செய்தது சகுனி என்ற மாமன். இச்சூதாட்டத்திலே பாண்டவர்களைத் தந்திரத்தால் தோற்கடிக்கச் செய்தவனும் இவனே. அதுமுதல் சூழ்ச்சிக்கு எடுத்துக்காட்டாய்,

சதிகாரர்களுக்கு ஒப்புமையாய் 'சகுனி' என்ற சொல் பயன்படுத்தப்பட்டு வருகிறது. சகுனி, அன்பு இல்லா வஞ்சகன். இத்தகையோரிடம் அன்பு கொண்டு நட்பு பாராட்டி வாழ்ந்தால் அதனால் பின்னர் பாண்டவர்கள் பட்ட துன்பங்கள் போல பெருந்துன்பம் அடைவர் என்பது கருத்து. அருமை பெருமைகள் நிறைந்த நல்ல பண்பாளர்களுடன் நட்புக்கொண்டு வாழ்ந்தால் அதனால் சிறப்பான நன்மைகள் நிகழும்.

இருமையும் ஒருமையாகி

இம்மை மறுமை என்ற இருவகை வாழ்க்கையிலும் இன்பமாக ஒன்று போல வாழலாம்.

ஒருமையில் நிரயமெய்தும்

இம்மையில் துன்பங்கள் பெருகும். இவ்வுலக வாழ்க்கையில் பல துன்பங்களை அனுபவிக்க வேண்டியது வரும்.

திருக்குறள்

தேரான் பிறனைத் தெளிந்தான் வழிமுறை
தீரா இடும்பை தரும்   - குறள் 508

நன்கு ஆலோசிக்காமல் இன்னொருவரை நம்பி அவருடன் நட்புக் கொள்ளுவதால் வாழ்க்கை முழுவதும் தீராத துன்பமுள்ள தாக்கி விடும்.

நீதி : நல்லவர்களுடன் நட்புக் கொள்ளல் வேண்டும். கெட்டவர்களுடன் தொடர்பு கொள்ளல் கூடாது.

6. உதவி

அ. பகுத்துண்ணார் முடிவு!

ஈத்துண்ணார்:

பகுத்துண்டு பல்லுயிர் ஓம்புதல் நூலோர்
தொகுத்தவற்றுள் எல்லாந் தலை. - குறள் 322

என்பது பொய்யில் புலவர் தரும் மெய்யாம் கூற்று, மேலும் அவர்

"இருந்தோம்பி இல்வாழ்வ தெல்லாம் விருந்தோம்பி
வேளாண்மை செய்தற் பொருட்டு" - குறள் 81

என இல் வாழ்வான் கடமைகளைக் சுட்டிக்காட்டுகிறார். அப்படியெனில் உலகில் வாழ்வோரின் உயரிய கடமையாக விருந்தோம்பல் பண்பு தெளிவுபடக் காண்கிறோம்.... விருந்தோம்பாதவன், பகுத்து உண்டு பல்லுயிர் ஓம்பாதவன், பசித்தவன் பார்த்திருக்க தானுண்டு மகிழ்கிற தன்னலவாதி - இவர்களின் இறுதியைக் குறித்து விவேக சிந்தாமணி விளக்குகிறது..... கேட்போமா......

"மண்ணார் சட்டி கரத்தேந்தி மரநாய் கவ்வுங்
காலினராய்
அண்ணாந் தேங்கி யிருப்பாரை அறிந்தேமறிந்தே
மம்மம்மா.....
பண்ணார் மொழியார் பாலடிசில் பைம்பொற்கலத்தில்
பரிந்தூட்ட
உண்ணா நின்ற போதொருவர்க் குதவா
மாந்தரிவர்தாமே!

பொருள் விளக்கம்

அடிசில் - உணவு,

மரநாய் - தேவாங்கு

கையிலே மண்சட்டியை ஏந்தி, தேவாங்கு போன்ற தோற்றத்துடன் உடலும் காலும் மெலிந்த ஏழ்மை கோலத்தில் எங்கே உணவு கிடைக்குமோ! என எண்ணி ஏங்கி அலைபவர்களைக் கண்டேன்.... அவர்கள் யாவர் என ஆராய்ந்தேன்.... அவர்கள், யார் தெரியுமா?

இனிய சொற்களைப் பேசுகின்ற மாதர்கள், பொன்னாலான பாத்திரத்தில் பாலன்னத்தைத் தம் பிள்ளைகளுக்குக் கொஞ்சிக் குலவி ஊட்டுகிறார்கள். அவ்வேளையில்,ஏழைக்குழந்தைகள் சிலர் பசியோடு ஏங்கிப் பார்த்திருக்கின்றனர். சிறிதளவாவது தமக்குக் கிடைக்காதா எனக் கெஞ்சிக் கேட்கிறார்கள்... ஆனால் இந்த மங்கையரோ அந்த ஏழைக் குழந்தைகளைக் கண்டும் காணாதது போல, தம் பிள்ளைகளுக்கு மட்டும் கொஞ்சிக் கொஞ்சி ஊட்டுகிறார்கள்.... தம் குழந்தைகளைப் போல அடுத்தக் குழந்தைகளை எண்ணவில்லை... பசித்தோர் பார்த்திருக்க தம் பிள்ளைகளுக்குப் பரிந்தூட்டும் இத்தகையோர்தாம் பின் ஒரு நாளில் முன் சொன்ன நிலையை அடைவார் என்பது திண்ணம்......

'பசி' என்பது உயிரினங்களுக்குப் பொதுவானது... பசிப்பிணி ஆற்றுதலே அறங்களில் எல்லாம் தலையானது என்பதை 'மணிமேகலைக் காப்பியத்தின் மூலம் தெளிவாகப் புரிந்து கொள்கிறோம்.....

பாரதியார்:

"தனியொருவனுக்கு உணவில்லை எனில்இந்த செகத்தினை அழித்திடுவோம்"

என்று சூளுரைத்தார்!

வள்ளலார்:

தமிழ்நாட்டில், வடலூர் வள்ளலார் இராமலிங்கர் "வாடிய பயிரைக் கண்டபோதெல்லாம் வாடினேன்" என்று கூறி, ஜீவகாருண்யத்தின் சான்றாகவே வாழ்ந்து மறைந்தவர்..... வள்ளலார் மறைந்தாலும், அவர் தொடங்கி வைத்த உருவாக்கிய அறச்சாலையில் இன்றும் பசிப்பிணியாற்றும் பணி மட்டும் தொடர்கிறது என்றால் இதுவன்றோ நல்லறம்..... 2019 முதல் கொரோனா கொடுந்தொற்றால் உலகம் பெருந்துன்பம் அடைந்தது.... மக்கள் பணியின்றி உணவின்றி வேதனை மேல் வேதனையுடன் அலைந்தனர்.... அக்காலத்தில் நம் நாட்டில், குறிப்பாகத் தமிழ்நாட்டில் எண்ணிலடங்கா நல் உள்ளங்கள், தன்னார்வலர்கள் பசித்தோர்க்கு உணவளித்து பராமரித்தனர் என்ற செய்தி.... நம் நாட்டு மக்களின் தாயுள்ளத்திற்குச் சான்று!

- உணவு சமைத்துப் பாதிக்கப்பட்டோர் இருப்பிடத்திற்கே கொண்டு சென்றவர்கள் பலர்....

- உணவுப் பொருட்கள், மருந்துகளை வீடுகளுக்குத் தேடிச் சென்று வழங்கியோர் பலர்.

- பசியாற்றும் பணிக்கான தாராள நன்கொடை வழங்கிய நல்லுள்ளங்கள் பலப்பல....

எனினும்கூட, தனித்துண்டு தன்னுயிர் ஓம்பும் தனித்தன்மை வாய்ந்த தீயோர் பலர் இன்றும் நம்மிடையே உள்ளனர்.... பசித்தோர் பார்த்திருக்க, தானுண்டு மகிழ்வோர்க்கு பின்னாளில் வரும் துன்பத்தை விளக்கிற்று விவேகசிந்தாமணி......

நீதி:

- பசித்தோர்க்கு உண்ணக்கொடு....
- பகுத்துண்டு பல்லுயிர் ஓம்பு.....
- பசியுடன் எவருமே தூங்கச்செல்லக்கூடாது.....

ஆ. கொடுத்துக் கெட்டாரில்லை

கடையெழு வள்ளல்கள்

கொடுக்கும் குணம் சிலரின் தனிக்குணம். அதுவே வள்ளன்மை எனப்படும் கொடைக்குணம். கடைச்சங்க காலத்தில் கடையெழு வள்ளல்களான பாரி, ஓரி, மலையமான்திருமுடிக்காரி, ஆய்அண்டிரன், அதியமான் நெடுமான் அஞ்சி, நள்ளி, பேகன் முதலான எழுவர் தத்தம் கொடைக் குணத்தால் புகழ்பெற்று வாழ்ந்தனர். புராண காலத்திலும் கர்ணனின் கரங்கள் "கொடுத்துச் சிவந்தன" எனச் சொல்லப்படுகிறது. தற்காலத்திலும்கூட தமிழக முதல்வராயிருந்த டாக்டர் எம்.ஜி.இராமச்சந்திரன், கொடை வள்ளல் எனப் போற்றப்பட்டார். குமரி மண்ணில் உதித்த முத்து, திரைப்படத்துறையின் கலங்கரை விளக்கு, கலைவாணர் என் எஸ் கிருஷ்ணன் தம்மை நாடி வந்தோர்க் கெல்லாம் இல்லை எனாது வழங்கிய வள்ளல் என

விளங்கினார். எனவே கொடுத்தார் புகழ்பெற்றார்களே தவிர அவர்கள் குறைந்து போய்விடவில்லை.

குமணன் கதையிலே வள்ளல் தன்மையின் கொடுமுடியைக் காண்கிறோம். குமணனுக்கும் தம்பி இளங்குமணனுக்கும் அரசுரிமைச் சண்டை. தம்பி இளங்குமணன் அரசராகி அண்ணன் குமணன் தலைமறைவாகிக் காட்டிலே வாழ்கின்றான். இந்நிலையில் தம்பி ஓர் அறிவிப்பை வெளியிடுகின்றான். தன் தமையனின் தலையைக் கொய்து வருவோருக்கு ஆயிரம் பொற்காசுகள் பரிசளிக்கப்படுமென்பதே அந்த அறிவிப்பு.

காட்டில் அலைந்த குமணனை வறுமையால் வாடிய புலவர் ஒருவர் சந்திக்கிறார். தன் இயலாமையை எண்ணி வருந்திய குமணன் தன் தம்பியின் அறிவிப்பைக் கூறி "இதோ என் தலையைக் கொய்து கொண்டு போய், அந்த ஆயிரம் பொற்காசுகளைப் பரிசாகப் பெற்றுச் செல்வீர்"என்கிறார். புலவர் மிக வருந்தி மறுத்துச் செல்கிறார் வேதனையுடன் செவ்வாழை அடியினைக் கொண்டு குமணன் தலைபோல் செய்து துணியால் மூடி இளங்குமணனிடம் கொண்டு சென்றார் புலவர். அண்ணன் தலையைக் கண்டு "ஐயோ நான் பாவி" என அலறித் துடித்தான் தம்பி. புலவர் நடந்ததைக் கூறினார். மனம் திருந்திய தம்பி காட்டுக்குச் சென்று அண்ணனைக் கண்டு காலில் விழுந்தான். இது கொடைத் தன்மைக்குக் கிடைத்த பரிசு.

வள்ளல் சீதக்காதியால் வாழ்க்கையை வளமாக்கிக் கொண்டோர் பலர் ஓர் ஏழைப் புலவர் சீதக்காதியைப் பார்த்து பரிசு பெற எண்ணிச் சென்றார். இவர் போன நாள்களுக்கு முந்திய நாளில் சீதக்காதி காலமாகி விட்டார்.

கல்லறையில் அடக்கப்பட்டு விட்டார். செய்தியறிந்த புலவர் சீதக்காதியின் சமாதி நோக்கிச் சென்றார். சமாதி முன்பு நின்று அலறித் துடித்தார். சற்று நேரத்தில் கல்லறை வெடித்தது. கை ஒன்று மேல்நோக்கி வந்தது. அந்தக் கையில் ஒரு தங்க மோதிரம் இருந்தது. "இதைப் பரிசாகப் பெற்றுக்கொள்"என வள்ளல் கூறுவதாக உணர்ந்தார் புலவர். செத்தும் கொடுத்தான் சீதக்காதி எனப் போற்றப்படுகிறார் வள்ளல் சீதக்காதி உமறுப்புலவரின் சீறாப்புராணம் இந்நிகழ்வினைச் செதுக்கி வைத்துள்ளது.

விவேக சிந்தாமணி

மடுத்த பாவாணர் தக்கோர், மறையவர்க்
  கிரப்போர்க்கெல்லாம்
கொடுத்தெவர் வறுமையுற்றார், கொடாது
  வாழ்ந்தவ ரார்பூமேல் எடுத்து
நாடுண்ட நீரு மெடாத காட்டகத்தே நீரும்
அடுத்த கோடையிலே வற்றி அல்லதிற்
  பெருகுந்தானே

பாவாணர் : புலவர் கல்வி அறிவு மிகுந்தவர் தக்கோர் உதவிபெறத் தகுதியாயோனோர்.

பொருள் விளக்கம்

உடனிருக்கும், கற்றறிந்த பெரியோர்கள் மற்றும் தகுதியான அறிஞர்கள், வேதவல்லுநர்கள், யாசிக்கும் வறியவர்கள் இவர்களுக்கெல்லாம் கொடுத்து உதவியதனால் யார் வறுமையுற்றவர்கள்? இல்லவே இல்லை. யாருக்கும் எதுவும் கொடாமலே வாழ்ந்து

மேன்மையுற்றவர்கள் யாவர் எவருமே இல்லை. கொடுத்துக் கெட்டவருமில்லை கொடாமல் உயர்ந்தவர்களுமில்லர்.

உலகிலே எல்லோரும் எடுத்து பயன்படத்தக்கது தடாக நீர். அதே வேளையில் எவருமே எடுத்து பருக இயலாதவண்ணம் அழுக்கடைந்து கிடப்பது காட்டினுள் கிடக்கும் ஏரி நீர் கோடை காலத்திலே இரண்டுமே வற்றி விடுகிறது. ஆனால் கோடைமுடிந்து மழைக்காலம் வரும்போழ்தில் இரண்டுமே பெருகிவிடுவது இயற்கையாக நிகழக்கூடியது. அனைவர்க்கும் பயன்பட்ட தடாகத்திலும் மேலும் அதிகமாக பெருகி விடுகிறது. காட்டில் காணப்பட்ட ஏரியிலும் மழைநீர் தங்குகிறது. எவ்வளவு நீர் வற்றியதோ அந்த அளவில்தான் மழை நீரை ஏற்க முடியும் ஆனால் தடாகமோ அனைத்து உயிரினங்களுக்கும் உயிர்வாழ உதவியதல்லவா அதை விட அதிகமாக நீரினை ஏற்க தகுதி பெற்று விடுகிறது. எனவே செல்வமிக்கவர்கள் தகுதியானவர்க்கு உதவி புரிதல் வேண்டும் அதனால் அவர்கள் உதவி செய்ததை விட பெரிய அளவில் அவர்களின் செல்வம் பெருகி வரும்.

இப்பாடலில் கொடாதாரிடத்துள்ள செல்வத்தைத் தேங்கிய அழுக்கு நீருக்கு ஒப்பிடப்படுகிறது.

திருவிவிலியம்

நீ எந்த அளவையால் அளப்பாயோ
அதே அளவையில் தான் உனக்கும்அளக்கப்படும்
கொடு உனக்குக் கொடுக்கப்படும்
ஏழைக்கு இரங்குகிறவன் இறைவனுக்குக் கடன் கொடுக்கிறான்

சத்யஸ்ரீசாய்பாபா

இரு கைகளைக் கூப்பி வணங்குவதை விட ஒரு கை நீட்டிக் கொடுப்பதே மேலான வழிபாடு என்கிறார்

பழமொழி

தர்மம் தலை காக்கும்
இறைத்த கிணறே ஊற்றுமிகும்

திருக்குறள்

இலனென்னும் எவ்வம் உரையாமை ஈதல்
குலனுடையான் கண்ணே உள - குறள் 223

தன்னிடம் யாசிப்பவனுக்கு இல்லை என்னும் துன்பம் தரக்கூடிய சொல்லைச் சொல்லாமலிருப்பதும் தன்னால் கொடுக்கக் கூடியதை உடனே கொடுப்பதும் நல்ல குடிப் பிறந்தவனிடத்தில்தான் உண்டு

சாதலின் இன்னாத தில்லை இனிததூஉம்
ஈதல் இயையாக் கடை - குறள் 230

யாருக்கும் எதையும் கொடுக்க மனமில்லாமல் வாழ்ந்த ஒருவன் இறந்து விட்டாலும், சாவைக்காட்டிலும் துக்கமுண்டாக்கக் கூடிய சேதி வேறில்லை என்றாலும் அந்தச் சேதி கூட கேட்பவர்க்கு இன்பமே உண்டாக்கும்

நீதி

இல்லாதவர்க்குக் கொடுத்து உதவ வேண்டும், பசித்தோர்க்கு, தேவையில் இருப்போர்க்கு உதவிட வேண்டும். இதுவே பேரறம் ஆகும்!

இ. உதவி செய்வாரைத் தடுக்காதே!

உலக இயல்பிலே தொடர் துன்பங்கள் வருவதும் அந்தத் துன்பங்களைச் சுமந்து சுமந்து சிலர் வறுமையாகி விடுவதும் இயல்புதான். அவ்வாறு ஏழ்மைநிலை அடைந்தோர்க்குப் பலர் உதவி செய்ய முன்வருவதும் உண்டு. ஒரு சிலர் உதவி செய்யவும் மாட்டார்கள். மாறாக உதவி செய்ய ஓடி வருபவர்களை அவர்களின் நீட்டிய உதவிக் கரங்களைத் தட்டி விடுவதும் கூட நாம் காண்கின்ற காட்சியாகவே உள்ளன.

இங்கே தொடர் துன்பங்களால் வறுமை அடைபவர் ஒரு புறம் அவருக்கு உதவிக்கரம் நீட்ட ஓடோடி வருபவர் ஒருபுறம் இருக்க, இடையே ஓர் துரோகி மூன்றாமவர் வருகிறார். அவர் செய்வதுதான் இங்கே பேசப்படும் கொடுஞ்செயல் ஆம் துன்பமுற்றவரின் துயர் துடைக்க துணிந்த தூயவரின் கரங்களைத் தட்டி விடுகிறான். தடுத்து விடுகிறான் அக்கொடியவனான மூன்றாமவன். அவ்வாறு நற்செயல்களைத் தடுப்பவனுக்கு வரும் தண்டனைகளைப் பேச வருகிறது.

இப்பாடல்

இடுக்கினால் வறுமையாகி யேற்றவர்க் கிசைந்த
செல்வங்
கொடுப்பதே மிகவு நன்று, குற்றமே யின்றி வாழ்வார்
தடுத்ததை விலக்கினோர்க்குத் தக்கநோய்
பிணிகளாகி
உடுக்கவே உடையுமின்றி உண்சோறும்
அருமையாமே
- விவேகசிந்தாமணி

நற்செயல்

இடுக்கண் மிகுதியால் வறுமையாகி விட்ட ஒரு நல்லவருக்கு (ஏற்றவருக்கு) அவர் வறுமை நீங்கிட போதுமான செல்வத்தைக் கொடுத்து உதவுவது மிகவும் நல்ல செயல் ஆகும். அவரும் குறையின்றி மகிழ்ந்து வாழ்வார். மனதுருக்கமும் கனிவும் உடையவரே இவ்வாறு பிறர் துன்பத்தைக் கண்டதும் ஓடோடி வந்து உதவி செய்வார். உடுக்கை இழந்தவன் கைபோல உதவி செய்ய முன் வருபவரும் எந்தக் குறையுமில்லாமல் நீடூழி வாழ்வார் எழைக்கு இரங்குவதைக் குறித்து திருவிவிலியம் தரும் கருத்துகள் இங்கு கவனத்தில் கொள்ள வேண்டும்.

விவிலியக் கருத்துகள்

வறுமையில் உழல்வோருக்குக் காலம் தாழ்த்தாமல் உதவி செய் - சீராக் 4:3

கனிவுடையோர் பேறுபெற்றோர் ஏனெனில் அவர்கள் நாட்டை உரிமைச் சொத்தாக்கிக் கொள்வர் - மத்தேயு 5:

இரக்கமுடையோர் பேறுபெற்றோர் ஏனெனில் அவர்கள் இரக்கம் பெறுவர் - மத் 5:7

இவ்வாறு நற்செயல்களைச் செய்வதைத் திருவிவிலியம் எடுத்தியம்புவதைப் பல இடங்களிலும் காணலாம்.

"நல்வாழ்க்கை சில நாட்களே நீடிக்கும் நற்பெயர் என்றென்றைக்கும் நிலைக்கும் - சீராக் 41 : 13

மேலும் பொன்விதியாகத் திருவிவிலியம் கூறுவதைக் கேளுங்கள்

> பிறர் உங்களுக்குச் செய்ய வேண்டும் என விரும்புகிறவற்றை எல்லாம் நீங்களும் அவர்களுக்குச் செய்யுங்கள்
>
> - மத்தேயு 7 : 12

எனவே ஏழைகளுக்கு இரங்குதல் போன்று நற்செயல்களைச் செய்து ஈட்டிய நற்பெயர் என்றென்றைக்கும் நிலைக்கும் குறையில்லாமல் அவர்கள் வாழ்வார்கள்.

இழிசெயல்

வறுமை வந்துற்றவர்க்கும் அவருக்கு உதவி செய்ய முன்வருபவருக்கும் நடுவிலே மூன்றாவது ஒருவர் புகுந்து விடுகிறார். அவர் நன்மை செய்வதுமில்லை. அந்த ஏழைக்கு இரங்குவதுமில்லை, மாறாக அவருக்கு உதவி செய்ய விடாமல் தடுக்கும் முயற்சியில் இறங்குகிறார். இச்செயலை விவேக சிந்தாமணி வன்மையாகக் கண்டிக்கிறது, சபிக்கிறது. ஆம் அவ்வாறு இழிசெயல் செய்தவர் அனுபவிக்க வேண்டிய துன்பங்களாக சொல்லப்படுவன.

❖ கொடியதான நோய்கள் அவர்களைத் தாக்கும்.

❖ உடுத்திட உடையும் கிட்டாமற் போகும்.

❖ உண்பதற்கு உணவும் கிடைக்காமல் போகும்.

எனவே முடிந்தால் உதவி செய்திடல் வேண்டும். வாழ்த்துகள் வந்தடையும். உதவி செய்வதைத் தடுத்தால் கொடிய நோய்களுக்கு ஆளாவதுடன் உடுத்திட உடையும்

உண்டிட உணவும் கிட்டாமற் போகும். என்னே கருத்தாழ மிகுந்தது விவேகசிந்தாமணிப் பாடல்.

நீதி

கொடுப்பவர்களைத் தடுக்காதே!

திருக்குறள் :

கொடுப்பது அழுக்கறுப்பான் சுற்றம் உடுப்பதூஉம்
உண்பதூஉம் இன்றிக் கெடும். – குறள். 166

பொருள் : தானம் கொடுப்பதைக்கண்டு பொறாமைப்படுபவன் குடும்பம் உணவும் உடையும் இல்லாமல் தவிக்கும் படியான தரித்திரத்தை அடைந்து விடும்...

ஈ. அற்பருக்கு உதவினால்!

இடமறிந்து :

ஆபத்தில் இருப்பவருக்கு உதவி செய்வது நல்ல பண்பு ஆகும். துன்பத்தில் துவண்டு ஆதரவு என அண்டிவந்தோரை அரவணைத்து, அவர்களுக்கு அன்புக்கரம் நீட்டுவது, அனைத்து சமயங்களும் அறிவுறுத்தும் அறச்செயலாகும். ஆனால் 'பாத்திரம் அறிந்து பிச்சைபோடு' என்ற முதுமொழியையும் நாம் புறக்கணிப்பதற்கில்லை' உதவி கேட்டு வந்தவர்போல நடித்தும் வருவார் உண்டு... இதற்கு ஓர் எடுத்துக்காட்டு.

"மெய்யெலாம் நீறு பூசி வேணிகள் முடித்துக்கட்டி
கையினில் படைகரந்த புத்தகக் கவளி ஏந்தி
மைபொதி விளக்கேயன்ன மனத்தினுட் கறுப்பு
வைத்துப்

பொய்த்தவ வேடம் கொண்டு புகுந்தனன் முத்த நாதன்"

பெரிய புராணத்தில், மெய்ப்பொருள் நாயனார் புராணத்தில் வரும்

இந்த பாடல் வரிகளிலே, பொய்த்தவ வேடம் கொண்டு, வஞ்சக எண்ணத்துடன், மன்னன் முன் வந்து நின்ற துரோகி ஒருவனைக் காண்கிறோம்...

உதவி செய்கிறவரின் இரக்க குணத்தைப் பயன்படுத்தி தன் எண்ணத்தை ஈடேற்றிக் கொள்பவர்கள் பலர்... அத்தகைய ஒருவன்தான் இப்பாடலிலே தெரிகின்றான்.

ஆனால் வஞ்சகன் சதியிலிருந்து வசமாக மீண்டவர்களும் உண்டு... விழுங்குவதற்குச் சதிசெய்தும், தன் அறிவுக்கூர்மையால் முதலையிடமிருந்து தப்பித்துக் கொண்ட குரங்குபோல.....

வரலாற்றிலும், கூடவே இருந்து, கூடவே உண்டு, நண்பர் போல நடித்து நயவஞ்சகம் செய்த செய்திகள் பல... இயேசுவோடு இருந்து உண்டு, வாழ்ந்து, அவரையே கொலையாளிகளுக்குக் காட்டிக் கொடுத்தான் யூதாசு! கென்னடியின் நண்பனாகவே இருந்து அவருக்கு நெருக்கமாக வாழ்ந்து அவரையே சுட்டுக்கொன்றான் ஆஸ்வால்டு... ஆபிரகாம் லிங்கனின் சபை உறுப்பினராகவும், ஆலோசகராகவும் விளங்கிய நாடக நடிகன், நாடக அரங்கில் நாடகம் பார்த்துக் கொண்டிருக்கும் போதே நடிப்பது போல தன் நிஜத்துப்பாக்கியால் அவரைச் சுட்டுக் கொன்றான் பூத் என்னும் கொடியவன்.... தனது மெய்க்காவலர்களான கேகார்சிங், சத்வந்த்சிங் என்ற

துரோகிகளாலேயே சுட்டுக்கொல்லப்பட்டார் இரும்புப்பெண் இந்திரா அம்மையார்....

இன்றும் இந்த சதிகள், துரோகங்கள் வரலாற்றில், அரசியலில், குடும்பங்களில் தொடர்ந்து கொண்டே தான் இருக்கின்றன...

விவேக சிந்தாமணி கூறுவது என்ன?

வல்லியந் தனைக்கண் டஞ்சி மரந்தனி லேறும் வேடன்
கொல்லுதன் பசியைத் தீர்த்து ரட்சித்த குரங்கைக்கொன்றான்
நல்லவன் றனக்குச் செய்த நலமதா லுயர்வுண்டாகும்
புல்லர்க்கு நன்மை செய்தா லுயிர்தனைப் போக்குவாரே!

பொருளுரை :

தன்னைத் துரத்தி வந்த புலிக்குப் பயந்து வேடன் அருகிலிருந்த மரத்தில் ஏறினான். பசியோடிருந்தான் அந்த வேடன். அதைக் கண்ட அம்மரத்திலிருந்த குரங்கு ஒன்று அந்த நாவல் மரத்தின் நுனிக்கிளைகளில் பழுத்துத் தொங்கிய நாவல் பழங்களைப் பறித்துத்தந்தது... வேடனும் உண்டு தன் பசியாறினான்... இப்போது அவனுக்குள் இருந்த கொலைவெறி மேலிட அந்தக் குரங்கையே கொன்றுவிட்டான்... நன்றி கெட்ட இந்த வேடனைப் போன்ற மனிதர்களும் உண்டு...

நீதி : தீயோருக்கு நன்மை செய்தால் தீமையே வரும்! நல்லவர்களுக்கு உதவி செய்தால் நன்மையே அதிகமாகும்.

திருக்குறள் :-

> உதவி வரைத்தன்று உதவி உதவி
> செயப்பட்டார் சால்பின் வரைத்து - குறள் 105

செய்த உதவியின் மதிப்பு அது எவ்வளவு என்பதைப் பொறுத்தல்ல. உதவியைப் பெற்றுக் கொண்டவனுடைய குணம் எவ்வளவு பெரியதாக இருக்கிறதோ அந்த அளவுக்கு அதுவும் பெரியதாக இருக்கும்....

துன்பகாலத்தில் செய்த உதவியை மறந்து உதவி செய்தவனுக்குத் தீமை செய்வோனுக்குத் தப்பிக்க வழியே கிடையாது...

நீதி :-

> துன்ப வேளையில்,
> ஒருவர் செய்த உதவியை –
> ஒருநாளும் மறத்தல் ஆகாது...
> திருக்குறள் :
> நன்றாற்ற லுள்ளுந் தவறுண்டு அவரவர்
> பண்பறிந் தாற்றாக் கடை – குறள். 469

7. கல்வி

அ. நல்லோர் பெற்ற கல்வி!

கல்வி :

கல்விச் செல்வம் என்பது, அனைத்து வகையானச் செல்வங்களினும் மேலானது... கல்வி அறிவு பெற்ற ஒருவருக்கு எல்லா இடங்களிலும் செல்வாக்கும், புகழும் உண்டாகும் எனவே தான்

"உற்றுழி உதவியும் உறுபொருள் கொடுத்தும்

பிற்றை நிலை முனியாது கற்றல் நன்றே"

என முன்னோர் சொல்லி வைத்தனர்.... கல்வியை 'அமுது' என்றனர் தமிழர்... பட்டினத்தார் கூட 'கல்லாப்பிழை' யையும் பொறுத்தருள இறைவனிடம் வேண்டினார். அப்படியெனில் 'கல்லாமையை' பெரும் பிழையாகவே கருதினார் பட்டினத்தார். நம்முன்னோரும் கூட கல்லாமை ஒரு பெருங்குற்றமாகக் கருதப்பட்டகாலம். ஆனால் இந்தக் கல்வி எத்தகையவரிடத்தில் இருந்தால் பயன்மிக்கதாக இருக்கும்? இதற்கு விடையளிக்கிறார் விவேகசிந்தாமணி ஆசிரியர்.

பாடல் :

> பொல்லார்க்குக் கல்விவரில் கர்வமுண்டா
> மதனோடு பொருளுஞ் சேர்ந்தால்
> சொல்லாதுஞ் சொல்லுவிக்குஞ் சொற்சென்றால்
> குடிகெடுக்கத் துணிவர் கண்டாய்
> நல்லார்க்கிம் மூன்று குண முண்டாகி

அருளதிக ஞான முண்டாம்
எல்லார்க்கு முபகார ராயிருந்து
பரகதியை யெய்து வாரே!

பொருளுரை :-

கர்வம் : அகம்பாவம், ஆணவம்....

சொற்சென்றால் : செல்வாக்கு உண்டானால்

தீயகுணம் படைத்தவர்களிடத்திலே கல்வியறிவு பெருகினால் அவர்களுக்கு அது அகம்பாவத்தைக் கொடுக்கும். மேலும் அத்தகையவர்களிடம் செல்வச்செழிப்பும் ஏற்பட்டாலோ அவர்களை அது பேசக்கூடாதவற்றையும் பேச வைக்கும். மேலும் அவர்களுக்கு அதிக செல்வாக்கும் பெருகியிருந்தால் மக்களின் குடும்பங்களை அழிக்கவும் அத்தகையோர் துணிவார்கள்..

ஆனால், நற்குணங்கள் மிகுந்த நல்லவர்களிடத்தில் இந்த மூன்று குணங்களான கல்வி, செல்வம், செல்வாக்கு ஆகிய மிகுதியாகப் பெருகி வருமானால் அவர்களுக்கு அவை அதிகமான ஞானத்தைத் தரும்... எல்லோருக்கும் உதவி செய்பவராக இருந்து தம் முழுமையான வாழ்வுக்குப்பின் சொர்க்க இன்பத்தைச் சொந்தமாக்கிக் கொள்வார்கள்.

வரலாற்றில் :

சென்னை, மீஞ்சூர் அரசு மருத்துவ மனையில் மருத்துவ உதவியாளராகப் பணியாற்றி வருபவர் புவியரசன்... கரோனா தீ நுண்மியால் பாதிக்கப்பட்ட

மக்களுக்கு உதவி செய்வதற்காகத் தனது குடும்பத்தை மறந்து, வீட்டிற்கே செல்லாமல் கடந்த இரண்டு ஆண்டுகளுக்கும் மேலாக மருத்துவமனையிலேயே தங்கியிருக்கிறார். கரோனா வார்டிலேயே பணியாற்றி வருகின்ற புவியரசன் என்ற இந்த நல்ல மனம் படைத்தவரை எல்லோரும் பாராட்டி வாழ்த்துகிறார்கள்.... இதுதான் நல்ல மனிதரிடமிருந்து வந்த கல்வியறிவு...

“எல்லார்க்கும் உபகாரராயிருந்து” என்ற விவேக சிந்தாமணிப் பாடல் வரிகளுக்கு, புவியரசன் தக்க சான்று....

பொல்லார்க்குக்கல்வி வரின் :

கணினியுகம் இது... இணையதளம் - தகவல் வலையம், காணொலிக்காட்சி, மெய்நிகர் வகுப்பு என்பதெல்லாம் இன்று மிகச்சாதாரணமாகிவிட்டன... கணினித்துறையில் கற்றுத்தேர்ந்தவர்களில் சிலர் செய்யும் சேட்டைகளை, அண்மைக்காலமாக அவர்களின் அலப்பறைகளை நாம் கண்டு கொண்டுதானே இருக்கிறோம்....

❖ காணொலிக்காட்சி மூலம் காதல் வலை....
❖ மெய்நிகர் வகுப்பில் ஆசிரியர்...ஐயோ....
❖ இணைய தளம் மூலம்.... பணமோசடி ....
❖ எ.டி.எம் அட்டை எண்கள் மோசடி
❖ வங்கிக் கணக்கிலிருந்து பணம் அபேஸ்....
❖ போலி நகை அடகு வைத்து பண மோசடி ....

இவை எல்லாம் கல்லாதார் செய்ததா.... இல்லை பொல்லாதார் பெற்ற கல்வியால் ஏற்பட்டது இது...

"பொல்லார்க்குக் கல்வி வரில்" என இந்தச் செய்திகளைத்தான் விவேக சிந்தாமணி குறிப்பிடுகிறது"

திருக்குறள் :

> கற்க கசடறக் கற்பவை கற்றபின்
> நிற்க அதற்குத் தக....   குறள் 391

நீதி : கற்றவர்கள் எல்லார்க்கும் உதவி செய்து வாழ வேண்டும்....

ஆ கழுதை அறியுமோ கற்பூரவாசனை!

மூடர்

நல்லோரும் தீயோரும் கலந்தது இவ்வுலகம். யார் நல்லவர், யார் கெட்டவர் என்று திரித்தறிய இயலா வண்ணமான சமூக வாழ்க்கை. சிலர் நண்பனைப் போல பழகுவார்கள். ஆனால் ஆபத்து வேளையில் அகன்று விடுவார்கள், அவர்களுக்கு வேண்டியதைச் சாதித்துக் கொண்டு. வேறு சிலர் கடுகடுப்பாகவே இருந்தாலும் கெடுதல் செய்யமாட்டார்கள். சிலரோ எனில் நண்பரைப் போலவே பழகி, நண்பரென்றும் பாராது, அவர் செய்த உதவிகளையும் எண்ணாது அவருக்குக் கேடு செய்வர், ஆபத்தை உருவாக்குவர், சில வேளைகளில் உயிருக்குக் கூட உலை வைப்பர் இந்த மூடர். விவேக சிந்தாமணியின் பாடல் இதோ....

> தண்டாமரையி னுடன்பிறந்தே தண்டே நுகரா
> மண்டூகம்
> வண்டோ கானத் திடையிருந்து வந்தே கமல
> மதுவுண்ணும்

பண்டே பழகியிருந்தாலும் அறியார் புல்லோர்
நல்லோரைக்
கண்டே களித்தங் குறவாடித் தம்மிற் கலப்பர்
கற்றாரே

மண்டூகம்

மண்டூகம் என்பது தவளை. தாமரை மலர்ந்த தடாகத்தில்தான் வாழ்கிறது. தினமும் தாமரையும் மலர்கிறது. அதில் வாசனையும் உள்ளது, தேனும் உள்ளது. எனினும் பல நாட்களாக அந்த தடாகத்தில் வாழும் தவளை அந்தத் தாமரை மலரினை முகர்ந்து பார்த்ததுண்டோ? அதன் தேனைச் சுவைத்ததுண்டோ? அதன் தண்டினையாவது முகர்ந்து பார்த்ததுண்டோ சொல்லுங்கள்! இல்லை. இல்லவே இல்லை. ஏனெனில் அதற்குத் தாமரையின் அருமை பெருமைகள் தெரிவதில்லை. எத்தனை ஆண்டுகள் பழகினாலும், கூடவே குடியிருந்தாலும், இதே நிலைதான். எந்த மாற்றமும் வருவதில்லை, மண்டூகம் மண்டூகம்தான்.

புல்லோர்

அற்ப அறிவு படைத்த சிற்றறிவினர், சிறுமதியினர் எத்தனை ஆண்டுகள் நல்லவர்களுடனிருந்து பழகி வந்தாலும் அவர்களின் அரிய குணங்களை, அருமை பெருமைகளை, சிறப்புகளை அறிந்து கொள்ள மாட்டார்கள். உணர்ந்து கொள்ளமாட்டார்கள். அந்த மண்டூகத்தைப் போல

கற்றோர் இயல்பு

கற்றறிந்த பெரியோர்கள் எங்கெங்கு இருந்தாலும் வந்து கூடி ஒன்றுறவாடி அகமகிழ்ந்து இருப்பர். ஏனெனில்

கற்றோர் பெருமை அவர்களுக்குத் தாம் தெரியும். இங்குக் கல்வி கேள்விகளில் சிறந்த நல்லவர்களைத்தான் குறிப்பிடுகிறோம்.

> மன்னனும் மாசறக் கற்றோனும் சீர்தூக்கிற்
> மன்னனில் கற்றோன் சிறப்புடையன் - மன்னற்கு
> தன் தேயமல்லாமல் சிறப்பில்லை – கற்றோர்க்கு
> சென்ற இடமெல்லாம் சிறப்பு!

கல்வி கற்ற நல்லவர்கள் உலகின் எத்திசைக்குச் சென்றாலும் எல்லோராலும் மதிக்கப்படுவர் அல்லரோ! இன்னும் ஓர் சான்று

> நற்றாமரைக் கயத்தில் நல்லன்னஞ் சேர்ந்தாற்போல்
> கற்றாரை கற்றாரே காமுறுவர் கற்பில்லா
> மூர்க்கரை மூர்க்கர் முகப்பர் முதுகாட்டில்
> காக்கை உகக்கும் பிணம்

நன்னெறிப் பாடலும் "கற்றோரைக் கற்றாரே காமுறுவர்" என்று சான்றளிக்கிறது. ஏனெனில்

> ஒரு நாள் பழகினும் பெரியோர் கேண்மை
> இருநிலம் பிளக்க வேர் வீழ்க்கும்மே" எனக்

கொன்றை வேந்தன் குறிப்பிடுகிறது.

வண்டு

வண்டு கானகத்தே வாழ்கிறது. தாமரை மலர் அலர்ந்திருப்பதை உணர்ந்து கொள்கிறது. ஓடோடி வந்து அந்த மலரின் மீது அமர்ந்து உறவாடி, அதன் வாசனையை நுகர்கிறது. அதன் தேனைப் பருகி மகிழ்கிறது. நன்றிக்கு ரீங்காரித்து மீள்கிறது. இதைப்போல்தான் கற்றறிந்த

பெரியவர்களும் எங்கு ஞானம் உள்ளதோ, எங்கு அறிஞர் உளரோ எனத் தேடிச் சென்று அவர்களிடமிருந்து அறிவாகிய அமுதத்தைப் பருகி மகிழ்கின்றனர். அவர்களின் நற்குணமாகிய வாசனையைத் துய்த்து மகிழ்கின்றனர். அறிஞர்களுடன் உறவாடித் தம்மில் கலந்து பெருமையுறுவர்.

கிராமங்களில் சாதாரணமாகச் சொல்லும் பழமொழியும் விவேக சிந்தாமணியின் கருத்திற்கு வலுச்சேர்க்கின்றது. ஆம் "கழுதை அறியுமா கற்பூரவாசனை" என்பார்கள். கற்பூர வாசனைக்கருகிலிருந்தாலும் கழுதை அதன் அருமையை அறிவதில்லை. அதுபோலத்தான்.

உவமை

கற்றறிந்த பெரியோரை தண்டாமரை மலருக்கு ஒப்புமைப்படுத்திய ஆசிரியர், அதன் பெருமைகளை உணர்ந்த அறிஞர்களைத் தேன் தேடிவந்த வண்டுகளுக்கு ஒப்பாகப் பேசுகிறார். அதைப்போல கற்றோர் பெருமையை அறிந்து கொள்ளத் தகுதியற்ற மூடர்களைத் தவளைக்கு ஒப்பிடுகிறார். தாமரையோடிருந்தும் தண்டினைக் கூட முகராத தவளை – கற்றோர் பெருமையை அறிய இயலா மூடர்களைப் போன்றதே! என ஒப்புமைப்படுத்தி விளக்கியிருப்பது அருமை அருமை.

தமிழன்னைக்குக் கிடைத்த தனிப்பெரும் சொத்து, தத்துவ முத்து "விவேகசிந்தாமணி"

நீதி :

கற்றோருடன் சேர்ந்திருத்தலும் அவர் அறிவுரைகளை அறிந்திருத்தலும் நன்மையே தரும்

"நல்லாரைக் காண்பதுவும் நன்றே நலமிக்க
நல்லார் சொல் கேட்பதுவம் நன்றே நல்லார்
குணங்கள் உரைப்பதுவும் நன்றே அவரோடு
இணங்கி இருப்பதுவும் நன்று".

திருக்குறள் :

நண்பாற்றா ராகி நயமில செய்வார்க்கும்
பண்பாற்றா ராதல் கடை – குறள். 998

கருத்து : தம்மிடம் நட்பில்லாதவராகத் தமக்குத் துன்பம் செய்கிறவர்களிடத்திலுங் கூடப் பண்புடையவர்கள் இரக்க மில்லாமல் நடந்து கொள்ள மாட்டார்கள்.

இ. நாய்க்கு நறுநெய் பித்தம்!

வாசனைத்திரவியங்களை விற்றுவரும் வணிகன் ஒருவன், வேடர்கள் வாழும் குடியிருப்புக்குள் சென்றான். தன்னிடமிருந்த வாசனைப் பொருட்களை விற்பதற்குக் காட்டினான்... வேடர்களுக்கு, வணிகன் காட்டிய பொருட்களின் பயன்பாடு எதுவுமே புரியவில்லை. ஏனெனில் அவர்கள் அப்பொருட்களை அதற்கு முன் பார்த்ததே இல்லை! வியாபாரி ஒன்று சொல்ல வேடன் மறுமொழி சொல்வது போல இந்தப் பாடல் அமைந்துள்ளது.

"நான மென்பது மணங்கமழ் பொருளது
நாவிலுண்பதுவோ சொல்
ஊனுணங்குவோய் மடந்தைய ரணிவதே
யுவர் முகத் தலைக்கோட்டில்
ஆன தங்களது பூசினால் வீங்குவ
தமையுமோ வெனக் கேட்க

கான வேட்டுவச் சேரிவிட் டகன்றனர்
கடிகமழ் விலை வாணர்!

நானம் : கஸ்தூரி போன்ற வாசனைப் பொருள் ஒன்று, விலைவாணர் = வர்த்தகர்.

வணிகனுக்கும் வேடனுக்கும் நடந்த உரையாடல் இதுதான்...

நானம் என்ற ஒரு வகை வாசனைப்பொருள் கொண்டு வந்துள்ளேன், வாங்குங்களேன்...

அப்படியா, அது நாவினால் சுவைத்துச் சாப்பிடத்தக்க பலகாரமா சொல்... மாமிசம் உண்ணும் வேடனே, நானம் என்பது பெண்கள் முகத்தில் பூசிக் கொள்ளும் வாசனைத்திரவியம்... அப்படியானால் அதைப்பூசினால் உடலில் ஏற்படும் வீக்கம் அமுங்கிவிடுமா....

ஐயோ சாமி, ஆளை விடுங்கடா.....

இதுபோல சிலர் உலக அறிவே இல்லாமல் மூடத்தனம் நிறைந்தவராகவே இருப்பார்கள். சாதாரணமாகச் சொல்வார்கள்...

“வெட்டுக்கடா முன்னே வேதம் ஓதுகிறான்” இதுதான்... பாலையே பார்த்திராதவன் கிட்டே...மோர், தயிர், நெய் என்ற சொற்கள் பயனற்றவை. எங்கு எதை விற்க வேண்டுமோ அங்கு அதை விற்க வேண்டும். யாரிடத்தில் எதைச் சொல்ல வேண்டும் என்பதை யோசித்துச் சொல்ல வேண்டும்....

இறைச்சியை உண்டு, கானகத்தில் வாழ்பவனிடத்தில் போய் வாசனைத் திரவியத்தைச் சொன்னால்....? அப்படியே நல்ல அறிவுரைகளையும் நல்லவர்களிடத்திலேயே சொல்ல வேண்டும்...

நீதி :

இடம், பொருள், காலம், அளவு, நிலை, விளைவு, அனைத்தும் ஆய்ந்துதான் ஒரு சொல்லைச் சொல்ல வேண்டும்.

திருக்குறள் :

அங்கணத்துள் உக்க அமிழ்தற்றால் தங்கணத்தார் அல்லார்முன் கோட்டி கொளல் - குறள் - 720

ஈ. வலிமைக்கு மிஞ்சி வேடமிட்டால்!

வலியறிந்து :

நாம் ஒரு செயலைச் செய்யும் போது நம் வலிமைக்கு மிஞ்சி நம்மை எடை போடுதல் சரியல்ல. ஒருவரிடம் போட்டி போடும் சமயத்திலும் சரி, ஒருவருடன் சண்டைக்குச் செல்லும் போதும் சரி, ஒருமுறைக்குப் பலமுறை நன்கு சிந்தித்த பின்னரே அதில் ஈடுபடல் நன்று... இல்லாவிடில் எடுத்தோம் கவிழ்த்தோம் என்று, சிந்திக்காமல் இறங்கினால்

ஆழம் தெரியாமல் காலைவிட்டு
அவதிப்படலாமா ஊளையிட்டு

என்ற மாதிரிதான் ஆகும்... இங்கு இந்த அறிவுரை ஓர் சிறுகதை மூலம் விளக்கப்பட்டுள்ளது.....

கதை இது :

ஓர் காட்டில் இருந்த குகையொன்றில் வலிமை மிக்க புலி ஒன்று வாழ்ந்து வந்தது... மேய்ச்சலுக்காகச் சென்ற ஆட்டுக்கடா நேரம் இருட்டிவிடவே ஒதுங்குவதற்காக இடம் தேடியது... புலி குகையிலிருந்து வெளியே சென்றிருந்த நிலையில் அந்தக் குகையில் படுத்துக் கொண்டது... இரவில் அந்தப் புலி தன் குகையை நோக்கி வரக்கண்ட ஆட்டுக்கடா..."ஐயோ நான் செத்தேன்"எனப் பயந்தது... இருந்தாலும் எப்படியும் இவன் என்னைக் கொல்லத்தான் போகிறான். அதன் முன் ஒரு சிறு முயற்சிதான் செய்வோமே.... நடந்தால் சாதனை.... என எண்ணிக் கொண்டது... தன் கழுத்தில் கிடந்த மணியைப் பலமாக ஆட்டி, ஓர் உறுமல் விட்டது" அடே புலியா.... உன்னைக் கொன்று தின்ன சபதம் எடுத்து வந்துள்ளேன்... வா... வா... எனக் கூறிக் கொண்டே உடலை குலுக்கிக் குலுக்கி நின்றது, குகை வாயிலில்.... இரவு நேரம் புலி உண்மையிலேயே பயந்து ஓடிவிட்டது... வழியில், ஓர் நரி, புலியிடம் உண்மையைச் சொல்ல... ஓகோ.... அது ஆட்டுக்கடாதானா... எனத் தெளிவு பெற்ற புலி, குகைக்கு வந்து ஆட்டை அடித்துக்கொன்றது.

இந்தக்கதை பொதிந்த பாடல் இது :

மையது வல்லியம்வாழ் மலைக்குகை தனிற்புகுந்தே
ஐயமும் புலிக்குக் காட்டி யடவியிற் றுரத்துங் காலை
பையவே நரிக்கோளாலே படுபொருளுணரமீண்டு
வெய்யவம் மிருகம்தானே கொன்றிட வீழ்ந்த தன்றே!

பழமொழி :

❖ கெட்டிக்காரன் புளுகு எட்டு நாளைக்கு....

❖ இருட்டு கொண்டு ஓட்டை அடைக்க முடியாது
❖ உயரப் பறந்தாலும் ஊர்க்குருவி பருந்தாகுமா!

திருக்குறள் :

வினைவலியும் தன்வலியும் மாற்றான் வலியும்
துணைவலியும் தூக்கிச் செயல்   - குறள் 471

ஒரு செயலைச் செய்யுமுன்னர் அந்தச் செயல் எத்தகையது என்பதை நன்கு அறிதல் வேண்டும். பின்னர் தனது வலிமையையும் நாம் எதிர்க்கப் போகின்ற மாற்றானின் வலிமையையும், இச்செயலில் நமக்குத் துணைக்கு வருகின்றவர்கள் வலிமையையும் நன்கு ஆராய்ந்தறிதல் வேண்டும்... அதன் பின்னரே செயலில் இறங்க வேண்டும்...

இவ்வாறு தன் வலிமையையும் தான் சண்டைக்குப் போகிற புலியின் வலிமையையும் எண்ணிப்பாராது புலியுடன் எதிர்க்கமுயன்ற ஆடு தன் உயிரை இழந்தது... இதுதான் 'அக்னிப்பரிட்சை' எனப் படுவது.

நரி எப்போதுமே தந்திர குணமுடையது. இங்கும் வஞ்சக எண்ணம் கொண்டோர்க்கு உவமையாகச் சொல்லப்படுகிறது... ஆடு தப்பிப்பிழைக்காமல் அழிந்துபோக வேண்டும் என எண்ணியே புலியிடம் 'கோள்' சொன்னது... இப்படி 'கோள்' மூட்டி இரசிப்பவர்களும் பலர் உண்டு...

ஆனால் :

அறிவுடையார் ஆவதறிவார் அறிவிலார்
அஃதறி கல்லா தவர்.   - குறள் 427

நல்லறிவு மிக்கவர்கள், தாம் செய்யப்போகும் செயல்களின் பின் விளைவுகளை நன்கு அறிந்து கொள்வார்கள்... அப்படி அறிய முடியாதவர்கள் அறிவற்றவராவர்...

ஆவதறிந்திருந்தால் ஆட்டுக்கடா புலியிடம் மோதி மாண்டிருக்குமா?

பட்டினத்தாரின் திரு ஏகம்ப மாலையில் ஒரு பாடல் :

பட்டினத்தார் தன் இயலாமைகளை இறைவனிடம் சொல்லி முறையிடுகிறார்...

"பொல்லாதவன், நெறி நில்லாதவன், ஐம்புலன்கள்
தமை
வெல்லாதவன், கல்வி கல்லாதவன்
மெய்யடியவர்பால்
செல்லாதவனுண்மை சொல்லாதவன்
நின்றிருவடிக்கன்பு
இல்லாதவன் மண்ணி லேன்பிறந்தேன் கச்சி
ஏகம்பனே!"

இதுதான் தன் நிலை அறிதல்.... இவ்வுலக இன்பங்களை யெல்லாம் வேண்டாமெனத் தள்ளிய பட்டினத்தார் அடியார்களே இப்படி இறைவனிடம் உருகுகிறார் எனின்... நான் எம்மாத்திரம்!

எனவே, எப்போதுமே தன்னைத் தாழ்த்திடல் வேண்டும்.. தன்னை உயர்வாக எண்ண வேண்டாம்...

திருவிவிலியம் பேசுகிறது:

"தன்னைத்தான் தாழ்த்துகிறவன் உயர்த்தப்படுவான்"

இவ்வாறு, அறிவொளி வளர பேரொளியாய்த் திகழும் ஒப்பற்ற நூலாம் விவேகசிந்தாமணியை மணியாய்ப் போற்றுவோம்!

நீதி :

❖ தன் வலிமைக்கு மிஞ்சி தன்னை
மிகைப்படுத்தி எண்ணாதே!

❖ பிறரைக் கெடுக்க ஒருபோதும்
நினையாதே!

உ. பெரியோர் இயல்பு

"முற்றிலும் பரிபக்குவம் அடைந்தவர்கள்
மற்றவரில் குற்றம் காண்பதில்லை

இது திருமூலரின் திருவாக்கு. ஆம் கற்றுத்தேர்ந்த அறிஞர்கள் எவரிடத்தும் குறை காண்பதில்லை. எவரையும் பழித்துப் பேசுவதில்லை. எவர் குற்றத்தையும் பெரிதுபடுத்துவதில்லை. குறையறிவு உடையவர்களே இவ்வாறு செய்கிறார்கள்.

கற்றோர் சபையில் கல்வியறிவு குறைந்தவர்கள் வந்துவிட்டாலும் அவர்களைக் குற்றம் சொல்லி விலக்கி விடாமல் அவர்களையும் தம்மிடம் அணைத்துக் கொள்கிறார்கள். இது அவர்களின் அருங்குணம், பெருங்குணம்.

ஆம், அதுபோல

கடலின் அருகில் பாய்ந்து ஒழுகுகின்ற சாக்கடைக்கழிவு நீர் கடலில் புகும் வேளையிலும் அதனை

விலக்கிவிடுவதில்லை. தன்னுடன் சேர்த்துக் கொள்கிறது. தூய்மைப்படுத்துகின்றது. கல்வியறிவு மிக்கவர்களை எல்லையற்ற கடலுக்கும் குறையறிவு கொண்டவர்களை, ஒழுகுகின்ற அழுக்கு நீருக்கும் ஒப்பாக உரைக்கப்பட்டுள்ளது.

பாடல் இதோ

சலதாரை விழுநீருஞ் சாகரந் தன்னைச் சார்ந்தாற்

குலமென்றே கொள்வதல்லாற் குரைகடல் வெறுப்பதுண்டோ

புலவர்கள் சபையில் கூடிப் புன்கவியாளர் சார்ந்தால்

நலமென்றே கொள்வதல்லால் நவில்வரோ பெரியோர் குற்றம்?

சாகரம் : பரந்து விரிந்த கடல், அமைதியான கடல்

குரைகடல் : ஓசை எழுப்புகின்ற கடல்

புன்கவியாளர் : குறை அறிவுடையோர்

கற்றுத் தேர்ந்தவர்கள் பரந்து விரிந்த அமைதியான கடல் போன்றவர்கள்

என்னே கருத்தாழம், என்னே கற்பனை வளம், என்னே உவமை நயம்!

நீதி : * கற்றறிந்தாரோடு இணங்கி இருக்க வேண்டும்

*குறை அறிவு உடையோரையும் வெறுத்து ஒதுக்கக்கூடாது.

வெற்றி வேற்கை :

ஒரு நாள் பழகினும் பெரியோர் கேண்மை

இரு நிலம் பிளக்க வேர் வீழ்க்கும்மே

திருக்குறள் :

அறனறிந்து மூத்த அறிவுடையார் கேண்மை
திறனறிந்து தேர்ந்து கொளல் - குறள். 441

பொருள் :

தம்மைவிட அறத்திலும் அனுபவத்திலும் முதிர்ந்த அறிஞர்களைத் தேர்ந்து, அவர்களுடன் இணங்கி நட்புடன் இருத்தல் எப்போதும் நலம் தரும்.

8. கடமை

அ. வேதியர்தம் கடமை மறந்தால்!

வேதியர் :-

உலகில் தோன்றிய ஒவ்வொரு மனிதனுக்கும், ஒரு கடமை உண்டு... தனிப்பட்ட முறையிலும் சரி, குழு அடிப்படையிலும் சரி அவரவர் கடமைகளைச் சரிவர செயல்படுத்திட வேண்டும். ஏனெனில் மனிதன் ஓர் சமூக உயிரி.. மனித வாழ்க்கை என்பது கூட்டு வாழ்க்கை... மனிதன் சமூகமாக வாழ வேண்டியவன். தனிமனித வாழ்வு சிறப்பாக, பழுதற்றதாக அமைந்தால், அவன் சார்ந்த சமூக வாழ்வும் சிறப்பாக அமையும்... சமூகம் சிறப்பாக வாழ்வது என்பதே மனிதன் மனிதனாக வாழ்கிறான் என்பதற்கு அடையாளம்...ஈசாப் கதைகளில் நாம் படிக்கிறது போல,'மனிதன் எங்கே' என அடையாளம் காணப் பகல் வேளைகளிலே கையில் விளக்குடன் அலைந்த அறிஞர் குறித்துப் பார்க்கிறோம்...

வரலாறு:

மனித வாழ்வின் கோட்பாடுகளாகப் பேரறிஞர் அண்ணா கடமை, கண்ணியம் கட்டுப்பாடு தேவை என்கிறார்... "தனிமனித ஒழுக்கமே, சமுதாயத்தின் ஒழுக்கத்தின் அடிப்படை... எனவே தனிமனித ஒழுக்கமே சிறந்தது" என்கிறார் தந்தை பெரியார்... மிகப்பழங்காலம் தொட்டே ஒவ்வொரு குழுவினர்க்கும் கூட ஒவ்வொரு கடமைகளை வகுத்திருந்தார்கள்... அதுவே பின்னர் சாதிப்பாகுபாட்டிற்கும், வருணாசிரமக் கோட்பாடுகளுக்கும்

வழிவகுத்தது. என்றாலும் கூட இங்கு சுட்டிக் காட்டப்பட்ட "கடமைகள்" கவனிக்கத்தக்கது...

பிராமணர், சத்திரியர், வைசியர், சூத்திரர் என நான்கு வருணமாக வகைப்படுத்தியிருந்தனர் அன்று. அன்று அதிலே பிராமணர் தம் கடமைகளை மட்டுமே விவேக சிந்தாமணி சுட்டிக்காட்டுகிறது. ஏனெனில் வேதியர்களின் கடமைகளை அவர்கள் செய்யாதொழிந்தால் பிற எதுவுமே இயங்காது என்பது போல இங்குச் சொல்லப்படுகிறது. நாம் இதனை"ஒருவர் தாம் செய்யத்தக்க கடமைகளை மறந்தால் என்று எடுத்துக்கொண்டால் எக்காலத்திற்கும் எல்லா உலகுக்கும் பொருத்தமாக இருக்கும்.... அப்படி என்ன? பாடலைப்பார்ப்போமா ..

> இந்திரன் பதமுங் குன்று மிறையவர் பதங்கள் மாறும்
> மந்தர முதலாவுற்ற மலைகளின் நிலைக ணீங்கும்
> சந்திரன் கதிரோன் சாய்வர் தரணியிற் றேய மாளும்
> அந்தணர் கருமங் குன்றினகிலமீ துயாவரே
> வாழ்வார்!....

இங்கு சொல்லப்படுபவை இவைதாம்...

வேதியர்கள் தாங்கள் "இறைவனை வழிபடுதலாகிய" தம் கடமையிலிருந்து தவறினால், இந்திரன் வழங்கும் செல்வங்கள் குறையும்.... அதாவது ஆட்சியாளர்கள் நிலை தடுமாறுவர். பெரிய மலைகளும் பெயர்ந்து போகும்... அதாவது நிலநடுக்கம்,பூமி அதிர்வு போன்றவை நிகழும், மனித வாழ்க்கையில் வறுமை மிகுதியாகும்.... அதாவது நாட்டில் பஞ்சம் பெருகும்... சூரியனும் சந்திரனும் கூட சாய்ந்து விழும்... அதாவது வானத்தின் சத்துவங்கள் அதிரும்... அசையும், உலகமெல்லாம் அழகிழந்து

நிற்கும்... எவருமே வாழ இயலாத நிலைதான் காணப்படும்....

இலைமறை காயாக இப்பாடலில் காணப்படும் ஒரு கருத்து என்னவெனில்... அனைத்து உலகங்களுக்கும் அதிபதியாகிய ஆண்டவனை வணங்குதலாகிய கடமையைத் தவறினால் வாழ்க்கை நிலை குலைந்து விடும். வறட்சியால் வாடும் நிலை வரும். வானும் - பூமியும் நிலைகுலையும்.

மலைகள் எட்டு – கைலை, இமயம், மந்தரம், விந்தம், நிடதம், ஏமகூடம், நீலகிரி, கந்தமாதனம்.

வேதியர் தொழில் : வேதம் ஓதுதல், ஓதுவித்தல், யாகம்செய்தல், யக்ஞம் நடத்திவைத்தல், திருமணம் முதலான நற்கருமங்கள் நடத்திவைத்தல், இறந்தோர்க்குச் செய்யும் கருமங்கள் நடத்திவைத்தல் முதலியன.

திருக்குறள் :

அறவாழி அந்தணன் தாள் சேர்ந்தார்க் கல்லால்

பிறவாழி நீந்தல் அரிது...   - குறள் 8

நீதியின் கடலாகிய இறைவனிடம் அடைக்கலம் புகுந்தால்தான் அறநெறி வெளிப்படும் மீட்பு உண்டாகும். இல்லாவிடில் அநீதியாகிய பெருங்கடல் போன்ற உலகத் துன்பங்களைக் கடக்க இயலாது....

நீதி :
❖ கடமைகளை மறத்தலாகாது...
❖ இறைவனை வணங்குவதே நம் முதற்கடமை....

வாழ்வியல் வழிகாட்டும் விவேகசிந்தாமணி

❖ ஆண்டவனிடம் சரணடைந்தால் மீட்பு உண்டு...

திருக்குறள் :

பொச்சாப்பு கொல்லும் புகழை அறிவினை
நிச்ச நிரப்புக்கொன் றாங்கு – குறள். 532

பொருள் :

தொடர்ந்து வந்த தரித்திரம் ஒருவனுடைய அறிவைச் சிறுகச் சிறுக அழித்து விடுவதைப்போல, கடமைகளை மறந்து விடுவதால் ஒருவனுடைய புகழைச் சிறுகச் சிறுக அழித்துவிடும்.

ஆ. காக்க வேண்டிய இரகசியம்

இரகசியம்

தனக்கு மட்டுமே தெரிந்திருந்தால் மட்டுமே அது இரகசியம். இரண்டாவது நபருக்குத் தெரிந்து விட்டால் அது பரசியம் ஆகிவிடும். ஆனால் சில காரியங்கள் அந்த இரண்டாவது நபருக்குத் தெரியவே கூடாது என அறிஞர்களும் கூறுகின்றனர். விவேக சிந்தாமணிப் பாடல் ஒன்றும் இதனைத் தெள்ளத் தெளிவாகக் குறிப்பிடுகின்றது.

தனிநபர் காக்க வேண்டிய இரகசியங்கள், காக்கப்படாமல் மீறப்படும் போது, அதனால் விரும்பத்தகாத விளைவுகள் ஏற்படுவது இயல்பு. அதுபோலவே துறை சார்ந்த இரகசியங்கள், தேசியம் சார்ந்த இரகசியங்களும் அவை பாதுகாக்கப்படாமல் விதிமீறல்கள் நடந்து விட்டால், கடுமையான விளைவுகள் நிகழ்வது கண்கூடு. நாடுகளில் கூட இதற்காக தனியான அமைப்புகள் உள்ளன. பெரிய பதவிகளில்,, பதவி ஏற்போருக்கும் இரகசியக் காப்பு

பிரமாணம் செய்து வைப்பதுண்டு. எனவே இரகசியக் காப்பு என்பது இன்றியமையாதது மனித நல்வாழ்வுக்கு, சமூகத்தின் நல்வாழ்வுக்கு, நாட்டின் நல்வாழ்வுக்கு, மிகமிக அவசியமானதாகும். சில மூலிகை ரகசியங்களைக் கூட வெளியே சொல்லாமல் காத்தனர் முன்னோர்.

தனிமனித வாழ்வில் காக்க வேண்டிய இரகசியங்களாக விவேக சிந்தாமணி குறிப்பிடுவதைக் கேட்போமா

குருவுபதேசம்மாதர் கூடிய வின்பம் நெஞ்சில்
மருவிய நியாயம் கல்வி வயதுறச் செய்த தர்மம்
அரிய மந்திரம் விசார மாண்மையிங்
கிவைகளெல்லாம்
ஒருவருந் தெரிய வொண்ணா துரைத்திடி
லிழிவுண்டாமே

பொருளுரை

குறிப்பு : அக்காலத்தில் குருகுலக்கல்வி முறை இருந்து வந்ததால் ஆசிரியர் - குரு – என அழைக்கபட்டார். எனவே இங்கு 'குரு' எனச் சொல்லப்பட்டது. ஆசிரியர் எனக் கொள்ளல் வேண்டும்

நேர்த்தி : கடன்

விசாரம் : ஆசை

குரு செய்த உபதேசத்தை இரகசியமாகக் காத்திட வேண்டும். தன் நண்பர்களுக்குக் கொடுத்த கடனை வெளியே சொல்லக்கூடாது. தனது சொத்து மதிப்பை எவரிடமும் கூறக்கூடாது. நியாயம் என்று தெரிந்தாலும்,

அதைச் சொல்வதால் பிரச்சனை வரும் என்று தெரிந்தால், நிச்சயமாக அதைச் சொல்லவே கூடாது. தான் எவ்வளவு பெரிய படிப்பு படித்திருந்தாலும் அதைச் சொல்லி பெருமை கொள்ளல் ஆகாது. தனது வயதும் (அகவை) கூட இரகசியமாகத்தான் இருக்க வேண்டும். ஒருவர் செய்த தான தர்மங்களைத் 'தம்பட்டம்' அடிக்கக் கூடாது என இதனால்தான் சொன்னார்கள்.

இதை:

வலது கை கொடுப்பதை
இடதுகைக்குத் தெரியாதிருக்கட்டும்

எனத் திருவிவிலியம் எடுத்துக் கூறுகிறது. கிடைத்தற்கரிய மந்திரங்களை, இரகசியமாகப் பாதுகாக்க வேண்டும் (மந்திரங்களைப் பிறருக்குப் பகிர்ந்து கொடுத்தால் அது பலிக்காது என்பது அக்கால நம்பிக்கை) ஒருவரின் மனதில் இருக்கும் ஆசையைக் கூட அடுத்தவர்களிடம் சொல்லக் கூடாது. அதுபோல ஒருவரிடமுள்ள தனித்திறமைகள், வீரம், வலிமை இவைகளையும் எவரிடத்தும் சொல்லவே கூடாது. அது தற்பெருமைக்கு வழிவகுக்கும்!

மேலே கூறப்பட்ட விடயங்களை இரகசியமாகக் காக்காவிடில் அவை அழிந்து விடும் என்கிறார்.

திருக்குறள்

காக்க பொருளா அடக்கத்தை ஆக்கம்
அதனினூஉங் கில்லை உயிர்க்கு – குறள் 122

நீதி : அடக்கமாக இருப்பதே பெரிய செல்வமாகும்.

இ. அங்கம் குறைந்தாலும்!

வாழ்விலே

தங்கத்திலே ஒரு குறை இருந்தாலும்
தரத்தினில் குறைவதுண்டோ? – உங்கள்
அங்கத்திலே ஒரு குறை இருந்தாலும்
அன்பு குறைவதுண்டோ?

இது பாகப்பிரிவினை திரைப்படத்திலே ஓர் பாடல். எத்தனை உண்மை இது. வாழ்வியல் யதார்த்தம்

விவேக சிந்தாமணியில் ஓர் காட்சி

அரும்பு கோணிடி லதுமணங் குன்றுமோ
கரும்பு கோணிடிற் கட்டியும் பாகுமாம்
இரும்பு கோணிடி லியானையை வெல்லலாம்
நரம்பு கோணிடில் நாமதற் கென் செய்வோம்

அரும்பு

வாசனை தருகின்ற மல்லிகை மலர் வளைந்து இருந்தாலும் அது தரும் வாசனை குறைவதில்லை.

கரும்பு

கரும்பு வளைந்திருந்தது என்று, அது தரும் சுவையில் குறைவதில்லை. வழக்கம் போல சர்க்கரை எனும் பொருளைத் தருவதில் தவறுவதில்லை.

இரும்பு

இரும்பு வலிமையானது. அதை வளைத்து உருவாக்கப்பட்ட அங்குசம் என்னும் கருவிதான் வலிய

யானையையும் கீழ்ப்படிய வைக்கிறது. இவை எல்லாம் தம்முள் தம் தோற்றத்தில் மாறுபட்டு வசீகரம் குன்றி இருக்கலாம். ஆனால், அவை தரும் பயன்பாட்டில் குறைவதே இல்லை.

ஆனால்

ஒருவன் உடல் நரம்புகள் வலுவற்றிருந்தால் பயனில்லை. யாரும் எதுவும் செய்ய இயலாது எனவே உடல் வனப்பல்ல உடல் வலுவே இன்றியமையாதது.

சுவாமி விவேகானந்தர் போதிக்கிறார்

உங்கள் நரம்புகளை எ·.கைப் போல்
முறுக்கேற்றிக் கொள்ளுங்கள்,
உங்கள் தசைகளை இரும்பைப் போல்
வலுவேற்றிக் கொள்ளுங்கள். ஏனெனில்,
வலுவான உடலினுள்தான்
வலுவான ஆன்மா இருக்க முடியும்!

எத்தனை பெரிய உண்மை

நீதி :

சுவர் இருந்தாலே சித்திரம் வரையலாம்.

திருக்குறள் :

புறத்துறுப் பெல்லாம் எவன்செய்யும் யாக்கை
அகத்துறுப்பு அன்பி லவர்க்கு – குறள். 79

பொருள் : உடலின் உள்ளே அமையவேண்டிய அங்கமாகிய அன்பு இல்லாதவர்களுக்கு வெளியே

காணப்படுகிற மற்ற அங்கங்கள் எவளவு அழகாக அமைந்திருந்தாலும் அவற்றால் பயன் இல்லை.

ஈ. விருந்தோம்பல்

தமிழர் குணம்

தமிழரின் ஒப்பற்ற பண்பு விருந்தோம்பல். இந்திய நாட்டின் தனிப்பண்பு விருந்தோம்பல் என்று மேல்நாட்டினரே வியந்து போற்றுவதுண்டு. விருந்தோம்பல் குறித்து அய்யன் வள்ளுவர் ஒரு அதிகாரத்தையே படைத்துள்ளார்.

> வித்தும் இடல் வேண்டும் கொல்லோ விருந்தோம்பி
> மிச்சில் மிசைவான் புலம் - குறள் 85

என்கிறார். விருந்தினரை உபசரித்து எஞ்சியதை உண்பவன் நிலம் விதைக்காமலே விளையுமாம். விதையும் இடவேண்டுமோ! என வினவுகிறார். அத்தகு சீர்மிகு பண்புதான் விருந்தோம்பல். விருந்தோம்புவது எப்படி? விருந்தோம்புபவர் மனநிலை எப்படி இருக்க வேண்டும்? இதற்கு விளக்கம் தருகிறது விவேகசிந்தாமணியின் தனிப்பாடல் ஒன்று. இதோ அந்தப் பாடல்

பாடல்

> "ஒப்புடன் முகமலர்ந்தே யுபசரித்துண்மை பேசி
> உப்பிலாக் கூழிட்டாலு முண்பதே யமிர்தமாகும்
> முப்பழமொடுபா லன்ன முகங்கடுத் திடுவராயின்
> கப்பிய பசியி னோடு கடும்பசி யாகுந்தானே"

பொருள் விளக்கம்

இங்கு உபசரிப்பவர் மனநிலை எப்படி இருக்க வேண்டும் என்பது குறிப்பிடப்படுகிறது. முகமலர்ந்து

ஒருவரை உபசரிக்க வேண்டும். உண்மையுடன் உபசரிக்க வேண்டும். போலித் தனத்திற்காக, வெளி அலங்காரத்திற்காக வீண் புகழ்ச்சிக்காக இல்லாமல் உண்மையான மனத்துடன் உபசரிக்க வேண்டும். உண்மையான அன்புடன் தரும் உப்பில்லாக் கூழ் கூட தேவாமிர்தம் போன்றதே. எத்தகைய உணவு என்பதல்ல எத்தகைய மனநிலையுடன் அது பரிமாறப்பட்டது என்பதைப் பொறுத்தது! மாறாக,

முகமலர்ச்சியில்லாமல், முகம் கடுத்து, மனமில்லா மனத்துடன் வழங்கப்படும் தரமுயர்ந்த விருந்தாயினும் வீணே! மா, பலா, வாழை என முப்பழங்களுடன் பால் பாயாசத்துடன் வழங்கப்படும் அறுசுவை உணவு கூட முகமலர்ச்சியின்றி வழங்குவாராயின் உண்பவரின் பசியை அது மேலும் கூட்டுமாம்.

திருக்குறள்

திருவள்ளுவர் கூறுவதும் இதுவே. உபசரிப்பாரின் மனநிலைக்குத்தான் சிறப்பிடம் தருகிறார்.

மோப்பக் குழையும் அனிச்சம் முகந்திரிந்து
நோக்கக் குழையும் விருந்து.   - குறள் 90

முகந்திரிந்து நோக்கினாலே விருந்தினர் முகம் வாடிவிடுமாம். தமிழ் சமூகத்தின் மிகச் சிறப்பாகப் போற்றப்பட்ட விருந்தோம்பல் பண்பினை, எப்படிப்பட்ட மனநிலையுடன் விருந்தோம்ப வேண்டும் என்பதனை எத்தகு நளினமாக, நயமாக எடுத்தியம்புகிறது விவேகசிந்தாமணி. இவ்வாறு திருக்குறளின் கருத்துக்களுக்கு விளக்கமாய் விளங்குகிறது விவேக சிந்தாமணி!

நீதி : முகமலர்ந்து விருந்தோம்புதல் வேண்டும்

உ. அன்னையர் ஐவர்!

“மங்கையராகப் பிறப்பதற்கே. நல்ல
மாதவம் செய்திடல் வேண்டுமம்மா – கவிமணி...

உலகில் உள்ள மனிதர்களுள் அம்மா என்பவர் தெய்வம் என்று போற்றத்தக்கவர்... ஆனால் தாயுள்ளம் கொண்ட வேறு சிலரும் நம்மைப் பெற்ற அன்னையைப் போல வணங்கத்தக்கவர் உண்டு என்பதை விவேக சிந்தாமணி நமக்கு எடுத்துக் கூறுகிறது...

விவேகசிந்தாமணி :

தன்னை யளித்தா டமையன் மனைகுருவின்
பன்னி யரசன் பயிறேவி – தன்மனையைப்
பெற்றா ளிவரையே பேசி லெவருக்கும்
நற்றாய ரென்றே நவில்...

பொருள் :

தன்னை அளித்தாள் - தன்னைப்பெற்ற தாய்
பன்னி – மனைவி
தன் மனையைப் பெற்றாள் - தன் மனைவியின் தாய்

கருத்துரை :

தன்னைப் பெற்ற தாயும், தனது தமையன் மனைவியும், ஆசிரியரின் மனைவியும், நாட்டை ஆளுகின்ற அரசனின் மனைவியும், தன் மனைவியைப் பெற்ற தாயும் ஆகிய இந்த ஐவரையும் நல்ல தாய்மார்கள் என்று போற்றத் தக்கவராவர்...

பொது வாழ்வில் :

தாயன்புக்கு ஈடானது எதுவுமில்லை... தாயன்புடன் மக்களைக் காக்கும் மகத்தான அன்னையர்கள் என்றுமே வணங்கத்தக்கவர்கள்... ஒரு உயிர்வாழ தன் உடலை வருத்தி பத்திய மிருக்கும் ஒரே உயிர்தான் அம்மா... அன்னை தெரசா போன்றோரின் அன்புப் பணிகள் அகிலம் போற்றுகிறது... காரணம் அவரின் தாயுள்ளம்! இந்தியாவில் மே எட்டாம் நாள் அன்னையர் தினம் கொண்டாடப்படுகிறது.

புராணங்களில் :

- இராமாயணத்தில் - இராமனின் மனைவி சீதாதேவியைத் தங்கள் அன்னையாகவே கொண்டிருந்தனர். அவரின் தம்பியர் இலக்குவனும், பரதனும் சத்ருக்னனும்...

- மகாபாரதக் கதையிலே பாண்டவர்கள் சீதாதேவியை தாயெனவே போற்றினர்...

 தாயன்பு...
 களங்கமற்றது...
 கள்ளங்கபட மற்றது...
 நிபந்தனையற்றது...
 பிரதி பலன் வேண்டாதது!
 உறுதியானது...

நீதி : அன்னையத் தெய்வமாகப் போற்றுவோம்!

அனைத்து மகளிரையும் அன்னையின் மறு வடிவங்களாகக் காண்போம்!

திருக்குறள் :

அன்பிலார் எல்லாந் தமக்குரியர் அன்புடையார்
என்பும் உரியர் பிறர்க்கு – குறள். 72

தாயுள்ளம் ஆகிய அன்பு உள்ளம் உரியவர்கள் தம்முடைய எலும்புகள் கூட பிறருக்கு உரியது என்றே கருதுவார்கள்...

இதுவே தாயுள்ளம்...

இந்தத் தாயுள்ளம் கொண்டவர்களை நம் 'தாய்' என்று கொண்டாடலாமே!

ஊ. தந்தையர் ஐவர்

நம் நாட்டில் ஒவ்வொராண்டும் ஜூன் திங்கள் 19 ஆம் நாளில் தந்தையர் தினம் கொண்டாடப்படுகிறது... தந்தையரின் சிறப்பை, அவர்களின் தியாகத்தை உணர்த்தவே அவர்களின் உழைப்பை, பெருமையை உலகுக்கு எடுத்துக்காட்டவே இவ்விழா கொண்டாடப்படுகிறது... தந்தைதான் குடும்பத்தின் தலைவர், ஒளிவிளக்கு,உயிர்மூச்சு, உழைக்கும் உயிர்... பாதுகாப்பு, அரண், நிதி ஆதாரம்... ஆனால்,

விவேகசிந்தாமணி, சமூகத்தில் ஐவரைத் தந்தையர் எனப் போற்றலாம் எனக் குறிப்பிடுகின்றது... அவர்கள் யாவர்?

பிறப்பித்தோன் வித்தைதனைப் பேணிக்கொடுத்தோன்
சிறப்பி னுபதேசஞ்செய்தோன் - அறப்பெரிய
பஞ்சத்திலன்னம் படைத்தோன் பயந்தீர்த்தோன்
எஞ்சாப் பிதாக்களென எண் - குறள். 126

பொருள் :

பிறப்பித்தோன்	-	தந்தை
அறப்பெரிய	-	மிகப்பெரிதான
எஞ்சா	-	குறையாத
வித்தை	-	கல்வி

கருத்துரை :

தனது தந்தை, தனது ஆசிரியர், தனக்கு மந்திரோபதேசம் செய்த குரு, மிகப்பெரிய பஞ்சம் அல்லது வறுமை வந்த காலத்திலே உணவளித்துக் காத்தவர், தான் பாதுகாப்பின்றி அச்சமுற்றிருந்தபோது தனக்கு பாதுகாப்பளித்து அச்சத்தை நீக்கி, ஆறுதலளித்து அரவணைத்தவர் ஆகிய இவ்வைந்து நபர்களையும் தந்தையர்களாகக் கொள்ளலாம்.

பொது வாழ்வில் :

தனது ஆசிரியரைத் தன் தந்தைக்கு இணையாகக் கொண்டாடியவர் டாக்டர் அம்பேத்கார். ஆம் பீமாராவ் என்ற தன் பெயரை மாற்றி அம்பேத்கார் என்ற தன் ஆசிரியர் பெயரைத் தன் பெயராக்கிக் கொண்டவர்.

"உண்டி கொடுத்தோர் உயிர் கொடுத்தோரே"
என்பது மணிமேகலை தரும் அறம்...

அடுத்த உயிரினங்களின் பசியைப் போக்கும் பணி என்பது தெய்வீகப்பணி...

வடலூர் வள்ளலார் இதைத்தான் செய்தார்... எனவேதான் வள்ளலார் ஏழை எளிய மக்களின்

தந்தையாகப் போற்றப்படுகிறார்... கொரோனா கொடுந்தொற்று காலத்தில் எத்தனை யெத்தனை நல்லுள்ளங்கள் ஏழை மக்களின் பசிப்பிணி நீக்கி சேவை செய்த செய்திகளை ஊடகங்களால் நாம் அறிந்து பாராட்டினோம் அத்தகைய நல்ல உள்ளங்களைத் தந்தை என்றே போற்றலாம்!

பெருந்தொற்று, பேரிடர், போர், கலவரங்கள் ஏற்படுக் காலங்களில் மக்கள் பாதுகாப்பிழந்து துன்புறுவதுண்டு. அத்தகைய சூழல்களில் அவர்களுக்கு அடைக்கலம் தந்து பாதுகாப்பான சூழல்களை உருவாக்கிக் கொடுப்பவர்களும் தந்தையருக்குச் சமமாகம் போற்றத்தக்கவராவர்.

திருக்குறள் :

இல்வாழ்வான் என்பான் இயல்புடைய மூவர்க்கும் நல்லாற்றின் நின்ற துணை – குறள். 41

பொருள் :

மனைவி மக்களோடு வாழ்ந்து குடும்பம் நடத்துகின்ற தந்தையானவன், சமுதாயத்திலுள்ள உறவினர், நண்பர்கள், எளியவர்கள் ஆகிய மூன்று இனத்தாருக்கும் நல்ல முறையில் உதவியாக இருப்பான்...

நீதி :

ஆசிரியர், குரு, பசியை ஆற்றினவன், பாதுகாப்பு தந்தவன் இவர்களைத் தன் தந்தையைப்போல் மதித்துப் போற்றவேண்டும்.

தந்தையின் கடமை

தந்தை :

குடும்பத்தின் தலைவன் தந்தை. தன் பிள்ளைகளுக்கு அப்பாவாகவும், குடும்பத்தின் தலைவன் என்ற நிலையிலும் அவனுக்குக் கடமைகள் பல. குடும்பம் என்பது சமூகத்தின் அடிப்படை அலகு. குடும்பத்திலிருந்துதான் சமூகத்தின் வளர்ச்சி தொடங்குகிறது. எனவே அடிப்படை சமூகமாகிய குடும்பத் தலைவனுக்குச் சமூகம் சார்ந்த பொறுப்புகளும் உள்ளன. இவ்வாறாகத் தந்தையின் தடமைகளை விவேகசிந்தாமணி குறிப்பிடுவதைக் கேட்போமா....

மாலினா லிருவரு மருவி மாசிலாப்
பாலனைப் பயந்தபின் படிப்பியாதுயர்,
தாலமேற் செல்வமா வளர்த்தல் தங்கட்கோர்
காலனை வளர்க்கின்ற காட்சி போதுமால்!

மாலினால் - விருப்பத்தினால், பயந்தபின் - பெற்றபின்

தாலம் - பூமி, படிப்பியாது - கல்வி அளிக்காது

கருத்துரை :

ஆசையுடன் தாம் பெற்றெடுத்த பிள்ளைக்கு உரிய பருவத்தே கல்வி அளித்தல் தந்தையின் கடமையாகும். அவ்வாறு கல்வி கற்பியாது ஒழிந்து விலை உயர்ந்த உணவுகளையும், பகட்டான ஆடைகளையும், அழகுமிகு ஆபரணங்களையும் அணிவித்து செல்வச் செழிப்புடன் வளர்ப்பது சில செல்வந்தர்களின் இயல்பாகும். இந்தச் செயல் தங்களுக்கு இடையூறு செய்யும் பொருட்டு தாமே

ஓர் எமனை வளர்த்து வரும் செயலுக்கு ஒப்பாகும். ஆகவே தம் பிள்ளைகளுக்கு உரிய பருவத்தில் நல்ல கல்வியளித்து, அவர்களை நல்லெழுக்கங்களில் சிறந்தவர்களாக வளர்க்கவேண்டியது தந்தையின் தலைசிறந்த கடமையாகும்.

புறநானூறு :

> ஈன்று புறந்தருதல் என் தலைக் கடனே
> சான்றோன் ஆக்குதல் தந்தைக்குக் கடனே

இவ்வாறு சொல்லப்பட்ட புறநானூறு வரிகள் போற்றத்தக்கதாகும். இதுவே சான்றோனாக்குதலும் ஆகும். அதுவே கல்வி அளித்தல்.

அந்தக் கடமையில் தவறிய தந்தை ஒருவனை அவன் மகன் பின்னாளில் இவ்வாறு சாபம் விடுகிறான்.

> துள்ளித் திரிகின்ற பருவத்திலே
> எந்தன் துடுக்கடக்கி
> பள்ளிக்கு வைத்திலனே
> தந்தையாகிய பாதகனே

என தன் தந்தையின்மீது நொந்துகொள்கிறான்.

திருக்குறள் :

> தந்தை மகற்குஆற்றல் நன்றி அவையத்து
> முந்தி யிருப்பச் செயல் - 67

பொருள் :

குழந்தைகளை வளர்ப்பதில் தந்தையானவன் தன் மகனுக்குச் செய்யவேண்டிய நல்ல செயல் என்னவெனில்,

தன் மகன் கல்வி அறிவில் சிறந்து விளங்கி, கற்றவர் சபையில் முன் வரிசையில் சிறப்புடையவனாக விளங்கி வீற்றிருக்கச்செய்தல் வேண்டும் என்பதுதான்.

நீதி :

பிள்ளைக்குக் கல்வி தருதலே
தந்தையின் முதற்கடமை

9. நீதி

அ. நடுவுநிலைமை!

மன்றோரம்:

மன்றோரம் சொன்னார் மனையிலே
வேதாளஞ் சேருமே வெள்ளெருக்குச் சேருமே
பாதாள மூரி படருமே சேடன் குடிபுகுமே"

என்றெல்லாம் நீதி நூல்கள் எடுத்தியம்புகின்றன. எனினும் நடுவுநிலை தவறி ஓரவஞ்சனையுடையோராய் வாழ்வோர் பலர்....... பலவேளைகளில் நீதிக்குப் புறம்பான பல தீர்ப்புகள் கூட நீதி வழங்குவோரால் வழங்கப்படுவதுண்டு. சூழ்நிலைகளை மட்டும் வைத்து, அல்லது ஒரு சில வசதிகளுக்காகச் சிலரைத் திருப்திப்படுத்துவதற்காகக் கூட நீதிக்குப் புறம்பான, நடுவுநிலைமைக்குப் புறம்பான, முடிவுகள் அல்லது தீர்ப்புகள் நெறிப்படுத்தப்படுகின்றன.... வெளியாகின்றன.....

சமன்செய்து சீர்தூக்கும் கோல்போல, நீதி வழங்கப்பட வேண்டும் என்பதற்காகவேதான் நீதிதேவதையின் கையிலே தராசு அதாவது 'துலாக்கோல்' தரப்பட்டு.... அதையே நீதிமன்றங்களின் அடையாளமாக்கப்பட்டுள்ளது, துலாக்கோல் எப்பக்கமும் சாயாமலிருப்பதுபோல நீதி வழங்குவோரும் எப்பக்கமும் சாயாது நீதி வழங்கிடல் வேண்டும் என்பதே இதன் கருத்தாகும்.....

நீதிக்கு மாறாக, ஒருபுறமாகச் சாய்ந்து ஓரவஞ்சனையாக, தீர்ப்புச் சொல்வாரேயானால் அப்படித்

தீர்ப்பு சொன்னவர்க்கு வரும் துன்பங்கள் தாம் முகப்பில் சொல்லப்பட்டவை.... வேதாளமாகிய சாத்தான் ஓரவஞ்சனையாகத் தீர்ப்பு சொன்னவர் மனையிலே தங்கி வாழும். அத்தகையோர் இல்லங்கள் இடித்து வீழ்ந்து, எருக்கஞ்செடிகளின் தோட்டமாகிவிடும், பாதாள மூல் எனப்படும் நெருஞ்சி நிறைந்த காடாக மாறிவிடும்..... அத்தகையோர் இல்லங்களில் பாம்பு குடிபுகும்..... என்னே கொடுமை அல்லவா?

இந்த உலகியல் நெறிகளை விவேகசிந்தாமணிப் பாடல் இவ்வாறு எடுத்துக்கூறுகிறது.....

> நாரிகள் வழக்கானாலு நடு வறிந்துரைப்போர் சுத்தர்
> ஏரிபோல் பெருகி மண்மே லிருகணும் விளங்கி
> வாழ்வார்.
> ஓரமே சொல்வராகி லோங்கிய கிளையு மாண்டு
> தீரவே கண்ணி ரண்டுந் தெரியாமன்மாழ்குவாரோ

பொருள்விளக்கம்:

ஏழைப்பெண்களின் வழக்குகளாக இருந்தாலும், அதன் நியாயத்தை அறிந்து நடுவுநிலை தவறாமல் நீதி வழங்குபவரே பரிசுத்தமான மனிதர், தூய்மையானவர்.... அவர்கள், தூயநீர் நிரம்பிய ஏரிபோல, பெருகி வளமாக வாழ்வார்கள்.... அவர்கள் கண்கள் இரண்டும் - என்றுமே ஒளி குன்றுவதில்லை. புகழ் விளங்கிட வாழ்வர் எந்நாளும் இப்பூமியில்!

ஆனால், நீதியைப் பாராது, நியாயத்தைப் பாராது, ஒரு புறமாய்ச் சாய்ந்து, ஓரம் சொல்வாராகில், அவர்கள் பார்வை இழந்து, குருடராய்த் திரிவர்.... மேலும் அவர்களின்

சுற்றமும் குடும்பமும் அவர்களுக்கு இல்லாமல், மாண்டு போவர்...... இக்கருத்துகளை விளக்கும் திருக்குறள்:

> கேடும் பெருக்கமும் இல்லல்ல நெஞ்சத்துக்
> கோடாமை சான்றோர்க் கணி - குறள் 115

எவ்வளவு செல்வம் வருவதானாலும் மனம் நேர்மையை விட்டு, பணத்திற்காக, கோணாமல் நீதி வழுவாமல் இருப்பதுதான் உயர்குணமுடையவர்களுக்குச் சிறப்புத் தருவதாகும்..... நடுவு நிலையில் நடந்து கொண்டால் அவனின் பரம்பரையினரை அது பாதுகாக்கும்.

> "கெடுவல்யான் என்பது அறிகதன் நெஞ்சம்
> நடுஓரீஇ அல்ல செயின்" - குறள் 116.

ஒருவன் நடுவுநிலைமை தவறிப் பாரபட்சமாகத் தீர்ப்புச் சொல்ல நினைக்கும்போதே அவனுடைய மனச்சான்று "நான் கெட்டுப் போவேன்" என எச்சரிக்கை செய்யும், என்பதை அறிந்து கொள்ளல் வேண்டும்....

ஆகவே, திருக்குறளும், நீதிநூல்களும் தருகின்ற கருத்துகளை இயல்பாகவே விளக்கும் விவேகசிந்தாமணி ஓர் ஒப்பற்ற நீதிநூல் ஆகும்.

நீதி:

- ❖ பெரும் செல்வம் கிடைப்பதாக இருந்தாலும் நடுவுநிலை தவறி தீர்ப்பு சொல்லல் கூடாது.
- ❖ கையூட்டு பெறுவதும், கொடுப்பதும் குற்றமாகும்.

திருக்குறள் :

> அடுக்கிய கோடி பெறினும் குடிப்பிறந்தார்
> குன்றுவ செய்தல் இலர் - குறள். 954

பொருள் : கோடானுகோடி பணம் வருவதானாலும் குடிப்பிறந்தவர்கள் கண்ணியக்குறைவான எதையும் செய்ய மாட்டார்கள்...

ஆ. மன்னவன் நீதி தவறினால்!

சிலப்பதிகாரம் கூறுகிறது:

நாடாளும் அரசன் நீதி தவறாதவனாக, அனைவரையும் சமமாக நடத்துவோனாக இருத்தல் வேண்டும்.... மன்னன் நீதி பிழைத்தால் அதனால் பெருந்துன்பம் ஏற்படுவதுடன் ஆட்சிக்கே ஆபத்து ஏற்படும் என்பதை இலக்கியங்கள் எடுத்துக் கூறுகின்றன.... சிலப்பதிகார வரலாற்றிலே கண்ணகிக்குத் தவறான தீர்ப்பு சொன்னதாலேயே பாண்டியன் ஆரியப்படை கடந்த நெடுஞ்செழியன் உயிரை இழந்தான்..... உடனிருந்த கோப்பெருந்தேவியும் மாண்டாள்.... அரசும் பழிப்புரைக்கு உள்ளானது. மாறாத பழி, மதுரை அரசுக்கு உண்டானது.....

இவ்வாறு, நாடாளும் மன்னவன் நீதி தவறக்கூடாது என்ற நீதியை இக்காப்பியம் எடுத்துக் கூறுகிறது. அரசியல் பிழைத்தோர்க்கு அறமே கூற்றானது... இங்கே...

திருக்குறளில்:

முறைசெய்து காப்பாற்றும் மன்னவன் மக்கட்கு
இறையென்று வைக்கப் படும் - குறள் 388

நீதிதவறாமல் ஆட்சிசெய்து, மக்களைக் காப்பாற்றும் மன்னனை மக்கள் தெய்வமாகக் கருதி வணங்குவர்.....

மேற்கூறிய கருத்துக்களை உள்ளடக்கி, அவற்றைத் தெள்ளிதின் விளக்கும் விவேகசிந்தாமணிப் பாடல் இதோ......

ஏரிநீ நிறைந்த போதங் கிருக்குமே பட்சியெல்லாம்
மாரிநீர் வறண்டபோது வந்ததிலிருப்பதுண்டோ
பாரினை யாளும் வேந்தன் பட்சமு மறந்த போதே
யாருமே நிலையில் லாம லவரவ ரேகுவாரே.....

பொருள் விளக்கம்:

ஏரியில் நீர் நிரம்பியிருந்தபோது, அந்த நீரில் வாழும் பறவையினங்கள், அங்கு தங்கி மகிழ்ச்சியுடன் வாழ்ந்திருக்கும்.... ஆனால் ஒரு கால கட்டத்தில் அந்த ஏரியில் நீர் வற்றிவிட்டது. ஏனெனில் மழை பெய்யாமல் பொய்த்து விட்டது. என்ன நடக்கும்? ஏரியில் நீர் வற்றி விட்ட நிலையில் அங்கு தங்கி வாழ்ந்த பறவைகள் அங்கு இருப்பதுண்டோ.... எல்லாம் எங்கெங்கோ சென்று விடுமல்லவா?....

இதைப் போல அரசன் அதாவது ஆட்சி செய்பவன் ஒருதலைபட்சமாய் செயல்பட்டு பாரபட்சம் செய்வான் என்றால், அரசனோடிருந்தவர்கள் அதாவது ஆட்சியாளர்களுடன் இருந்தவர்கள் விரைந்து கலைந்து சென்று ஓடிவிடுவார்கள் அவனை விட்டு....

இன்றைய அரசியலில்:

இன்றைய அரசியலில் மன்னர் இல்லை... மாறாக அரசியல் கட்சிகளின் பெரும்பான்மை பெற்றவர்கள் ஆட்சியை நடத்துகிறார்கள். உலகிலும் சரி, நம் நாட்டிலும் சரி எத்தனையோ ஆட்சியாளர்கள் வல்லமையுடன் ஆட்சி செய்தவர்கள் பலரும் இருந்த இடம் தெரியாமல்

சென்றுவிட்டார்கள். அவர்களோடிருந்தவர்களும் எங்கெங்கோ ஓடிவிட்டார்கள்..... இன்று இந்தத் தலைமையின் கீழ் இருப்பவர்கள் நாளை இன்னொரு தலைமையின் கீழ் இணைந்து விடுகிறார்கள்.... இந்த நிலை வராமலிருக்க ஆட்சியில் இருக்கும்போதே பாரபட்சமின்றி நடந்து கொள்ள வேண்டும்.... இல்லாவிடில் அற்ற குளத்தில் அறுநீர்ப் பறவை போல உடனிருப்போர் ஓடி விடுவர் பறந்து..... இலங்கையிலும், பாகிஸ்தானிலும் நடக்கும் அரசியல் மாற்றங்கள் இதை எடுத்துக் காட்டுகின்றன.

இந்த உலகியல் நீதியை எவ்வளவு அழகான உவமையினால் விளக்குகிறது விவேக சிந்தாமணி.... கண்டீர்களோ.....

நீதி : ஆட்சியாளர்கள் நீதி தவறக்கூடாது!

திருக்குறள் :

முறைசெய்து காப்பாற்றும் மன்னவன் மக்கட்கு
இறையென்று வைக்கப்படும் - குறள். 388

பொருள் :

நீதி தவறாது, பாரபட்ச மின்றி ஆட்சி செய்யும் ஆட்சியாளரைத் தெய்வம் என்று மக்கள் போற்றுவர்.

இ. கோடாரிக்காம்பு!

கோடு.அரி.க்காம்பு :

கோடு என்பது மரம்.. மரத்தை வெட்டுவதற்குத் துணை நிற்கும் துண்டு பிற மரங்களை அல்லது, அந்தத் துண்டு வெட்டப்பட்ட மரத்தையே வெட்டி அழிக்க

உதவக்கூடிய ஒரு கருவியாக, மூலப்பொருளாக, உபகரணமாக மாறுகிறது....

இதைப்போல தன் குலத்திற்கே இழுக்காக வாழ்பவர்களைத் தன் குடும்பப் பெருமையைச் சீர்குலைக்கும் வண்ணம் செயல்பட்டவர்களையும் இப்படிக் "கோடாரிக் காம்புக்கு" இணையாகச் சொல்லப்படுவதுண்டு.... ஆலமரம் போல் செழித்திருந்த குலங்கள்கூட அக்காலத்தில் தோன்றிய ஒரு சிலரின் சிறுமதியால் வெட்டுண்டு வீழ்த்தப்பட்ட வரலாறுகள் அனேகமுண்டு. இந்தப் பேருண்மையை, உலகின் வாழ்க்கை நிலையினை விவேகசிநதாமணி இங்கு விளக்குகிறது....

"நிலமதிற் குணவான் தோன்றின்நீள்குடித் தனரும்
வாழ்வார்...
தலமெல்லாம் வாசந்தோன்றும் சந்தன மரத்திற்
கொப்பாம்....
நலமிலாக் கயவன் தோன்றின் குடித்தனம் தேசம்
பாழாம்
குலமெலாம் பழுது செய்யுங் கோடாரிக் காம்பு
நேராம்!"

பொருளுரை :

உலகிலே நல்ல குணமுள்ள நல்ல மனிதர்கள் தோன்றினால் அவனது குலமும், நாடும் வாழ்வடையும், பெருமையடையும்.... சந்தனமரம் மணம் வீசுவதுபோல எத்திசையும் புகழ் மணக்கும்... மாறாக எந்த நன்மைக்கும் உதவாத கீழ்மகன் தோன்றினால் அவனால் அக்குலமும் பாழாகி, நாடும் புகழ்குன்றும... இவன் தான் கோடரிக்காம்பு போன்றவன்... கோடரிக் காம்பு, தான் தோன்றிய மரத்திற்கே

எமனாக, கோடரியின் காம்பாக மாறி, அந்த மரத்தை அழிப்பதற்கு உதவுவது போல, இத்தகையவர்களால் அவர்களின் குலத்திற்கும், தேசத்திற்கும் கேடாக முடியும்

வரலாற்றில் :

அகிம்சாமூர்த்தி, ஆசிய சோதி புத்தர், அண்ணல் காந்தியடிகள் முதலானோர் தோன்றியதால் பாரெங்கும் வீசியது புகழ் மணம்... சுவாமி விவேகானந்தரால் இந்தியப் பெருமை இவ்வுலகின் எல்லா மூலைகளிலும் பரவியது... சந்தன மரம் போன்றவர்கள் இவர்கள்...

யூத குலத்தில் தோன்றிய யூதாசு அக்குலத்திற்கும் அவப்பெயர் சேர்த்து அவனுக்கும் அழியா அவப்பெயரைச் சேர்த்துக்கொண்டான்...

புனித அன்னை தெரசா, அவர்கள் தோன்றிய ஸ்லாவ் குலத்திற்கும் பெருமை சேர்த்து மனித குலத்திற்கே மணம் சேர்த்து வாழ்ந்தார்கள்... சந்தன மரம் போன்றவர்கள் இவர்கள்... 2022 பெப்ருவரியில் நடந்த உள்ளாட்சித் தேர்தல்களில் கும்பகோணம் கெ.சரவணன் என்ற ஆட்டோ ஓட்டுநர் வெற்றிபெற்று மேயராகித் தம் குலப்பெருமையை உயர்த்தியுள்ளார்...

திருக்குறள் :

வாள்போல் பகைவரை அஞ்சற்க அஞ்சுக
கேள்போல் பகைவர் தொடர்பு— குறள். 882

'வாள்' என்ற போர் ஆயுதம் போர்க்காலத்தில் மட்டுமே துன்பம் வருவிக்கும். ஆனால் உடனிருந்தே பிறந்த குலத்துக்கே கேடுவருவிக்கும் கயவர்களிடம்

எப்போதும் எச்சரிக்கையுடன் இருக்க வேண்டும்.... இத்தகையோரைத்தான் தான் 'நலமிலாக் கயவன்' என விவேக சிந்தாமணி குறிப்பிடுகிறது. இவர்களால் குலத்திற்கு மட்டுமல்ல, நாட்டிற்கே அவமானமாகும். நம்பத்தகாதவர்கள் இவர்கள்....

திருக்குறள் :

> தோன்றிற் புகழோடு தோன்றுக அ.்.திலார்
> தோன்றலின் தோன்றாமை நன்று - 236

நீதி :

பிறந்த குலத்திற்கும், தாய் நாட்டிற்கும் புகழ் சேர்க்கும் வண்ணம் வாழவேண்டும்.

ஈ. யார் செய்த பாவம் யாரோடு!

பாவம் :

நாம் செய்யும் தீவினைகளே பாவம் !
பிறர் மனம் நோகும் படி செயல்படுவது பாவம்...
ஏழை எளியவரை வஞ்சிப்பது பாவம்...
அடுத்தவர் வருந்தும் படியாக பேசுவது பாவம்!
தொழிலாளர்க்கு கூலி கொடுக்காமலிருப்பது பாவம்!

இப்படி பாவங்களைப் பட்டியலிடலாம்... ஆனால் அண்ணல் காந்தியடிகள் ஏழு சமூக பாவங்களைக் குறிப்பிடுகிறார்...

பண்பிலாரிடம் அறிவு...
மனித நேயமில்லா அறிவியல்
உழைப்பின்றி வந்த செல்வம்...

கொள்கை யற்ற அரசியல்
நியாயமற்ற வாணிகம்
மனச்சான்றிற்கு விரோதமான மனமகிழ்ச்சி,
அர்ப்பணமற்ற வழிபாடு... என

அண்ணல் பட்டியலிடுகின்றார்...

இத்தகைய பாவங்களை மனிதர்கள் செய்யும்போது அது அவர்களுக்கே கேடு விளைவிப்பது உறுதி... ஒருவர் செய்த பாவம் யாருடன் சேருகிறது என்பதை விவேக சிந்தாமணி எடுத்துக்கூறுகிறது...

மண்டலத் தோர்கள் செய்த பாவமன் னவரைச்சேருந்
திண்டிநன் மன்னர் செய்ததீங்கு மந்திரியைச் சேருந்
தொண்டர்கள் செய்த தோடந் தொடர்ந்து
தங்குருவைச் சேருங்
கண்டன மொழியாள் செய்த கன்மமுங்
கணவற்காமே!

திண் - வலிமை, திறல் - வெற்றி

தோடம் - குற்றம், பாவம், கண்டு அன்ன – கற்கண்டையொத்த

கன்மம் - தீவினை

கருத்துரை :

பொதுமக்கள் செய்த தீவினைகள் அவர்களை ஆட்சி செய்கின்றவர்களைச் சாரும். வலிமையும் வெற்றியையும் உடைய அரசர் அல்லது ஆட்சியாளர் செய்கின்ற பாவம், அவரின் அமைச்சர்களைச் சாரும். தொண்டர்கள் அல்லது சீடர்கள் செய்த பாவம் அவர்களின் குருவைச் சாரும்...

அதாவது மாணவர்கள் தீவினை செய்தால் அதற்கு பொறுப்பு ஏற்கவேண்டி நிலையில் ஆசிரியர் இருக்கிறார்… கற்கண்டு போலும் இனிய சொற்களைப் பேசுகின்ற மனையாள்செய்த தீவினைகள் அவள் கணவனையே சாரும். அதற்கு அவனே பொறுப்பாகிறான. அக்கணவன் தன்னுடைய தீவினைகளுடன் தன் மனைவியின் பாவங்களுக்கும் பொறுப்பாகிறான்.

திருக்குறள் :

பிறர்பழியும் தம்பழியும் நாணுவார் நாணுக்கு
உறைபதி என்னும் உலகு – குறள். 1015

பொருள் :

பிறருக்குப் பழி வருவதையும் தமக்குப்பழி வருவதைப் போலவே அஞ்சி நடப்பவர்கள் நாணுடைமை என்னும் நற்குணத்திற்கு இருப்பிட மானவர்கள்…

வரலாறு :

குடிமக்கள் செய்த பாவங்கள் அரசனையே சேரும். ஏனெனில் மன்னர், குடிமக்களைக் காக்கும் தெய்வம் என்று போற்றப்படுபவர். எடுத்துக்காட்டு ஒன்று சொல்கிறேன்.

திருவாங்கூர் மன்னராட்சியில் மார்த்தாண்டவர்மா அரசராக இருந்த காலம். 18 –ம் நூற்றாண்டின் முற்பகுதி. மழையின்றி பயிர்கள் வாடி, மக்களெல்லாம் வருந்திய நேரம். மழை இல்லாது போனது, குடிமக்களின் பாவமே என்று தேவ பிரசன்னத்தால் அறிந்த மன்னன் மார்த்தாண்டவர்மா, அரண்மனை முற்றத்தில் நண்பகல் பன்னிரண்டு மணிக்கு வெயிலில், முழங்கால்

படியிட்டு,"தெய்வமே என்றே ஜனங்ஙள் செய்து போயிட்டுள்ள எல்லா பாபங்ஙளும் பொறுக்கணமே... ஞங்ஙளே சிட்சிக்கல்லே, இப்போள் தன்னெ நின்றெ திருமனசு கனியணமே, பஞ்சம் அழியணமே" என்று இறைவனை வேண்டினாராம் அன்று பிற்பகல் அடை மழை பொழிந்ததாம். இது வரலாறு. அப்படியெனில் குடிமக்கள் செய்த பாவம் அரசனைச் சேரும் என்பது தெளிவன்றோ.

அமைச்சரின் கடமை :

அதே வேளையில் அரசர்கள் செய்த தீவினைகள், அவருக்கு நல்ல ஆலோசனை சொல்லி திருத்தாத அமைச்சர்களைச் சேரும்.

இடிப்பாரை இல்லாத ஏமரா மன்னன்
கெடுப்பார் இலானும் கெடும் - 448

என்கிறார் திருவள்ளுவர். அரசர்கள் தவறு செய்யும் போது, பாவம் செய்ய முனையும் போது, அவர்களைத் திருத்த வேண்டுவது அமைச்சரின் கடமை

கூட்டுப்பொறுப்பு :

மூன்றாவதாகச் சீடர்கள், மாணவர்கள் ஏதேனும் பாவங்கள், தவறுகள் இழைத்தால், அந்தப் பாவம் அவர்களின் ஆசிரியரைச் சேரும். ஆசிரியரே மாணவர்களுக்குப் பொறுப்பானவர்.

மனைவி செய்த பாவங்கள் அவள் கணவனையே சேரும் கணவன் செய்த பாவங்கள் மனைவியைச் சேரும். ஆக அனைத்துமே கூட்டுப் பொறுப்பாகும். இதுவே தர்ம நெறியிலமைந்த மானிட வாழ்க்கை!

திருக்குறள் :

அஞ்சுவ தஞ்சாமை பேதமை அஞ்சுவது
அஞ்சல் அறிவார் தொழில் -   குறள் 428

நீதி : தீவினைகள் செய்யாமல்,

தர்ம நெறியில் வாழவேண்டும்!

10. துரோகம்

அ. கீழ்மக்கள்

“சாதி இரண்டொழிய வேறில்லை சாற்றுங்கால்
நீதி வழுவா நெறிமுறையின் மேதினியில்
இட்டார் பெரியோர் இடாதார் இழிகுலத்தார்
பட்டாங்கில் உள்ள படி”

என்ற பாடலால்.

உலகில் இரண்டு சாதிகள் உள்ளதாக உணரலாம்... அவை இட்டார் - அதாவது தானதர்மம் செய்தவர் இடாதார் என்பனவாம். ஆனால் இக்காலத்திலே ஒரே சாதி அது மனித சாதி – என்ற உயரிய எண்ணம் மேலோங்கி வளர்கிறது. எனினும், தான தர்மங்களின் சிறப்பை உணர்த்துவதே இப்பாடலின் நோக்கமாகக் கொள்ளலாம். ஈகைக்குணம், கொடுக்கும் குணமுடையோரை உயர்ந்தோராகக் காட்டுவதன் காரணமாக, மக்களிடத்திலே, கொடுக்கும் பண்பு ஓங்கி வளரும் அல்லவா....

விவேக சிந்தாமணி :

தன்னைத்தான் புகழ்வோருந் தன்குலமே
பெரிதெனவே தான்சொல்வோரும்
பொன்னைத்தான் தேடியறம் புரியாமல்
அதைக்காத்து பொன்றி னோரு
மின்னைப்போல் மனையாளை வீட்டில் வைத்து
வேசைசுகம் விரும்பு வோரும்
அன்னைபிதா பாவலரை பகைப்போரும்
அறிவில்லாக் கசடர் தாமே!

பொருள் விளக்கம் :

ஒரு சிலர் எப்போதும் தன்னை மட்டும் உயர்வாகப் பேசி தற்புகழ்ச்சியுடையோராயிருப்பர்... சிலர் பணத்தைத் தேடிச் சம்பாதிப்பர்... வேறு எந்த அறச்செயல்களும் செய்வதில்லை... பணத்தைப் பாதுகாத்து வைத்து, இறுதியில் நிலையில்லாமல் அழிந்து போனார்கள். சிலர் அழகிய மனைவி வீட்டில் இருந்தும் அற்பத்தனமாக வேறு சுகம் தேடி அலைவதுண்டு... சிலர் அம்மா, அப்பா, ஆசிரியர், பெரியோர்களைப் பகைத்து வெறுத்து விடுகிறார்கள்... இங்கு சொல்லப்பட்ட மனிதர்களெல்லாருமே அறிவில்லாத கொடியவர்களாவர்.... கசடர் ஆவர்... என்பதாம்...

நீதிநூல் :-

பாடுபட்டுப் பணத்தைப் புதைத்து வைத்து கேடுகெட்ட மானிடரே கேளுங்கள் - கூடுவிட்டு ஆவிதான் போனபின் யாரே அனுபவிப்பார் பாவிகள் அந்தப்பணம்!

விவேகசிந்தாமணியில் கூறப்படும்

பொன்னைத்தான் தேடியறம் புரியாமல்
அதைக்காத்து பொன்றினோரை

இப்பாடலில் காண்கிறோம்...

பாடுபட்டு பணத்தைத் தேடுவது, அறவழியிலான தர்மச் செயல்களுக்கு அதைச் செலவு செய்வதற்கு என்பதைத் தெளிவாகப் புரிய வைக்கின்றன, இப்பாடல் வரிகள்.

அறம்புரியாமல் தன் செல்வத்தைக் காத்து வைத்தவர்கள் பொன்றினார். —அழிந்து போனார்கள்... எனக் கடுமையான சொற்களால் ஆசிரியர் சாடுகிறார்...

> "மாதா பிதா குரு தெய்வம் - அவர்
> மலரடி தினம் தினம் வணங்குதல் செய்வோம்"

அருமையான இந்தப் பாடல் வரிகள் தேனினும் இனிய தமிழின் தத்துவம்... இதுதான் தமிழ்மக்களின் சத்துவம்..... எனினும் அவர்களை ஆதரிக்காது, அவர்களைப் பகைத்து வாழ்பவர்கள் "கசடர்" எனக் கடுமையாகக் கடிந்து கொள்ளப்படுகிறார்கள்...

திருக்குறள் :

1. பெருமைக்கும் ஏனைச் சிறுமைக்கும் தத்தம்
கருமமே கட்டளைக் கல்"   - குறள் 505

நல்ல குணமுடையவன் என்ற பெருமைக்கும் 'கசடர்' அல்லது 'கயவர்' என்ற சிறுமைக்கும் அவனவனுடைய செயல்கள் தான் உரை கல்லாகும் (உரைகல் - என்பது பொற்கொல்லர்களிடம் காணப்படும். தங்கத்தின் மாற்று அறிய உதவும் கல்)

2. இருமனப் பெண்டிரும் கள்ளும் கவறும்
திருநீக்கப் பட்டார் தொடர்பு"   - 920

இருமனமுள்ள பொதுமகளிரும், மதுவும், சூதாட்டமும், திருமகளாகிய இலக்குமியால் விலக்கப்பட்டாரின் உறவுகள் ஆகும்... இத்தகையோரிடத்திலே திருமகள் தங்குவதில்லை....

நீதி :

தற்புகழ்ச்சி கூடாது..... தன் குடும்பம் மட்டுமே உயர்வானது என எண்ணக்கூடாது. பணத்தைச் சம்பாதித்து, அறச்செயல்களுக்குப் பயன்படுத்தாது பூட்டி வைத்தல்

ஆகாது. பொது மகளிர் சுகத்தினை நாடக்கூடாது....
மாதா, பிதா, குரு இவர்களைப் பகைத்தல் கூடாது.

ஆ. தாமாகவே அழிவோர்!

"தாயிற்சிறந்த கோயில் இல்லை
தந்தைசொல் மிக்க மந்திரமில்லை
இவ்வரிகள் ஆத்திசூடியில் அணிசெய்வன!

தாயாரை விடச் சிறந்த ஆலயம் வேறு எங்கும் இல்லை என்பதை சத்யஸ்ரீசாய்பாபா கூற்றால் உணரலாம்

"உன் தாயின் காலடிகளில் சொர்க்கத்தைப் பார்.... அவையே வணங்கத்தக்க திருக்கோயில் பலிபீடம் ஆகும்".

"தாயும் தாய்நாடும் சொர்க்கத்தைவிட மேலானவை"–லோகமான்ய திலகர்.... தாயைப் பழித்தவர்க்கு எங்குமே விடுதலையில்லை..... எப்போதுமே மன்னிப்பு இல்லை.....

உலகில் கிடைக்கும் உன்னத பாடங்களும் போதனைகளும் உன் தந்தையிடமிருந்து மட்டுமே கிடைக்கும் என்பதை ஒருபோதும் மறவாதே! உன் நலன்களுக்காகவே தன் நலன்களைத் தியாகம் செய்யும் உன் தந்தைக்கு எப்போதும் பணிவும் மதிப்பும் கொண்டவனாக இருத்தல் உன் அனைத்து நலன்களுக்கும் வழிவகுக்கும்.....

தாய்:

தாய் தான், உனக்கு, முதல் ஆசிரியை...... உனக்காக மருந்துண்டு, பத்தியமிருந்த ஒரே ஜீவன்! உன்னைக் குறித்த ஏக்கங்கள், நினைவுகளுடன்

உயிர்வாழும் உன்னதப்பிறவி, தாயின் சொற்களை எப்போதுமே தட்டக்கூடாது

திருவிவிலியத்தில்:

"பிள்ளாய், உன் தந்தை தந்த நற்பயிற்சியைக் கடைப்பிடி, உன்தாய் கற்பிப்பதைத் தள்ளிவிடாதே: அவை, உன் தலைக்கு அணிமுடி, உன் கழுத்துக்கு மணிமாலை"
- நீதிமொழி 1:8,9.

"தந்தையுரை மதிப்போர் பாவங்களுக்குக் கழுவாய் தேடிக் கொள்கின்றனர். அன்னையரை மேன்மைப்படுத்துவோர் செல்வம் திரட்டி வைப்போருக்கு ஒப்பாவர்" — சீராக் 3:3,4.

இக்கருத்துகளையெல்லாம் விளக்கி வருகிற விவேகசிந்தாமணிப் பாடலைக் கேட்போமா......

"தந்தையரை தட்டினவன் தாயுரை யிகழ்ந்தோன்
அந்தமுறு தேசிகர்தம் ஆணையை மறந்தோன்
சந்தமுறு வேதநெறி தாண்டினவன் நால்வர்
செந்தழலின் வாயினிடை சேர்வதுமெய் கண்டீர்!

பொருள் விளக்கம்:

தந்தையின் சொல்லுக்குக் கீழ்ப்படியாமல், அதைத் தள்ளி நடந்தவன், தாயின் போதனைகளைக் கேளாமல் அவற்றை இகழ்ச்சி செய்து வாழ்ந்தவன், குறைவில்லாமலே நல்ல போதனைகளைத் தந்து வரும் குரு அதாவது ஆசிரியர்களுக்குக் கீழ்ப்படியாமல் அவற்றுக்கு நேர்மாறாக நடத்தவன், வேதியர்களின் வேதபோதனைகளைக்

கேளாமல் செயல்பட்டவன் ஆகிய இந்த நால்வகையினரும் எரியும் நெருப்பில் தள்ளப்பட வேண்டியவர்களாவர்!

செந்தழல்: எரியும் நெருப்பு...... இங்கு "கொடிய நரகம்" என்ற பொருளில் தரப்பட்டாலும் "கொடிய தண்டனைக்குரியவர்களே" எனப் பொருள் கொள்ளல் தகும்.

திருக்குறள்:

>தந்தை மகற்காற்றும் நன்றி அவையத்து
>முந்தி யிருப்பச் செயல்   - குறள் 67

>மகன்தந்தைக்கு ஆற்றும் உதவி இவன்தந்தை
>என்னோற்றான் கொல்எனுஞ் சொல்   - குறள் 70

நீதி:

❖ தந்தை சொல்லுக்குக் கட்டுப்பட்டு நட
❖ தாய் சொல்லைத் தட்டாதே
❖ ஆசிரியருக்கு அடங்கி இரு
❖ வேத பண்டிதர்களின் போதனைகளைக் கடைப்பிடி

இ. அரசனை நம்பி புருசனைக் கைவிட்டவள்!

சிறுமதி

கணவன், மனைவி, பிள்ளைகள் என ஒன்றுபட்டு ஓர் அழகான கட்டமைப்பில் சிறந்து விளங்குவதே குடும்பம். இங்கு கணவன், மனைவி இருவரின் அன்புப் பிணைப்புதான் இன்றியமையா அம்சம். ஒருவருக்கொருவர் நம்பிக்கை, அன்பு, மரியாதை கொண்டு, ஒருவருக்கொருவர் விட்டுக் கொடுத்து, தம் குடும்பப் பெருமை காத்து நிற்க வேண்டியது

இருவரின் கடமையாகும். எனினும் ஏதேனும் காரணங்களால் இருவருக்குள்ளும் பிரிவு ஒன்று வருகிறது. அதுமுதல் இருவரும் எதிர் எதிர் துருவங்களாய்த் திரிகின்றனர். அன்புப்பிணைப்பு அர்த்தமற்றதாகிறது! அய்யப்பாடுகளால் அவர்கள் அலைக்கழிக்கப்படுகின்றனர்! சபலம் என்னும் சிறுமதி அவர்களைத் தொற்றிக் கொள்கிறது. "இவளென்ன, இவளை விட அவள்""இவனென்ன, இவனைவிட அவன்" என்ற எண்ணமாகிய கொடிய வியாதியால் வஞ்சிக்கப்படுகின்றனர். தங்கள் இணையரைப் பிரிந்து செல்கின்ற கொடிய நிலைக்குத் தள்ளப்படுகின்றனர்.

விவேகசிந்தாமணி

சபல புத்தியுடைய பெண்ணொருத்தி, தன் கணவனை விட்டுப் பிரிந்து, வேறொருவனுடன் சென்று விடுகிறாள். ஒரு நாள் குளக்கரையில் அவள் நின்று கொண்டிருக்கின்றாள். அங்கு நரி ஒன்று வாயில் மாமிசத்துண்டு ஒன்றுடன் வந்தது. குளத்தில் எட்டிப் பார்த்த அது அங்கு பெரிய மீன் ஒன்றைக் கண்டு விட்டது. ஆகா அது நன்றாக இருக்குமே என எண்ணிய அந்த நரி, அந்த மீனைப் பிடிக்க எண்ணம் கொண்டு வாயைத் திறந்தது. வாயில் இருந்த அந்த இறைச்சித்துண்டு குளத்து நீரில் விழுந்து விட்டது. குளத்து மீனை நம்பி தன்னிடம் இருந்ததையும் இழந்த அந்த நரியானது ஆகாயத்தைப் பார்த்த வாறே ஏக்கத்துடன் நின்றது. இதனைக் கவனித்த அந்தப் பெண், நரியை நோக்கி....

நரியே, குளத்து மீனை நம்பி உன்னிடம் இருந்த உணவையே இழந்து, ஏக்கத்துடன் வானையே நோக்கி இருக்கிறாயே ஏன் எனக் கேட்டாள். அந்த நரிக்குத் தன்மானம் தாளவில்லை. பெண்ணே தன் கணவனைக்

கைவிட்டு விட்டு இன்னொருவனோடு சென்று விட்ட பெண்ணின் நிலைதான் இதுவும் என்று அவளைக் குத்திக் காட்டியது.

இங்கு வேறொருவனுடன் சென்ற பெண் என்பது மனைவியை விட்டு விட்டு வேறொரு பெண்ணை நாடும் கணவனுக்கும் பொருந்தும்.

விவேக சிந்தாமணி

சம்புவே யென்னபுத்தி சலந்தனில் மீனை நம்பி
வம்புறு வடத்தைப் போட்டு வானத்தைப் பார்ப்பதேனோ
அம்புவி மாதே கேளா யரசனை யகலவிட்டு
வம்பனைக் கைப்பிடித்த வாறுபோ லாயிற்றன்றே

சம்பு என்பது நரி அரசன் என்பது இங்கு கணவனைக் குறிக்கிறது. கற்புடைய மங்கயைருக்குக் கணவன் அரசன்தானே! வம்பன்- நற்பண்புகள் இல்லாதவன் முரடன்.

திருக்குறள்

இருமனப் பெண்டிரும் கள்ளும் கவறும்
திருநீக்கப் பட்டார் தொடர்பு – குறள் 920

இருமனம் உடைய பெண்டிர் திருமகளால் வெறுக்கப்பட்டவர் ஆகவே,

அடுக்கிய கோடி பெறினும் குடிப்பிறந்தார்
குன்றுவ செய்தல் இலர் - குறள் 954

நீதி : கோடானு கோடி பணம் வருவதாக இருந்தாலும் கண்ணியக் குறைவான எதையுமே செய்யக் கூடாது.

கையில் இருக்கும் ஒன்று மரத்தில் இருக்கும் பத்திற்கு சமம் - பழமொழி

ஈ. வஞ்சகர் சொல் கேட்டால்

நரியின் சதி

காட்டில் வாழ்ந்த நரியொன்று, அங்கு மேய்ந்து கொண்டிருந்த பசுவைக் கொன்று தின்ன ஆசை கொண்டது. என்ன செய்து? எப்படி மோதுவது? தன்னை விட பெரிய உருவம் கொண்ட பசுவை எப்படித்தான் கொல்வது? பல நாட்கள் யோசனை செய்தது. முடிவாக ஓர் தீர்மானம் கொண்டது. அக்காட்டில் ஓர் கொடிய புலியும் வாழ்ந்து வந்தது. அந்தப் புலி முதுமையடைந்து விட்டதால் வெளியே சென்று வேட்டையாட இயலா வண்ணம் மெலிந்து காணப்பட்டது. ஒரு மரத்தின் அடியில் ஓய்வாகப் படுத்துக் கொண்டு அவ்வழியே வரும் மற்ற விலங்குகளைக் கொன்று தின்று வாழ்க்கையை ஓட்டி வந்தது. பசுத்தோல் ஒன்றைப் போர்த்திக் கொண்டு பசுவைப் போலவே காட்சி தந்தது.

பசுவைக் கொல்லத் திட்டம் போட்ட நரி ஓர் நாள் நொண்டிக்கொண்டே பசுவிடம் வந்தது. காலில் விழுந்து வணங்கியது தொழுதது. அழுது கொண்டே கூறியது: "அம்மா, ஆபத்து, ஆபத்து, நம்மை எல்லாம் கொல்லப் போறாங்க... கொடிய சிங்கம் ஒன்று காட்டுக்குள் வந்துள்ளது. உங்கள் கூட்டத்தைச் சேர்ந்த பசு ஒன்று அங்கு மரத்தடியில் உள்ளது. அதனுடன் சேர்ந்து கொண்டால் உங்களுக்குப் பாதுகாப்பு அதிகமல்லவா? நீங்கள் விரும்பினால் உங்களை அங்குக் கொண்டு சேர்க்கிறேன். என்னோடு வருகிறீர்களா? எனப் பதறிக் கொண்டே கூறியது.

பயந்து போன பசுமாடு, சிந்திக்காமல் அதன் பின்னே சென்றது. அதன் பசப்பு மொழிகளை நம்பி தனக்கு நேர இருக்கும் ஆபத்தை உணராமல் நரியின் பின்னால் சென்றது. மாலை நேரம் ஆனது. தொலைவில் நின்று கொண்டு, அங்கு மரத்தினடியில் இருந்த பசுத்தோல் போர்த்திய புலியைக் காட்டி,

இதோ இந்தப் பசு உனக்குப் பாதுகாப்பாக இருக்கும். இங்கேயே இரு எனக் கூறி விட்டு ஓடிச் சென்று விட்டது. அப்பாவி பசுவும் அந்தப் போலிப் பசுவின் அருகில் நின்று, அம்மா எனக் கத்தியது. அந்த வஞ்சகப் புலியோ உடனடியாகப் பசுவின் மேல் பாய்ந்து அதனை அடித்துக் கொன்றது. இது பஞ்சதந்திரக்கதை.

விவேக சிந்தாமணி

சொல்லுவார் வார்த்தை கேட்டுத் தோழமை இகழ்வார்
புல்லர்
நல்லவர் விசாரியாமற் செய்வரோ நரிசொற் கேட்டு
வல்லியும் பசுவுங்கூடி மாண்டதோர் கதையைப்
போலப்
புல்லிய ரொருவராலே போகுமே யாவு நாசம்

பொருளுரை

அற்ப அறிவுடையவர் நல்ல தோழர்கள் கூறும் அறிவுரையை ஏற்க மாட்டார்கள். மாறாக அவர்களை இகழ்ந்து ஏளனம் செய்வார்கள். ஆனால் அறிவுமிக்க நல்லவர்கள் நன்கு ஆராயாமல் எதையும் செய்யமாட்டார்கள். எவர் சொன்னாலும் அதை ஆராய்ந்து பார்த்தே செயல்படுவார்கள்.

தீயோர்கள் சொல்லைக் கேட்டால் துன்பமே வரும். இக்கருத்து பஞ்ச தந்திரக்கதை மூலம் விளக்கப்படுகிறது. ஆம் வஞ்சக நரியின் சொல்லைக்கேட்டு புலியுடன் சேர்ந்த பசு தன் உயிரை இழந்தது

திருக்குறள்

> தொழுதகை யுள்ளும் படையொடுங்கும் ஒன்னார்
> அழுதகண் ணீரும் அனைத்து - குறள் 828

வஞ்சகர்கள், வஞ்சக எண்ணங் கொண்டவர்கள். கும்பிடுவதற்காகக் கூப்புகின்ற கைகளுக்குள்ளேயும், கொலைக்குப் பயன்படுத்தும் ஆயுதங்களை மறைத்து வைத்திருப்பர். அத்தகையோர் அழுது வடிக்கும் கண்ணீரிலும் தீய எண்ணம் மறைந்திருக்கும்

> மனத்தது மாசாக மாண்டார் நீராடி
> மறைந்தொழுகு மாந்தர் பலர் - குறள் 278

கெட்ட எண்ணம் உடையோர், துறவிகளைப் போல் வேடமிட்டுக் கொண்டு, தனது தேவைகளைப் பூர்த்தி செய்து கொள்வர்.

இவ்வாறு பஞ்சதந்திரக்கதை மூலமாக உலகியல் நெறிகளை வாழ்வியல் அறிவுரைகளைத் திருக்குறள் கருத்துக்களோடிசைந்து போதிக்கிறது விவேகசிந்தாமணி

நீதி

- தீயவர் சொல் கேட்டால் ஆபத்தில் முடியும்
- நல்ல அறிவுடையவர் எதையும் ஆராயாமல் தீர்மானிக்கமாட்டார்.
- வஞ்சகர் பலர் நல்லவர் போல வெளிவேடமிட்டு நடமாடுவர். எச்சரிக்கை!

11. நம்பிக்கை

அ. நம்பொணாதவர்

நாம் சந்திக்கின்ற அனைவரையும் பொதுவில் நம்பிவிடக்கூடாது. ஒரு சிலரை நம்பியதால் ஆபத்தில் சிக்கியவர்களின் கதைகளைக் கேட்டிருக்கின்றோம்..... ஆம் சிலர் மீது வைக்கின்ற ஆழமான நம்பிக்கை, ஆபத்தான முடிவுகளுக்குள் நம்மை அமிழ்த்துவிடும், அழித்து விடும்.... அத்தகைய நம்பத்தகாத சிலர் குறித்து ஆசிரியர் இப்பாடலில் தெளிவுபடுத்துகிறார். ஐந்து வகை மனிதர்களை இங்குக் குறிப்பிடுகிறார்.....

அவர்கள் யாவர்?

நம்பக்கூடாதவர்:

கல்வி அறிவு இல்லாத மூடர்களை நம்பக்கூடாது. கட்டுப்படுத்த இயலாத படி கடுங்கோபம் கொண்ட அரசர் அதாவது தலைவர்களை நம்பக்கூடாது.... தக்க சமயத்தில் நல்ல ஆலோசனைகளை ஆராய்ந்து கூறத் திராணியற்ற அமைச்சன் அல்லது துணையாளனை நம்பக்கூடாது.....

எத்தனையோ தெய்வங்கள் எனச் சொல்லி வழிபடுகின்றோம் அவ்வாறு வழிபடும் தெய்வம் தன் துன்பத்தின் வேளையில் துணைக்கு வராவிடில் அந்தத் தெய்வத்தையும் நம்பக்கூடாது...... வேத நூல்களைக் கற்று பாண்டித்வம் பெறாத வேத பண்டிதர்களையும் நம்பக்கூடாது. தன் கணவனுடன் எந்நேரமும் சண்டையிட்டு, ஆனால் நல்லவள் போல நடித்து அருகிலிருக்கும் மனைவியையும் நம்பக்கூடாது என்பதாம்....

பாடல் :

கல்லாத மாந்தரையுங் கடுங்கோபத்
துரைகளையுங் காலந் தேர்ந்து
சொல்லாத அமைச்சரையுந் துயர்க்குதவாத்
தேவரையுஞ் சுருதி நூலில்
வல்லாவந் தணர்தமையுங் கொண்டவனோ
டெந்நாளும் வலது பேசி
நல்லார்போ லருகிருக்கு மனைவியையும்
ஒரு நாளும் நம்பொணாதே!

கல்லாத மாந்தரை நம்பக்கூடாது.. ஏன்?

கல்வி அறிவில்லாத மனிதர்கள் சிலர் எதைப்பேசுவது, எங்கு பேசுவது, எனத் தெரியாமல் பேசி, அதனால் பெருத்த கேடுகளை விளைவித்து விடுவதுண்டு... மேலும் நல்ல முடிவுகளை தக்க நேரத்தில் எடுக்க முடியாமல் அவதிப்படுவதுண்டு, அடுத்தவர் துணையை நாடியே அவர்கள் தங்கள் காரியங்களை நிறைவு செய்வர்... அத்தகையோரை நம்பி பயனுண்டோ?

கோபம் :

கடுங்கோபம் கொண்ட அரசர்கள் நிமித்தமாக நிகழ்த்த எத்தனையெத்தனை விரும்பத்தக்க சீர்கேடான நிகழ்வுகளை வரலாற்றில் நாம் அறிகிறோம்.... அதுவன்றியும் அரசர் என்பதைக் குடும்பத்தலைவர்கள், நிறுவனத்தின் தலைவர், குழுக்களின் தலைவர் அல்லது நிறுவனங்களின் தலைவர்கள் என்றும் பொருள் கொள்ளலாம். அவர்கள் முன்கோபம் உள்ள கடுங்கோபிகளாக இருப்பார்களேயானால், அவர்களை நம்புவதும் பயனற்றது”

அமைச்சர் :

அமைச்சர் என்பவர் தக்க நேரத்தில் தக்க ஆலோசனை கூறி வழிநடத்தவேண்டியவர் ஆவார். மாறாக அவர், காலம் அறிந்து, பொருளறிந்து ஆராய்ந்து முடிவுகளை ஆலோசனையாகத் தரல் வேண்டும். அந்தத் திறமை இல்லா அமைச்சனை நம்புவதும் பயனற்றதே.

திருக்குறள் :

பழுதெண்ணும் மந்திரியின் பக்கத்து தெவ்வோர்
எழுபது கோடி உறும் - குறள் 639

தவறான எண்ணமுடைய அமைச்சன் எழுபது கோடி பகைவருக்கு ஒப்பாவாராம். அமைச்சர் எனும் சொல்லை நண்பர், உடனிருப்பவர், உடனுழைப்பவர், உடனாளர் என்றும் கொள்வது தகும். அப்படியெனில் தம்முடன் இருக்கும் நண்பர்கள், தக்க சமயத்தில் உரிய அறிவுரைகள் தந்து வழிநடத்த வல்லாராய் இல்லாவிடில், அவர்களை நம்பவேண்டாம்.

தெய்வம் :

மனிதனுக்குத் துன்பம் வந்தால் முறையிடும் இடம் தெய்வத்தின் சன்னிதானம். அவ்வாறு முறையிடுவோரின் துயரினைத் துடைக்க சக்தியற்ற தெய்வமும் நம்பத்தகுந்ததன்று, என்கிறது இப்பாடல். தனது பக்தனின் துயரினைத் துடைக்க வலுவற்றது தெய்வமா? என வினவுகிறார் - ஆசிரியர்.

அந்தணர் :

அந்தணர் என்பவர், இறை ஞானத்தில் மிகுந்தவராய் இருப்பதோடு வேத நூல்களையும் கற்றுத் தெளிந்தவராய்

இருத்தல் வேண்டும். அவ்வாறு வேத நெறிகளில் ஆழ்ந்த அறிவு இல்லாத வேதியர்களையும் நம்பக்கூடாது...

இங்கு 'அந்தணர்' என்ற சொல் இருக்குமிடத்தே 'ஆசிரியர்' என்றும் கொள்ளலாம். ஆசிரியர் என்பவர் தேர்ந்த அறிவுடையவராகவும், சிறந்த நூல்களை வேத நெறி நூல்களைக் கற்றுத் தேர்ந்தராகவும் விளங்க வேண்டும். அத்தகையோரல்லாதோரை நம்புதல் கூடாது... அவர்கள் நம்பத்தகாதவரே! போலி என்று கூடச் சொல்லலாம்.

மனைவி :

கணவன் மனைவி - இருவரிடத்தும் உண்மையான அன்பு இருக்க வேண்டும். ஆனால் சில குடும்பங்களில் உண்மையான அன்பு இருப்பது போல வெறும் வெளி வேடமிட்டு நடித்துக் கொண்டு உண்மையில் எடுத்ததற்கெல்லாம் சண்டையிட்டுக் கொண்டிருப்பார்கள்... அவர்கள் நிம்மதியும் கெட்டு, அடுத்தவர் நிம்மதியையும் கெடுத்து விடுவர். பொறுமையிழந்த மனைவியும் கடமை மறந்த கணவனும் இதற்கு கூட்டுப்பொறுப்புடையவரே! இவ்வாறு போலியான அன்பு வைத்து பாசாங்கு காட்டி எந்நேரமும் சண்டையிட்டு குடும்ப அமைதிக்குக் குந்தகம் விளைவிக்கும் மனைவியையும் நம்பக் கூடாது. கணவனையும் அவ்வாறே என்க....

இவ்வாறு

கல்லாத மாந்தரையும், பெருங்கோபம் கொண்டோரையும், அறிவில்லா அமைச்சரையும், துன்பத்தில் துணைநிற்காத தெய்வத்தையும், வேத அறிவில்லாத வேதியரையும், தொட்டதற்கெல்லாம் சண்டையிட்டு குடும்ப

அமைதியைக் கெடுக்கும் மனைவியையும் அல்லது கணவனையும் நம்பக்கூடாது... இவர்களை நம்பினால் அதனால் துன்பமே வரும், என்று விவேக சிந்தாமணி, மக்களுக்கு அறிவுரை கூறுகிறது.. வாழ்வியல் நெறிகளைக் கற்றுத்தருவதில் மகத்தான பணியாற்றும் நீதி நீல் விவேகசிந்தாமணி!

நீதி :

"குடும்பம் அமைதி நிலவும்
அன்புத் தோட்டமாக விளங்க வேண்டும்."

"கல்லாதார் இல்லை என்ற நிலையில்
எல்லோரும் கற்க வேண்டும்."

திருக்குறள் :

காணாதான் காட்டுவான் தான் காணான் காணாதான்
கண்டானாம் தான்கண்ட வாறு – குறள். 849

பொருள் :

ஒன்றும் அறியாத நல்லவர்களையும் அற்ப புத்திக்காரன் கெடுத்து வைப்பான். புல்லறிவாளன் புத்தி சொல்லப்போனால் ஒன்றும் அறியாத அந்த நிரபராதியும் அற்ப புத்திக்காரன் ஆகிவிடுகிறான்.

ஆ. நம்பாதே நம்பாதே!

நிலையற்ற செல்வம்!

உலக மாந்தர் எப்பாடு பட்டேனும் செல்வத்தைத் தேட முயல்கிறார்கள்... அல்பகல் பாராது அரும்பாடு படுகிறார்கள்... திரைகடல் ஓடியும் திரவியம் தேடுகிறார்கள்.

ஆனால் உண்மை என்னவெனில் இவை எதுவுமே நிலையானது அல்ல... இன்று ஒருவனிடம் இருக்கின்றது... இதே செல்வம் நாளை வேறொருவனிடம் போகின்றது... இவ்வாறு கைவிட்டு கைமாறும் செல்வதை நம்பி... அதற்காகவே மனிதனுக்கு மனிதன் எதிரிகளாகி... அழிகின்றனர்... எனவே இந்த நிலையற்ற செல்வத்தை நிலையானது என நம்பாதே, நிலையான செல்வமாகிய ஞானத்தைத் தேடுவதே நலம் என விவேகசிந்தாமணி குறிப்பிடுகிறது... பாடலைக் கேட்போமா...

என்பொருள் என் பொருளென்று சீவன் விடு
மனமேயொன் றியம்பக் கேளாய்
உன் பொருளா னாலதன்மே லுன்னாமம்
வரைந்துளதோ வுன்ற னோடும்
முன்பிறந்து வளர்ந்ததுகொ லினியுனைவிட்
டகலாதோ முதிர்ந்து நீதான்
பின் சிறக்கும் போததுவுங் கூடவிறந்
திடுங்கொல்லோ பேசுவாயே!

(குறிப்பு : தன் மனத்துடன் பேசுவதாக இப்பாடல் அமைந்துள்ளது)

கருத்துரை :

என்மனமே, இவ்வுலகின் செல்வம் நிலையற்றதாக இருப்பினும் அதனை "இது என் பொருள், இது என் பொருள்" என்று உயிரை விடுகின்ற மனமே, நீ நினைக்கிறபடியே அது உன்னுடையதாக இருந்தால்... அச் செல்வத்தின் மீது உன் பெயர் பொறிக்கப்பட்டிருக்க வேண்டுமே, அப்படி உள்ளதா? இல்லையே! அச்செல்வம் உனக்கு முன் தோன்றி உன்னுடனேயே வளர்ந்ததோ?

இல்லையே! இனி, அச்செல்வம் உன்னை விட்டு ஒருபோதும் நீங்கமாட்டாதோ? இல்லையே, நீ முதுமையடைந்து பிற்காலத்தில் இறக்கும்போது அச்செல்வம் உன்னுடனே இறந்து விடுமோ? அப்படியானால் எனக்கு பதில் சொல்...

பகவத் கீதை :

பகவத் கீதையிலும் மேற்கண்ட இதே கருத்து சொல்லப்பட்டிருக்கிறது...

"எதை இழந்தாய்! நீ அழுவதற்கு...!
எதைக் கொண்டு வந்தாய்? நீ இழப்பதற்கு!
இன்று உன்னிடம் இருப்பது
நேற்று வேறொருவரிடம் இருந்தது...
அதுவே, நாளை மற்றொருவரிடம் செல்கிறது!
இது உலக நியதி"

எனவே இவ்வுலகச் செல்வங்கள் நிலையானது அல்ல... அவற்றை நம்புவதால் பயனில்லை.

திருக்குறள் :

நில்லாத வற்றை நிலையின என்றுணரும்
புல்லறி வாண்மை கடை – குறள். 331

பொருள் :

நிலையற்ற பொருட்களை நிலையுள்ளனவாக நினைக்கின்ற அற்ப புத்திதான் இழிவுண்டாக்குவது.

நீதி : இவ்வுலகச் செல்வங்கள் நிலையானதல்ல... எனவே அவற்றின் மேலிருக்கும் பற்றைவிட்டு அவற்றை நம்புவதை விட்டு, நிலையான ஞானத்தைத் தேடுவதுதான் நலம்...

12. மடமை

அ. மூடரை மெச்சிய மூடர்

குரங்கின் ஆட்டம்

ஓர் அழகான காட்சி குரங்கும் நாயும் ஓர் மரத்தினடியில் நின்று குரங்கு ஒன்று கால்களையும் வாலையும் உயர்த்தி ஆட்டி கூத்தாடியது. இதைப் பார்த்துக் கொண்டே வந்த நாய் ஒன்று ஓடோடி வந்து அதனுடன் இணைந்து கொண்டது. குரங்கின் ஆட்டத்தை ரசிப்பது போல அந்த நாய் ஊளையிட்டுக் கொண்டே அங்குமிங்கும் ஓடி அதன் மகிழ்ச்சியைக் கொண்டாடியது

அறிஞர் சபை

பல அறிஞர்கள் கூடியிருக்கும் சபையிலே சில மூடர்கள் கைகளை நீட்டி நீட்டிப் பேசுவதுண்டு. அதனை அவர்களைப் போன்ற பிற மூடர்கள் தலைகளை ஆட்டி புகழ்ந்து, மெச்சிப் பாராட்டுவார்கள். இக்காட்சிதான் குரங்கின் கும்மாளத்தை நாய் ஆமோதித்து ரசித்த காட்சிக்கு ஒப்பானது என விவேகசிந்தாமணி விவரிக்கிறது

பாடல்

>குரங்கு நின்று கூத்தாடிய கோலத்தைக் கண்டே
>அரங்கு முன்பு நாய் பாடிக் கொண்டாடிய வதுபோல்
>கரங்க ணீட்டியே பேசிய கசடரைக் கண்டு
>சிரங்க ளாட்டியே மெச்சிடு மறிவிலார் செய்கை

குரங்கு

நடனம் என்றால் என்ன என்றே அறியாதது கரங்கள் நீட்டியே பேசிய

189

பெரியோர்கள் கூடியிருக்கும் இடத்திலே தம்மில் "மூத்தோரைக் கைநீட்டிப் பேசுவது தவறு" என்பது தமிழர் நாகரீகம் இங்கு கரங்கள் நீட்டிப் பேசியோர் கசடர், அற்பர் எனக் கடிந்து கொள்ளப்படுகிறார்கள்.

சிரங்கள் ஆட்டியே யார் பேசினார்கள் என்ன பேசினார்கள் என்று புரியாமல் மூடர்கள் பேசிய பேச்சுகளைக் கேட்டு, தம் தலைகளை ஆட்டி ரசிக்கும் மூடர்கள் செய்கை நகைப்புக்குரியது.

இன்றைய அரசியலிலும், சமூகத்திலும் இத்தகைய காட்சிகளை அதிகம் காண முடிகிறது.

நீதி : உண்மை நிலை அறிந்து பாராட்ட வேண்டும்

திருக்குறள் :

இணரூழ்த்தும் நாறா மலரனையர் கற்றது
உணர விரித்துரையா தார் - குறள். 650

பொருள் :

கற்றறிந்ததை மற்றவர்கள் புரிந்து கொள்ளும்படி விளங்கச் சொல்லத் தெரியாதவர்கள், கொத்துக் கொத்தாகப் பூத்தும் வாசனையில்லா மலர்களுக்கே சமானம்.

ஆ. கழுதையைக் கொண்டாடிய அலகை!

சுவையான காட்சிகளுக்கு விவேக சிந்தாமணியில் பஞ்சமே இல்லை. அக்காட்சிகள் மூலமாக உலகியல் நெறிகளை வாழ்வியல் உண்மைகளை நடக்கும் சம்பவங்களைத் தெள்ளிதின் காட்டும் கண்ணாடியாய் கவினுற நிற்பது இந்நூல்

காட்சி இதுதான்

கல்வி கல்லாத மூடரைக் கற்றோர் கொண்டாடுதல் வெள்ளிப் பணமடியோய் இது பராசக்தியில் ஒரு பாடல் இங்கே கல்லாத மூடரை அதே தரத்திலான மூடர்கள் கொண்டாடுதல் காட்சியாகிறது. கழுதை ஒன்று கா... கா... எனக் கூச்சலிட்டுக்கொண்டே குதித்தது, ஆடியது. அதைக் கண்டு நின்ற சாத்தான் கழுதையை வணங்கி நின்றது. மீண்டும் மீண்டும் அக்கழுதையைப் பாராட்டி துதித்துக் கொண்டாடியது. அதைக் கண்ட கழுதை மிகவும் மகிழ்ந்து குறையே இல்லா நமக்கு இங்கே யார் நிகரானவர்? எனக் கருதி மேலும் கும்மாளமிட்டது.

கருத்து இது

அறிவில்லாத மூடர்கள் சொல்வதையெல்லாம் கேட்டு, அவர்களைவிட அறிவில் குறைந்த முழு மூடர்கள் அவர்களைப் போற்றித் துதித்துக் கொண்டாடுவது என்பது, கழுதை ஆடுவதைப் பார்த்து ஆகா, ஓகோ என சாத்தான் துதித்துப் பாராட்டி வணங்கியதைப் போன்றதாகும். மூடர்களைக் கழுதைக்கும் முழு மூடரை அலகைக்கும் இங்கே ஒப்புமைப்படுத்தப்படுகிறது. மூடர்கள் ஆராயாமல் சொல்வதைக் கேட்டு வேறு மூடர்கள் பாராட்டும்போது அந்த முதல் மூடர்கள் மேலும் மகிழ்ந்து தங்கள் முட்டாள் தனங்களை அதிகரிப்பார்கள்.

பாடல் இதோ

"கழுதை காவெனக் கண்டு நின்றாடிய அலகை
தொழுது யீண்டுக் கழுதையைத் துதித்திடவதுதான்
பழுதிலா நமக் கார்நிக ராமெனப் பகர்தல்
முழுது மூடரை மூடர் கொண்டாடிய முறைபோல்!"

திருக்குறள்

எப்பொருள் யார் யார்வாய்க் கேட்பினும் அப்பொருள்
மெய்ப்பொருள் காண்ப தறிவு - குறள் 423

எந்தப் பொருளைப் பற்றி யார் யார் எப்படியெல்லாம் சொன்னாலுமே அவற்றையெல்லாம் கேட்டு அவற்றுள் எது உண்மை என்று கண்டு கொள்ளச் செய்வதுதான் அறிவுடமை ஆகும்.

மேலும்

அறிவுடையார் எல்லாம் உடையார் அறிவிலார்
என்னுடைய ரேனும் இலர் - குறள் 430

அறிவு இல்லாதவர்கள் மற்ற எல்லாம் உடையவர்களாக இருந்தாலும் ஒன்றுமே இல்லாதவர்கள் என்றே கருதப்படுவார்கள்.

அறிவு இல்லாமை என்பது எவருமே விரும்பத்தகாத ஒன்று. "அறிவு அற்றம் காக்கும் கருவி" என்பதெல்லாம் திருவள்ளுவரின் கருத்து என்றால் 'அறிவு' என்பது மேலான சொத்து என்பதும், அறிவுடையார் பாராட்டப்பட வேண்டியவர் என்பதும் விவேகசிந்தாமணி தரும் வாழ்வியல் நெறிகள்.

நீதி

ஒருவர் சொன்னதைத் தெளிவாகக் கேட்டு, புரிந்து கொண்டு, அதன் உண்மைப் பொருளை அறிந்தே அவரைப் பாராட்ட வேண்டும். சொன்னதற்கெல்லாம் தலை ஆட்டிப் பாராட்டுதல் கூடாது.

இ. பேராசை பெருநட்டம்

அளவுக்கு மிஞ்சி ஆசைப்படுவது என்றுமே ஆபத்தில் முடியும் என்பது அனுபவ உண்மை. பேராசையால், 'புதையல் காட்டப் போகிறேன்' என்று சில வஞ்சகர்களின் பேச்சை நம்பிய பேராசைக்காரர்கள், தங்களிடம் இருந்த பொருளையும் இழந்ததைக் கேட்டிருக்கிறோம். சிலர் உயிரையும் இழந்த செய்திகள் கூட உண்டு. 'பணத்தை இரட்டிப்பாக்கித் தருகிறேன்' என்றவர்கள் பேச்சை நம்பி பேராசையால், கணக்கிலா நபர்கள் கெட்டுப்போய், வறுமையுற்ற செய்திகளையும் நாம் நாளிதழ்களில் படித்துள்ளோம். "வெற்றி பெறுவதற்கு குறுக்கு வழிகள் எதுவுமில்லை" என்ற பொன்மொழியை இவர்கள் அறிந்து கொள்ளவில்லை.

ஆம், இருப்பதைக் கொண்டு நிறைவுடன் வாழ பழகிக் கொள்ள வேண்டும். போதுமென்ற மனமே பொன் செய்யும் மருந்து இல்லையா? கையில் உள்ள ஒரு புறாவானது, மரத்தில் இருக்கும் இருபுறாக்களை விட மேலானது என்ற தொடரை மனதில் கொள்ள வேண்டும்.

பேராசை படக்கூடாது என்பதை விளக்கும் விவேக சிந்தாமணிப்பாடல் இதோ..... ஆ

கரியறு திங்கட் காகுங் கானவன் மூன்று நாளாம்
இரிதலைப் புற்றினாக மின்றுணு மிரை யாதென்று
விரிதலை வேடன் கையன் விற்குதை நரம்பைக்
கவ்வி
நரியனார் பட்ட பாடு நாளை நாம் படுவமாதோ.

கரி – யானை, கானவன் - வேடன், இரை – உணவு

பாடலின் பொருள்

வேடன் ஒருவன் யானையை அம்பெய்து கொன்றான். அந்த வேடனை நாகம் கடிக்க அவனும் இறந்து அந்த நாகத்தின் மீதே வீழ்ந்தான். யானையின் காலில் அகப்பட்டு பாம்பும் செத்தது. இவ்வாறு பாம்பும், வேடனும் யானையும் வீழ்ந்து கிடப்பதைக் கண்ட நரியொன்று,"ஆகா இந்த யானை ஆறுமாதத்திற்கு உணவாகும். வேடனோ மூன்று நாளைக்கு போதும், நாகமோ இன்றைக்கு போதுமானது," என்று மகிழ்ச்சியடைந்தது. ஆறுமாதத்திற்கு உணவு கிடைத்த ஆனந்தத்தில் ஆடிப்பாடிய நரி, வேடன் கையிலிருந்த வில்லின் குதை நரம்பைக் கடித்தது. அந்தோ பரிதாபம் வில் நரம்பில் இணைந்திருந்த அம்பு விடுபட்டு, நரியின் வாய்க்குள் செல்ல, நரி செத்து வீழ்ந்தது. இதுபோல அற்ப ஆனந்தம் ஆபத்தைத் தரும். பேராசைப்பட்டு எதையும் ஆராயாமல் செய்தால், இப்படி உயிரையும் இழக்க நேரிடும்.

திருக்குறள்

ஆரா இயற்கை அவாநீப்பின் அந்நிலையே
பேரா இயற்கை தரும்   - குறள் 370

பொருள்

எவ்வளவு கிடைத்தாலும் அடங்காத தன்மையுள்ளது ஆசை. அதை அடக்கிவிட்டால் அப்போதே பிறப்பில்லாத பேரின்ப நிலை வந்துவிடும்.

அஞ்சுவ தோரும் அறனே ஒருவனை
வஞ்சிப்ப தோரும் அவா   - குறள் 366

பொருள் : ஆசைகள் வந்துவிடாதபடி எப்போதும் எச்சரிக்கையாக இருக்க வேண்டும். ஒருவனை ஏமாற்றி

விடுவது இந்த ஆசைதான். அதற்கு அஞ்சி நடப்பதே அறம்.

வேறு ஒரு கதையைக் கேட்கிறீர்களா

மாதவியின் மனக்கோட்டை

பழங்காலக் கதை ஒன்று...

மாதவி என்ற மங்கை ஒருத்தி, மோர் வணிகம் செய்து, தன் குடும்பத்தை நடத்தி வந்தாள். நாள்தோறும் மோர் நிறைந்த பெரிய பானையைத் தலையிலே சுமந்து கொண்டு, ஊர் ஊராகச் சென்று விற்று வருவாள். மாலையில் களைப்போடு வீடு திரும்புவாள். அடுத்த நாளும் அப்படியே அதிகாலை புறப்பட்டு விடுவாள்.

ஒருநாள், அவள் சென்று வரும் வழியில், ஒரு பெரிய மாட்டுப் பண்ணையைக் கண்டாள். தானும் அதுபோலொரு பெரிய மாட்டுப் பண்ணைக்கு அதிபதி ஆக வேண்டும் என ஆசைப்பட்டாள். இப்படியே அவள் மனம் எங்கெங்கோ பறந்தது. நடந்து கொண்டே இப்படிச் சொல்லிக்கொண்டாள். "நாளை இந்த மோர் அத்தனையும் விற்று ஒரு கோழி வாங்குவேன். கோழி முட்டைகள் இடும். அந்த முட்டைகளை அடைகாக்க வைப்பேன். அப்படி ஏராளம் குஞ்சுகள் வரும். அதையெல்லாம் விற்று, ஓர் ஆடு வாங்குவேன். ஆடு குட்டிகள் ஈனும். அந்த ஆடுகளை விற்று ஓர் பசுமாடு வாங்குவேன். பசு கன்று ஈனும் அந்த கன்று வளர்ந்து அதுவும் கன்று ஈனும். இப்படி ஒரு பெரிய மாட்டுப்பண்ணைக்கு அதிபதி ஆவேன். அதன் மேய்ச்சலுக்கு ஒரு வேலையாளை நியமிப்பேன். அந்த ஆள் நான் சொன்னதெல்லாம் கேட்டு நடக்க வேண்டும். ஏனெனில் நான்தானே அவனுக்கு 'முதலாளி'

சொன்னால் அவன் கேட்கலைன்னா சட்டியைத் தூக்கி அவன் தலையிலே "இப்படி அடிப்பேன்" எனச் சொல்லிக்கொண்டே தன் தலையில் இருந்த பானையைத் தூக்கித் தரையில் ஓங்கி அடித்தாள். ஐயகோ! அத்தனை மோரும் மண்ணாய்ப் போனது பானையும் சுக்கு நூறாய் உடைந்து விட்டது. அவள் மனக்கோட்டை போல!

இதே காட்சியைத்தான் முன் பகுதியில் விவேகசிந்தாமணிப் பாடலில் நாம் கண்டோம். பாத்திரங்கள்தான் வேறு

நீதி

பேராசைப்படாதே!
வீணாக மனக்கோட்டை கட்டாதே!
இருப்பதைக் கொண்டு நிறைவுடன் வாழ்க!
இயல்புக்கு மிஞ்சி எண்ணாதே!

அற்ப மகிழ்ச்சியில் அளவுக்கு மிஞ்சி அக்களித்தல் வேண்டாம்.

திருக்குறள் :

அவாஇல்லார்க் கில்லாகுந் துன்பம்அஃ. துண்டேல் தவாஅது மேன்மேல் வரும். – குறள். 368

பொருள் :

வாழ்வில் நிம்மதி அடைவதற்கு ஆசையை நீக்குவதே வழி. ஆசை இல்லாதவர்க்குத் துன்பமே இருக்காது. ஆசை இருந்தால் நிச்சயமாக துன்பங்கள் அடிக்கடி வந்துகொண்டே இருக்கும்.

ஈ. கெடுவான் கேடு நினைப்பான்

கெடுமதி :

கேடுவரும் பின்னே மதி கெட்டு வரும் முன்னே இது காலம் காலமாகத் தமிழ் மண்ணில் வழங்கும் முதுமொழி ஆம், பலருடைய வாழ்விலே இது மெய்யாகியிருக்கிறது... நாளிதழ்களில் நாம் இது தொடர்பான பல நிகழ்வுகளைப் படிக்கிறோம்....

பள்ளிகளில், பொது இடங்களில்.... பணித்தளங்களில், வழிபாட்டிடங்களில், அலுவலகங்களில், சிலரின் கேடு கெட்ட மதியினால், பின்னர் அவர்கள் படும்பாடு வேதனை... மிகச்சோதனை.... அதன்பின் அவர்களால் இழந்த நற்பெயர் திரும்பி வருவதில்லை.... அதனால்தான் அண்ணல் காந்தியடிகள் சொன்னார்" ஒரு பெரிய பாத்திரம் நிரம்பி இருக்கிற பாலில் ஒரு துளி நஞ்சு கலந்தாற்போன்று நம்மிடம் நிறைந்திருக்கிற நம்மால் வளர்ந்திருக்கிற நற்பெயரெல்லாம், நம் மனதில் தோன்றுகிற சிறு கெடுமதியால், சலனத்தால் முற்றிலும் அழிந்துவிடும்"....

இன்று 'போக்சோ' என்ற சட்டம் தண்டனைகளை வழங்கினாலும் சில அற்பர்களால் "பாலியல் சீண்டல்" என்ற கொடுஞ்செயல் தொடரவே செய்கிறது... தங்களிடம் பயில வந்தோரைத் தங்கள் பிள்ளைகளாகக் காப்பாற்ற வேண்டியவர்களே, வேலியே பயிரை மேய்ந்தாற்போன்று, விலங்குகளின் நிலைக்குச் சென்று விடுவது வேதனை, வேதனை.... தன்னிடம் கல்வி பயில வந்த மாணவியின் மேல் தகாத எண்ணம் கொண்ட ஒரு வேதியனின் கோரமான முடிவு, விவேகசிந்தாமணிப் பாடல் ஒன்றில் காட்டப்படுகிறது!

பாடல் இதோ :

மதியிலா மறையோன் மன்னன் மடந்தையினிருது
காலம்
விதியினாற் கொடிதா மென்றம் மெல்லியை யாற்றில்
போக்கி
பதுமையா யெடுத்தபோது பெட்டியிற் புலிவா யாலே
அதிருடன் கடியுண் டன்றே அருநர கடைந்தான்
மாதோ....

பொருளுரை :

சிந்தனைத் திறனில்லாத வேதியன் ஒருவனிடத்தில், அரசனின் மகள் கல்வி கற்க வந்தாள். அவளிடத்தில் தகாத எணணம் கொண்ட அந்தக் கொடியவன் மன்னனிடத்தில் இவ்வாறு கூறினான். " இவள் பூப்பெய்திய நாள் மிகவும் தோடமானது.. அதற்குப் பிராயச்சித்தமாக ஒரு பெட்டியில் வைத்து ஆற்றில் இட்டுவிடுவது உன் குலத்திற்கு நல்லது" எனப் பலவாறு சொன்னான். அந்த அரசனும் 'அந்தணன்' சொல்லை, அப்படியே நம்பினான். அழகிய பெட்டி ஒன்றில் அந்தப் பெண்ணை அடைத்துப் பூட்டி, ஆற்றிலே எறிந்தார்கள்... மிதந்து வந்த பெட்டியைப் படகோட்டி ஒருவன் கண்டான்... எடுத்தான்.. திறந்து பார்த்தான்... திகைத்தான்.. அவளுக்கு உயிர்பிச்சை அளித்தான்.. ஆற்றிலே அடித்துவரப்பட்ட கரை ஒதுங்கிய புலி ஒன்று.. மயக்கநிலையிலிருந்தது.. அதனைத் தூக்கி அந்தப் பெட்டியில் அடைத்து மீண்டும் ஆற்றில் விட்டார்கள்... கெடுமதியான் அந்தணன் அங்கொரு ஆற்றுக்கடவில் காத்திருந்தான்.. பெட்டி வந்தது... எடுத்துக் கரை சேர்த்தான்... திறந்தான்... பாய்ந்து வெளியேறிய புலி, அவனைக் கடித்துக் குதற அந்தக் கெடுமதியான்

அழிந்தான்! எனவே முறைதவறிய எண்ணத்தால், முடிவைத் தானே தேடிக்கொண்டான்!.

திருக்குறள் :

மறப்பினும் ஒத்துக் கொளலாகும் பார்ப்பான்
பிறப்பொழுக்கங் குன்றக் கெடும்.... - குறள் 134

எவ்வுயிருக்கும் செந்தண்மை பூண்டொழுகலான் அறவோர் அந்தணர் எனக் கருதப்படுவர் என்றுரைத்த தெய்வப்புலவர், வேதம் ஓதுவதால் பார்ப்பான் உயர்ந்தவன் எனக் கருதப்பட்டாலும், தன்னுடைய ஒழுக்கத்தில் குறைவு ஏற்பட்டால் அவன் குலப்பெருமை, தானே அழிந்துவிடும்...

நீதி :

எந்த அளவு உயர்ந்த நிலையில் இருந்தாலும் தன் நிலையின் பெருமைக்கு இழுக்குச் சேரும் வகையான எந்த இழி செயலையும் செய்யக்கூடாது மனதில் எண்ணவும் கூடாது....

திருக்குறள் :

"ஒழுக்கம் உடைமை குடிமை இழுக்கம்
இழிந்த பிறப்பாய் விடும்"   - குறள் 133

உயர்ந்த குலம் என்பதே, உயர்ந்த ஒழுக்கத்தினால்தான், ஒழுக்கத்தில் தாழ்ந்தால் குலத்திலும் தாழ்ந்தவனாகிவிடுகிறான்.

இனம் இனத்தோடு

இனம் இனத்தோடு சேரும் என்பதற்கு விவேகசிந்தாமணி மேலும் ஒரு பாடல் மூலம் விளக்கம்

தருகிறது. குறிப்பிட்ட குணம் உடைய மூடர்கள் எக்காரணத்தைக் கொண்டும் அறிவுடையோருடன் இணங்கி இருக்கமாட்டார்கள்...

பாடல் இதோ...

புலியொடு புல்வாய்தானும் பொருந்தியே
                           யுறவானாலும்
எலியொடு பூனைகூடி யிசைந்துநன் குறவானாலும்
நலமிகு சர்ப்பந்தேரை நன்றதா யுறவானாலும்
மலமின்மே லவரோடற்ப மதியின ருறவாகாதே!

புல்வாய் - கலைமான் மலமில் - குற்றமற்ற

கருத்து :

புலியும் மானும் ஒன்றுக்கொன்று பகை. ஒருவேளை அவை தமக்குள் நட்புக்கொள்ளவும் நேரிடலாம். எலிக்குப் பூனை பகை. இவையும் கூட ஒருநாள் தமக்குள் பகை நீங்கி நண்பர்களாகலாம். தேரையும் பாம்பும் ஒன்றுக்கொன்று பகை. எனினும் அவற்றுள் பகை நீங்கி நட்புக்கொள்ளலாம். இவை எல்லாம் நடந்தாலும் நடக்கலாம். ஆனால் அறிவில்லாத மூடர்கள் என்றுமே அறிவுடைய மேன்மக்களுடன் உறவு கொண்டாடவே மாட்டார்கள். தேடி அவர்களுடனேதான் சேர்ந்திருப்பர்... ஆம் இனம் இனத்தோடு சேரும்....

வள்ளுவப் பெருந்தகை இக்கருத்துக்களை முன்னரே மொழிந்துள்ளார்...

திருக்குறள் :
சிற்றினம் அஞ்சும் பெருமை சிறுமைதான்
சுற்றமாச் சூழ்ந்து விடும் - 451

கருத்து :

பெருமை அடைய விரும்புகிறவர்கள் எப்போதுமே அறிவும், ஒழுக்கமும் இல்லாத அற்பர்களுடன் சேரவே மாட்டார்கள். சிறுமை அடைய இருப்பவர்கள்தாம் அற்பர்களை உறவாகக் கொண்டு வாழ்வர்.... ஆம், இனம் இனத்தோடே சேரும். நற்பண்புகளுள்ள பெரியோரைத் துணைகொண்டு அவர்களின் தொடர்பு விட்டுப்போகாதபடி நடந்து கொள்ளவேண்டும் என்பது வள்ளுவம் போற்றும் அறமல்லவா.... திருக்குறளில் இக்கருத்து மேலும் வலியுறுத்தப்பட்டுள்ளது.

நல்லினத்தி னூங்குந் துணையில்லை தீயினத்தின்
அல்லற் படுப்பதூஉம் இல் - 460

மனிதருக்கு நல்ல சகவாசத்தைவிட நன்மை செய்யக்கூடிய துணையும் இல்லை. நல்ல நண்பர்களால் நன்மையே நிகழும்.... கெட்ட சகவாசமாகிய சிற்றினச் சேர்க்கையை விடத் துன்பம் உண்டாகக்கூடிய பகையும் இல்லை. ஏனெனில் தண்ணீர் எந்த நிலத்தோடு சேர்ந்திருக்கிறதோ அந்த நிலத்தின் சாரமுள்ளதாக மாறிவிடும். அதைப் போலவே இயற்கையாகவே நல்ல பண்புகளை உடையவர்கள்கூட அற்ப புத்திக்காரருடன் சோந்தால் தாமும் கெட்டுப்போவார்கள்.... எனவே சிற்றினம் சேராதிருத்தல் வேண்டும் என்பது திருவள்ளுவர் கூறும் அறம்....

நீதி :

அற்பர்களுடன் எந்த சகவாசமும் வைத்தல் ஆகாது.

கோபம்

கோபம் மிகக்கொடியது. அது மாபெரும் வியாதி. கொடிய நெருப்பு. தீராக் கோபம் போராய் முடியும் என்பது முதுமொழி. வரலாற்றில் நிகழ்ந்த மாபெரும் போர்களுக்கெல்லாம் மூலக் காரணமாய் அமைந்தது இக்கோபமே!

திருக்குறள்

சினமென்னும் சேர்ந்தாரைக் கொல்லி இனமென்னும்
ஏமப் புணையைச் சுடும்.... - 306

கருத்து

சேர்ந்தவரைக்கூட அழித்து ஒழித்துவிடும் இயல்புடையது சினம்... ஒருவனுக்கு ஆபத்து காலத்தில் துணையாக இருக்கவேண்டிய உற்றார் உறவினர்களைக்கூட விலகி இருக்கச் செய்துவிடும் தன்மை உள்ளது கோபம்....

புராணங்களில்.....

விசுவாமித்திர மாமுனிவன்கூட தனக்கு ஏற்பட்ட பெருங்கோபத்தால், வசிட்டருடன் சபதம் செய்தான். இதன் விளைவாகத் தன் தவத்தின் பயன்களை எல்லாம் இழந்தான். நகுடன் என்பவன் ஓர் அரசன், நூறு அசுவமேத யாகங்களைச் செய்தான். இதன் பயனாக இந்திரன் பதத்தை அடைந்தான். அங்கு முனிவர்களிடம் தன் கோபத்தைக் காட்டினான். இதனால் அகத்தியரின் கடும் சாபத்தைப் பெற்று தன் யாக பலன்களை இழந்தான்... பதவி இழந்து பாம்பாக மாறினான். இந்திரன் ஒரு காலத்தில்

உக்கிரபாண்டியனோடு கோபங்கொண்டு சண்டையிட்டான். இதன் விளைவாகத் தன் வலிமைமிகு வச்சிராயுதத்தை இழந்தான்.

நிஜவாழ்வில்

கோபத்தின் விளைவாக சிதறிச் சின்னா பின்னமான குடும்பங்கள் எத்தனை எத்தனை? கோபத்தால் கொலையுண்டோரும், கொலை செய்தோரும் கணக்கில் அடங்குமோ? குடும்பங்களில், சமூகத்தில் கோபத்தின் விளைவுகளால் ஏற்படும் உயிர் அழிவுக்குக் கணக்கே கிடையாது.... உலக நாடுகளில்கூட கோபத்தின் விளைவுதானே மாபெரும் தலைவர்கள் கொல்லப்பட்ட நிகழ்வுகள் எல்லாம்....

குடும்பங்களில், பொது வாழ்வில், ஆட்சியில், அரசியலில், இந்தக் கொடிய கோபத்தின் விளைவால் நிகழும் விரும்பாத செயல்கள் ஆயிரமாயிரம்.....

விவேகசிந்தாமணி :

கோபம் கொடிய நெருப்பு என்பதையும், சேர்ந்தாரை அழிக்கக்கூடியது என்பதையும் வள்ளுவத்தின் வழியில் விவேகசிந்தாமணி விளக்குகிறது.... பாடல் இதோ....

மூங்கிலிற் பிறந்த முழங்குதீ மூங்கிலின்
முதலற முருக்குமா போலத்
தாங்கருஞ் சினத்தீ தன்னுளே பிறந்து
தன்னுறு கிளையெல்லாம் சாய்க்கும்
ஆங்கதன் வெம்மை யறிந்தவர் கமையா
லதனையுள் ளடக்கவு மடங்கா
தோங்கிய கோபத் தீயினை யொக்கு
முட்பகை யுலகில் வேறுண்டோ....

பொருளுரை

முதலற - (முதல் + அற) அவற்றின் ஆதியாகிய வேரும் கிளையும் இல்லாமல் போகும் அளவு.

முருக்குமாபோல - கொன்று ஒழிப்பதுபோல
சாய்க்கும் - அழிக்கும்
கமையால் - பொறுமைக் குணத்தால்

கருத்துரை :

மூங்கில் காட்டில் மூங்கில்கள் ஒன்றுடன் ஒன்று உராய்வதனால் நெருப்பு உண்டாவது இயல்பான ஒன்று. ஆனால் சில வேளைகளில் அவ்வாறு உருவாகும் நெருப்பு, தான் தோன்றக் காரணமான அந்த மூங்கில் மரங்களை அடியுடன் அழிந்து ஒழியுமாறு செய்துவிடுகிறது... அந்த மரங்களின் கிளைகள், வேர் என அத்தனையும் அழியச் செய்கிறது. அதைப் போலவே ஒருவனிடம் உண்டான பெருங் கோபமானது அவனையும், அவனைச் சார்ந்தவர்களையும், சுற்றத்தையும்கூட அழித்துவிடும் இயல்பானது. எனவேதான்,

சினமென்னும் சேர்ந்தாரைக் கொல்லி

எனத் தெய்வப்புலவர் குறிப்பிட்டார்.

குழந்தை வடிவில் இருந்த கண்ணனைக் கொல்ல இயலாமையால் இரண்டு வயதிற்குட்பட்ட அனைத்து ஆண் குழந்தைகளையும் கொன்றது ஹம்சனின் கோபம்.

குழந்தை வடிவில் இருந்த இயேசுவைக் கொல்ல முடியாததால் இரண்டு அகவைக்குட்பட்ட அத்தனை ஆண் குழந்தைகளையும் கொன்றது ஏரோது அரசனின் கோபம்.

துரியோதனனின் கோபம் பாரதப்போருக்கு வழி வகுத்தது. கொரோனா யுத்தத்திற்கு வழிவகுத்தது சீனாவின் கோபம்!

கோபத்தின் விளைவுகள்

* ஒருவன் கோபமாக இருக்கும்போது நல்ல முடிவுகள் எடுக்க இயலுவதில்லை.

* கோபத்தால் இரத்த நாளங்கள் வெப்பம் அதிகரித்து அதனால் நரம்புத்தளர்ச்சி இரத்த அழுத்தம் போன்ற கொடிய நோய்களை உருவாக்கிவிடுகின்றன.

* கோபத்தின் விளைவாக வாய்ச் சொற்கள் வழுக்கி, அதனால் பல தீய பின் விளைவுகளை ஏற்படுத்துகின்றன.

* கோபம் மாபெரும் உட்பகையாகும். உடனிருந்தே கொல்லும் வியாதி அது.

நீதி :

* கோபம் மிகக் கொடியது

* சிறு வயதிலேயே இதன் கொடுமைகளைக் கற்றுத்தரல் சமூகத்தின் கடமையாகும்.

13. அறிவுடைமை

அ. அறிவுடையார் சிறப்பு

திருக்குறள் :

அறிவுடையார் எல்லாம் உடையார் அறிவிலார்
என்னுடைய ரேனும் இலர்   - 430.

என்றார் திருவள்ளுவர்... மற்ற எதுவுமே இல்லாதவராயினும் அறிவுக்கூர்மை உடையவர்கள் அனைத்தும் உள்ளவரே ஆவார்..... அறிவுடையவர் அகில உலகமும் கொண்டாடப்படுவார்......

மூதுரை:

மன்னனும் மாசறக் கற்றோனும் சீர்தூக்கின்
மன்னனில் கற்றோன் சிறப்புடையன் மன்னற்குத்
தன்தேயமல்லாற் சிறப்பில்லை கற்றோர்க்குச்
சென்ற இடமெல்லாம் சிறப்பு......

இப்பாடலின் கருத்துப்படி அரசனை விட புகழ்மிக்கவன், சிறப்புக்குரியவன் கற்றுத் தேர்ந்த அறிவாளியே ஆவான்..... அரசனுக்கு அவனின் ஆட்சிக்குட்பட்ட நிலப்பரப்பில் மட்டுமே சிறப்பு அல்லது புகழ் இருக்கும், அறிவுடையோருக்குச் செல்லும் இடமெல்லாம் சிறப்பு கிட்டும்.....

சுவாமி விவேகானந்தர் சிக்காகோவில் நடந்த உலகச் சமயங்கள் மாநாட்டில் உரையாற்றி உலக அரங்கில் 'ஓகோ' எனப் புகழப்பட்டார்...... டாக்டர் ஏ.பி.ஜெ.அப்துல்கலாம், சர்.சிவி.இராமன், இரவீந்திரநாத்தாகூர்

போன்றோர் தங்கள் பேரறிவின் காரணமாகவே உலகப்புகழ் பெற்றனர்... தேசியகவி சுப்ரமணிய பாரதியார் உலகத்தலைவர்களால் போற்றத்தகும் அளவிற்கு அவரை உயர்த்தியவை அறிவுச்சுரங்கமாகிய அவரின் கவிதைப் படைப்புகள். ஆம், அவை அவரின் ஆழ்ந்த அறிவை வெளிக்காட்டின...

விவேக சிந்தாமணி:

> அறிவுளோர் தமக்கு நாளு மரசருந் தொழுது
> தாழ்வார்.....
> நிறையொடு புவியிலுள்ளோர் நேசமாய்
> வணக்கஞ் செய்வார்.......
> அறிவுளோர் தமக்கியாதோ ரசடது வருமே யாகில்
> வெறியரென் றிகழா ரென்றும் மேதினி யுள்ளோர்
> தாமே......

பொருள் விளக்கம்:

நிறைந்த அறிவு மிக்கவரை அரசரும் அதாவது ஆளுவோரும், உயர் அலுவலர்களும் வணக்கம் தெரிவித்து வாழ்வார்கள். உலகிலுள்ள மற்றவர்கள் அவர்களிடம் உண்மையான அன்பு கொண்டு அவர்களுக்குப் பணிவிடை செய்து மகிழ்வார்கள், பணிந்து வாழ்வார்கள். அறிவுடையோர் வாழ்வில் ஏதேனும் ஓர் பிழை நேரிட்டாலும் கூட, அவரை வெறுத்து ஒதுக்க மாட்டார்கள், பரிகாசம் செய்யமாட்டார்கள் அவர்களைத் தள்ளி வைக்க மாட்டார்கள்.... இதுதான் உலக மாந்தர்களின் செய்கையாகும்.....

திருக்குறளில் இவ்வாறு சொல்லப்படுகிறது

"அறிவற்றம் காக்கும் கருவி செறுவார்க்கும்
உள்ளழிக்கல் ஆகா அரண். - 421.

ஒருவனுக்கு அழிவு வராமல் பாதுகாக்கும் கருவி அறிவுதான்.... அறிவுடையோரை அழிக்க முடியாமல் அவர்களைப் பாதுகாக்கும் கோட்டையும் அதுதான்.....

சமயோசிதமாக, சூழ்நிலையைக் கருதி உலக வழக்கைத் தழுவி நடந்தாலும் உலகத்தார் மகிழ்வதற்கெல்லாம் மகிழ்ந்து விடாமலும், வருத்தப்படுவதற்கெல்லாம் வருந்தி விடாமலும் இருக்கச் செய்வது தான் அறிவு..... உலகப் போக்கின் படியே ஒழுகுவதும், பொதுமக்களுடன் ஒட்டி நடந்து கொள்வதும், எது எதனால் வரும் என யோசித்து பின்னால் வரக்கூடியதை முன்யோசனை செய்யத் தெரிந்தவர்கள் அறிவுடையோர் ஆவர்..... இதுவே அறிவுடைமையும் ஆகும்....

நீதி :

"அறிவினால் ஆகாதது இல்லை"
அறிவே உலகை வெல்லும் ஆயுதம்."

திருக்குறள் :

சென்ற இடத்தால் செலவிடா தீதொரீஇ
நன்றின்பால் உய்ப்ப தறிவு – 422

பொருள் : மனத்தை அது போன போக்கில் போகவிடாமல், தீய காரியங்களைத் தடுத்து, நல்ல காரியங்களில் ஈடுபடச் செய்வது தான் அறிவு.

ஆ. புகழுடம்பு அழியாது

அழியாதது

உலகில் தோன்றிய மனிதனுக்கு இருவித உடம்புகள் உள்ளன. ஒன்று பூதவுடல் ஏனையது புகழுடல். பூதவுடல் இவ்வுலக வாழ்வை முடித்தபின் மண்ணில் அழிவுறக்கூடியது. ஆனால் புகழுடலோ அவன் மறைந்த பின்னரும் காலா காலத்திற்கும் அழியாது நிலைத்து வாழ்வது. எனவேதான் திருவள்ளுவர்

ஈதல் இசைபட வாழ்தல் அதுவல்லது
ஊதிய மில்லை உயிர்க்கு - குறள் 231

என்றார். இசைபட வாழ்தல் என்பதுதான் புகழுடம்பில் வாழ்வது புனித அன்னை தெரசா நெல்சன் மண்டேலா போன்றோர் என்றென்றும் வாழ்கிறார்கள்.

அண்ணல் காந்தியடிகள், அண்ணல் அம்பேத்கர், கர்மவீரர் காமராசர், பாரதியார், நேரு, நேதாஜி, வ.உ.சி முதலானோர், தம் தம் பூதவுடல் மறைந்தாலும் புகழுடலால் நம்மோடு வாழ்கின்றனர் இன்றும். இதுதான் நிலையான வாழ்வு, புகழுடல்.

இவர்களெல்லாம் வையத்துள் வாழ்வாங்கு வாழ்ந்தவர்கள். எனவே தான் கோடானு கோடி மக்களால் இன்றும் போற்றப்படுகின்றனர். அவர்தம் புகழுடல் என்றுமே அழிவதில்லை. இதனை விவேகசிந்தாமணி சொல்வதைக் கேட்போமா

ஒருவனுக்கிரண்டு யாக்கை யுண்டொன்றூன்
பொதிந்த நாற்ற

உருவமாம் புகழொன்றாகு முலகிலே யின்ப முற்று
மருவிய பூத்தேக மாய்ந்திடு மற்றொன் றென்றுந்
திருவுட னுலக மேத்தச் சிறந்துபின் னிற்கு மன்றே!

யாக்கை – உடல், மருவிய – நிலையற்ற

பொருளுரை

உலகின் மனிதர்களுக்குப் பொய்யுடம்பென்றும் புகழுடம்பென்றும் இரண்டு உண்டு, முந்தையது இவ்வுலக இன்பங்களை நுகர்வதற்கு ஏதுவாகிய நாற்றம் பொருந்திய மாமிச பிண்டமாகிய பொய்யான உடம்பு. அது இந்த உலகத்தோடு நிலையில்லாமல் மாய்ந்துவிடும். ஆனால் புகழுடம்போவென்றால் இம்மைக்கும் மறுமைக்கும் ஏதுவாய் என்றுமே அழியாமல் உலகெங்கும் சிறந்த கீர்த்தியோடு நிலை நிற்கும்.

அழியும் இந்த உடலைக் குறித்து பட்டினத்தாரும் குறிப்பிட்டுள்ளார். தாயுமானவ சுவாமிகளால்

பாரனைத்தும் பொய்யெனவே
பட்டினத்துப் பிள்ளையைப் போல்
யாருந் துறக்கை அரிது

எனப் புகழப்பட்டவர் பட்டினத்தார். அழியும் இந்த உடலைக் குறித்து

"கொலைபடைக் கலம்பல கிடக்கும் கூட்டைச்
சலிப்புறு வினைப்பல சரக்குக் குப்பையை
கோட்சரக் கொழுகும் பீறற் கோணியைக்
கோபத் தீமூட்டுங் கொல்லன் துருத்தியை
ஐம்புலப் பறவை அடையும் பஞ்சரத்தை"

எனப்பாடுகிறார். இந்த உடலை நிஜம் என நம்பி, அதன் ஆணைகளுக்குக் கட்டுப்பட்டு, ஆசைகளுக்கு அடிமைப்பட்டு, அழியாத புகழுடம்பைப் பெறாமல் மண்ணோடு மண்ணாக அழிந்துவிட வேண்டுமா? நில்லா உலகில் நீடுநில் புகழோடு வாழ்வதற்கு ஏதுவான வாழ்க்கை வாழவேண்டுமா? இதுதான் நம்மிடமுள்ள கேள்வி. இதற்கு நம் பதில் என்ன?

திருக்குறள்

வீழ்நாள் படாஅமை நன்றாற்றின் அ∴தொருவன்
வாழ்நாள் வழியடைக்குங் கல் - குறள் 38

நலம்செய்து வந்தவர்கள் பிறவாப் பேரின்பம் பெற்று புகழுடன் வாழ்வார்கள்

நீதி

புகழுடம்பு பெற்று வாழ வையத்துள் வாழ்வாங்கு வாழ்வோம்

இ. புகழ்

அவ்வை மொழி:

அரிதரிது மானிடராய் பிறத்தல் அரிது
மானிடராய் பிறந்த காலையும்
கூன் குருடு செவிடு பேடுநீங்கிப் பிறத்தல் அரிது...
கூன் குருடு செவிடு பேடு நீங்கிப் பிறந்த காலையும்
ஞானமும் தவமும் தான் பெறல் அரிது...
ஞானமும் தவமும் தான் பெற்றாராயின்
வானவர் நாடு வழி திறந்திடுமே''

இது தமிழ் மூதாட்டி அவ்வையின் மொழிகள்.....

அரிதான மானிடப் பிறவியில் ஞானமும் தவமும் பெறுவது அரிதினும் அரிது... அத்தகையோர் இவ்வலகில் பெரும்புகழுடன் வாழ்வது நிச்சயம்... ஞானம் எவ்வாறு வரும்? வேத நெறியுரைக்கும் நீதிநூல்களைக் கற்றவர்க்கே வரும்... அவர்கள் சென்ற திசையெங்கும் புகழ்பெற்று விளங்குவர்..

விவேக சிந்தாமணி:

பூதலத்தின் மானிடராய்ப் பிறப்பதரி
தெனப் புகல்வர், பிறந்தோர் தாமும்
ஆதிமறை நூலின் முறையருள் கீர்த்தி
யாந்தலங்க ளன்பாய்ச் சென்று
நீதிவழு வாதவனாக வழக்குரைத்து
நல்லோரை நேசங் கொண்டு
காதவழிப் பேரில்லார் கழுதை யெனப்
பாரிலுள்ளோர் கருதுவாரே!

பொருளுரை :

பூதலம்	=	உலகம், ஆதிமறைநூல் : வேத நெறிநூல்
கீர்த்தி	=	புகழ், காதம் : காததூரம் (ஏறத்தாழ 35 கி.மீ)
கழுதை	=	இங்கு, ஒன்றுக்கும் உதவாத கீழ்மக்கள் என்ற

பொருளில் சொல்லப்பட்டது...

மனிதராய்ப் பிறப்பது அரிதுதான். அப்படிப் பிறந்தவர்கள் வேதநெறி நூல்களைக் கற்று, எல்லா

இடங்களுக்கும் சென்று புகழ்பெற்று, நீதிமுறை தவறாது வழக்குகளைத் தீர்த்து வைத்து, பெரியோர்களுடன் நட்புக்கொண்டு காததூர மேனும் நற்பெயருடன் வாழவேண்டும்.... இல்லாவிட்டால் நற்பெயரில்லா தவர்களை...ஈனப் பிறவியாகிய கழுதைக்கு ஒப்பாக உலகத்தார் கொள்வார்கள்... எனவே மனிதப் பிறப்பெடுத்தவர்கள் புகழோடு வாழவேண்டும்.

திருக்குறள் :

வசை ஒழிய வாழ்வாரே வாழ்வார் இசையொழிய
வாழ்வாரே வாழா தவர்” - 240

புகழ்பெறத்தக்க் காரியங்களில் முயற்சி செய்பவர்களே வாழத் தெரிந்தவர்கள். உள்ள புகழும் அழிந்து போகும்படி இழிவான காரியங்களைச் செய்வோர் வாழத்தெரியாதவர்கள்...

“ஈதல் இசைபட வாழ்தல் அதுவல்லது
ஊதியம் இல்லை உயிர்க்கு - 231

இல்லார்க்கு ஈந்து புகழோடு வாழ்வது அல்லாமல் மனிதர்களுக்குப் பயனுள்ளது வேறு எதுவுமே இல்லை....

நிஜவாழ்வில் :

இந்த உலகில் புகழை விரும்பாதவர் எவருமே இல்லை... புகழ் பெறுவதற்காக நற்பெயர் பெறுவதற்காக தான தர்மங்கள் செய்வாருண்டு... கல்வி கற்று முன்னிலையில் வருவதுண்டு... சாகசங்கள் - வீரதீரச் செயல்கள் செய்வாருண்டு....

இவ்வாறு கல்வியறிவில் சிறந்தவராய்
வீரதீரச் செயல்களில், முத்திரை பதித்தவராய்
சாதனைகளில், சரித்திரத்தில்
அரசியல் அதிகாரத்தில்....
எழுத்தாளராய், ஓவியராய்
பேச்சாளராய், கலைஞராய்
சிந்தனையாளராய், விளையாட்டு வீரராய் ....

ஏதேனும் ஒன்றில் தனித்திறமையுடன் ஒளிவீசிப் புகழடைந்தோரை உலகம் என்றும் மகிழ்ந்து கொண்டாடுகிறது...

பார்வையற்றவர், கேட்க இயலாதவர்.... கெலன் கெல்லர்... ஒன்பதாவது அதிசயம் எனப் போற்றப்படுகிறார்... பட்டம் பெற்ற பார்வையற்ற முதல்வர்.... ஊடகம் மேற்கொண்ட பேட்டியின் போது அவர் சொன்னதைக் கேட்கிறீர்களா...

"என்னால் பார்க்க இயலாத இந்த உலகம்
என்னைப் பார்க்க வேண்டும் என ஆசைப்பட்டேன்"

இப்போது உலகம் அவர்களைக் கொண்டாடுகிறது...

"சின்ன வயதில் எனக்குக் கிடைக்காத கல்வி அனைவருக்கும் கிடைக்கவேண்டும் என விரும்பினார் அவர்...

பட்டித்தொட்டியெங்கும் பள்ளிகளைத் திறந்து கல்விக்கண் திறந்தவர் எனப் போற்றப்படுகிறார்".... அவர்தான் கர்மவீரர் காமராசர்.

இதுதான் புகழ்!

ஒருவர் மறைந்தபின் உலகில் எஞ்சியிருப்பதும் மிஞ்சியிருப்பதும் அவர் சம்பாதித்த நற்பெயர் மட்டுமே....

புகழ் பெறுவதற்காக விவேக சிந்தாமணி கூறும் வழிகள் :-

1. வேத நெறி நூல்களைக் கற்றுத் தேறிட வேண்டும்.....

2. கற்ற நெறிப்படி முறை தவறாமல் வாழ வேண்டும்....

3. சென்ற இடங்களிலெல்லாம் நீதி வழுவாமல் பாதிக்கப்பட்டோருக்கு உதவி செய்தல் வேண்டும்....

நீதி : நல்லோருடன் நட்பு கொண்டு வாழ்தல் வேணடும்.

திருக்குறள்

"பல்லார் பகை கொளலிற் பத்தடுத்த தீமைத்தே
நல்லார் தொடர்கை விடல்"

பெரியாரைத் துணைக்கொண்டு அவர்கள் தொடர்பு விட்டுப் போகாதபடி நடந்துகொள்ள வேண்டும்.... நல்லவர்களுடனான தொடர்பைக் கைவிடுதல் என்பது பலபேரைப் பகைத்துக் கொள்வதைவிட தீமை தருவதாகும்.....

இவ்வாறு திருக்குறள் கருத்துக்களுக்குத் தெளிவுரையாக விளங்குகிறது விவேக சிந்தாமணி!

நீதி : நற்பெயர் அல்லது புகழ் பெற்று வையத்துள் வாழ்வாங்கு வாழ்வோம்!

ஈ. அறிவே சக்தி

அறிவு

எந்தச் சூழ்நிலையானாலும் அங்கு அறிவுமிக்கவரே சக்தி மிக்கோராக, வல்லமை மிக்கோராக விளங்குவர். ஆம் அறிவே சக்தி. ஆங்கிலத்திலே சொல்லப்படும் பொன் மொழி இது:

"Knowledge is power"

இதில் இருவேறு கருத்துகளுக்கு இடமேயில்லை. முற்காலத்திலிருந்தே அறிவுமிக்கவர்களை அமைச்சர்களாக நியமித்திருந்தனர். எடுத்துக்காட்டாக விக்ரமாதித்தன் ஆட்சியிலே நவரத்தினங்கள் என்ற ஒன்பது அறிஞர்கள் அமைச்சர்களாக வீற்றிருந்தனர். ஆம் அவர்களுள் சாகுந்தலம் இயற்றிய காளிதாசர். வானவியல் அறிஞரான ஆரியபட்டர், மருத்துவ மேதையான சரகர் முதலானோர்... குறிப்பிடத்தக்கோராவர்.

கிருட்ணதேவராயர் அமைச்சரவையிலேயும் அறிஞர்கள் பலர் அமைச்சர்களாகச் சிறப்புற வீற்றிருந்தனர். அவர்களுள் ஒருவரே தெனாலி என்ற ஊரைச் சேர்ந்த இராமன். அக்பர் அவையிலே பீர்பால் என்ற அறிஞர் வீற்றிருந்தார்.

சீனப்பயணி யுவான்சுவான் இந்தியாவுக்கு வந்து தங்கியபோது, இங்குள்ள பல விடயங்களைத் தன் குறிப்புகளாகத் தந்து சென்றார். எனவே அறிவுடைமை அனைவராலும் ஏற்கத்தக்கது.

பஞ்சதந்திரக் கதை

அறிவுக் கூர்மையால் தம்மை விட வலியாரையும் வென்று விட முடியும் அதை உணர்த்தும் பஞ்சதந்திரக் கதையைக் கேளுங்கள்

காட்டில் வாழ்ந்த சிங்கம் ஒன்று முறையின்றி கண்ட படி விலங்குகளை வேட்டையாடி வந்தது. இதனால் கலக்கமடைந்த மற்ற விலங்குகள் ஓர்நாள் ஒன்றாய்க் கூடி இதற்கு மாற்று வழிகாண யோசனை செய்தன. அதன்படி தினம் ஒரு விலங்கு வீதம் தாமே சிங்கத்தின் இருப்பிடம் சென்று அதற்கு இரையாக வேண்டும் என்பதாக தீர்மானம் நிறைவேற்றப்பட்டது. அதன்படி அடுத்த நாள் முதல் ஒவ்வொரு மிருகமாக சிங்கத்திற்கு, அதன் இருப்பிடம் சென்று இரையாகின்றன. சில நாட்கள் சென்றன. ஓர் சிறு முயலின் முறை வந்தது. நாளை காலை நேரம் நான் சிங்கத்திற்கு இரையாக வேண்டும். இதிலிருந்து எப்படித் தப்புவது? முயல் யோசனை செய்தது. சிங்கத்தைத் தீர்த்துக்காட்டி, பிற விலங்குகளைக் காக்கத் தீர்மானித்தது. அதன்படி சிங்கத்தின் பசி வேளைக்குச் செல்லவில்லை. காலம் தாழ்த்தியே சென்றது. மூச்சு வாங்க ஓடுவது போல, வேண்டுமென்றே! தொலைவில் கண்டதும் சிங்கம் கோபத்துடன் எரிந்து விழுந்தது. அற்ப மிருகமே அரசனான என் பசிவேளைக்கு வரமாட்டாயா? ஏன் உன் தாமத்திற்கு காரணம் என்ன எனக் கர்சித்தது.

முயல் விரைந்து வருவதுபோல பாசாங்கு செய்து, பணிந்து,"மன்னிக்கவும் அரசே நான் வரும் வழியில் வேறு ஒரு சிங்கராசா என்னைத் துரத்தியது. நான் உங்களுக்கல்லவா இரையாக வேண்டும். எனவே அந்த சிங்க அரசன் அங்கிருந்து செல்லும் வரை மறைந்து

இருந்து விட்டு ஓடோடி வருகிறேன். உணவாக்கிக் கொள்க" என்று பணிந்து நின்றது. முயல் சொன்னதைக் கேட்டு கோபம் கொண்ட சிங்கம் என்ன சொன்னாய் என்னைத் தவிர வேறு ஒரு சிங்கராசன் இக்காட்டிலா? எங்கே அவன்? "ஐயா, என்னுடன் வந்தால் அவன் மறைந்திருக்கும் இடத்தைக் காட்டுவேன்" என பயந்து பயந்து கூறியது பிழைத்தால் நானும் பிழைத்தேன், நம் விலங்குகளும் பிழைத்தன, என்று மனதில் எண்ணிக் கொண்டே...

முயல் காட்டிய பாதையில் சிங்கமும் நடைபோட்டது, பெருஞ்சினத்துடன். வழியில் ஒரு பாழுங்கிணறு அதில் சிறிதளவு நீரும் சேறுமாக நிரம்பியிருந்தது. அதன் அருகில் வந்த சிங்கத்திடம் முயல் "அரசே இங்குதான் அவன் மறைந்திருக்கிறான்" எனக் கூறியது. சிங்கம் கிணற்றில் எட்டிப் பார்த்தது. அங்கிருந்த நீரில் அதன் உருவம் தெரிந்தது. 'முயல் சொன்னது சரிதான் அடே உன்னை என்ன செய்கிறேன் பார்' எனக் கர்ச்சித்துக் கொண்டே அக்கிணற்றில் குதித்தது. சேற்றிலே அமிழ்ந்து உயிர் விட்டது. முயல் தலைதெறிக்க ஓடி, காட்டில் வாழ்ந்த மற்ற விலங்குளிடம் இச்செய்தியைச் சொல்லி மகிழ்ச்சியால் துள்ளிற்று. வலுவான சிங்கத்தைத் தன் அறிவுக்கூர்மையால் வென்றது முயல்.

இக்கதை விளக்கும் உண்மை

- அறிவுக்கூர்மையில் தன்னை விட வலியாரையும் வென்று விட முடியும். ஏனெனில் அறிவே வலுவான ஆயுதம்.

- எவ்வளவு வலுவானவனாக இருந்தாலும், அறிவுக் கூர்மை இல்லாதவனாக இருந்தால்,

சிந்தனைத்திறம் குன்றியவனாக இருந்தால், சமயோசித புத்தி இல்லாதவனாக இருந்தால் அவனுக்குத் துன்பமே வரும். அவன் அழிவது உறுதி

உலக வாழ்வில்

இது ஓர் உவமைக் கதைதான். ஆனால் யதார்த்த வாழ்வில் இன்று இதைக் கண்கூடாகக் காண்கிறோம். அறிவென்னும் ஆயுதத்தால் ஆகாயத்தை அளக்கும் ஊர்திகள், அனைத்துலகையும் கையடக்கமாக்கும் அற்புத கருவிகள் கண்டுபிடிக்கப்பட்டன. உலக மக்கள் தமக்குள் உள்ள இடைவெளி சுருங்கி விட்டது. ராட்சத எந்திரங்களை, மனிதனின் அறிவு இயக்குகிறது. விண்ணை முட்டும் மாளிகைகள், கண்ணை மிரட்டும் வானூர்திகள் அத்தனையும் அறிவுத் திறத்தின் சாதனைகள்! அண்மைக்காலங்களில்-கொரோனா கொடுங்கோலனால் மக்கள் இனம் ஓலமிட்டபோது, அறிஞர்கள் தங்கள் அறிவெனும் ஆயுதத்தால் கண்டுபிடிக்கப்பட்ட கோவேக்சின் கோவிசீல்டு, மேடோனா போன்ற தடுப்பூசிகள் தாமே அந்த கொரோனாவின் வல்லமையை வலுவிழக்கச் செய்து வெற்றி கண்டது! எனவே அறிவு வல்லமை மிக்கது.

விவேகசிந்தாமணிப் பாடல்

புத்திமான் பலவா னாவான் பலமுளான் புத்தியற்றால்
எத்தனை விதத்தினாலு மிடரது வந்தே தீரும்
மற்றொரு சிங்கந் தன்னை வருமுயல் கூட்டிச்
சென்றே
உற்றதோர் கிணற்றிற் சாயல் காட்டிய வுவமை
போலாம்.

பொருள் விளக்கம்

அறிவுக்கூர்மை உள்ளவனே பலம் பொருந்தியவன் ஆவான். எவ்வளவுதான் உடல்வலு உடையவனாக இருந்தாலும் அறிவுத்திறன் அற்றவனாக இருந்தால் அவனுக்கு எந்த விதத்தினாலாவது துன்பம் வந்தே தீரும். அதாவது சின்னஞ்சிறிய முயல் ஒன்று வலிமை மிக்க சிங்கத்தைக் கிணற்றில் குதிக்கச் சொல்லி அழித்து விட்டதல்லவா, அதைப்போன்று தான் இடர் என்பது துன்பம், சாயல் என்பது நிழல்.

திருக்குறள்

அறிவுடையார் வலிமை மிக்கவர் என்ற கருத்து தெய்வப்புலவர் குறிப்பிடுவதும் இங்கு கவனிக்கத்தகும்

அறிவுடையார் எல்லாம் உடையார் அறிவிலார்
என்னுடைய ரேனும் இலர்   - குறள் 430

வேறு எது இல்லாவிட்டாலும் அறிவுடையவர் எல்லாம் உடையவராவார்; எது இருந்தாலும் அறிவு இல்லாதவர் எதுவுமே இல்லாதவரே ஆவார்.

அறிவற்றங் காக்குங் கருவி செறுவார்க்கும்
உள்ளழிக்க லாகா அரண்   - குறள் 421

புத்திகூர்மைதான், ஒருவனுக்கு அழிவு வராமல் தடுக்கும் பேராயுதம் ஆகும். பகைவர்களாலும் புகுந்து அழித்து விட முடியாத பாதுகாப்பு அரண்

வாழ்வில்

ஒருவன் எந்த அளவுக்குச் செல்வம் படைத்த, செல்வாக்கு படைத்த, வலிமை மிக்கவனாக இருந்தாலும்

அறிவுக்கூர்மை, அவனுக்கு இல்லாவிடில் அழிவு அண்மையில் உள்ளது என அறிந்து கொள்க. எடுத்துக்காட்டாக, டெல்லி முகலாயப் பேரரசராக வீற்றிருந்த முகமது பின் துக்ளக் தன் அறிவுக்குப் பொருந்தாத செயல்களால் அழிந்துவிட்டது வரலாறு, தலைநகரை மாற்றியதும் தோல் நாணயங்களைப் புழக்கத்தில் விட்டதும் அவனது முட்டாள்தனங்களாக வரலாற்றாசிரியர்கள் இன்றும் இடித்துரைக்கின்றனரே.

இந்த உண்மைத் தத்துவங்களையெல்லாம் உள்ளடக்கி உணர்த்தும் விவேகசிந்தாமணிப் பாடல்களை என்னென்று போற்றுவது!

நீதி :

>அறிவுடையார் எல்லாம் உடையார்,
>அறிவே வல்லமை மிக்கது

14. மானம்

அ. மானமே பெரியது!

மானம் :

"மானம் ஒன்றே பெரிதெனக் கொண்டே
வாழ்வது நமது சமுதாயம்"

என வரும் திரைப்பாடல் ஒன்று தமிழ்ச்சமுதாயத்தின் தனிச்சொத்து 'மானம்' என்பதாக எடுத்துக் கூறுகிறது. 'மானம்' காப்பதால்தான் மனிதன் ஆகிறான். மனிதன் என மதிக்கத்தக்கவன் தன்மானத்துடன் வாழ்பவனே! தன்மானம் போலவே தன் குலத்தின் மானம் அல்லது பெருமை காத்திடல் வேண்டும். சமுதாயம் எனும்போது மனித சமூகம் என்றே கொள்ளுதல் வேண்டும்.

நாடுகள் பிறிது நாட்டின் மீது காரணமின்றி ஆக்கிரமிக்கும் நோக்கில் படையெடுப்பு நடத்துகிறது என்றால் அந்த நாட்டு மக்கள் தங்கள் நாட்டின் பெருமையைக் காத்திட இணைந்து போரிடுகிறார்கள், துணிந்து எதிர்க்கிறார்கள்...

இலக்கியச்சான்று :

சங்க இலக்கியங்களிலும் இக்காட்சியைக் காணலாம்.

❖ புறநானூறு உரைக்கிற ஓர் நிகழ்வு... தன் பிள்ளை போரிலே முதுகிலே அம்பேற்று மாண்டான் என்ற செய்தி கேட்டு "எங்கள் குலமானம் அழிந்தது" என்று மனம் நொந்து, அவனுக்குப் பாலூட்டிய என் மார்பினை அறுத்தெறிவேன் எனச் சூளுரைத்தாள்.... அப்படியே செய்தாள்.... அவன் அன்னை!

❖ கிராமங்களிலும் "மானங்கெட்டவனே" எனக் கடிந்து கொள்வதைக் கேட்டிக்கிறோம்... இந்தக் கூற்றினைக்கூட தாங்க முடியாத சிலர், தங்கள் உயிர்தனை மாய்த்துக் கொண்டவர்களும் உண்டு.

நம்மை ஒருவர் தரக்குறைவாகப் பேசிவிட்டால் கூட சில வேளைகளில் நாம் கூனிக்குறுகிப் போய்விடுகிறோமே! எனவே மானம், தன்மானம் அளவிலா மதிப்புடையது.

விவேக சிந்தாமணிப்பாடல்:

தன்மானங் குலமானந் தன்னைவந்
தடைந்தோர் தங்கண் மானம்
என்மான மிவைசமமா மென்றெண்ணிப்
பிறரிடத்து மினிமையான
நன்மானம் வைத்தெந்த நாளுமவர் தங்களுக்கு
நலஞ்செய்வோனை
மன்மானி யடைந்தோரைக் காக்கின்ற
வள்ளலென வழுத்த லாமே!

பொருள் விளக்கம் :

ஒருவன் தான் தோன்றிய குலத்தின் பெருமைகளைப் பாதுகாக்க வேண்டும்.. தம்மிடம் அடைக்கலமென வந்த பேர்களின் மானாபிமானங்களையும் பேணி காத்திட வேண்டும்... எந்த விதத்திலேனும் தன்னைப்போல் அவர்களையும் பாதுகாத்திடல் வேண்டும்.... இப்படிச் செய்து எக்காலத்திலும் எல்லோருக்கும் நன்மையே செய்து தன்மானமிக்கோராய் விளங்கவேண்டும். இப்படி வாழ்வோர்களை, இரட்சிக்கும் வள்ளல் என்று உலகத்தார் போற்றுவார்கள், வாழ்த்துவார்கள்...

இப்பாடலில் :

தன்மானம்.... குலமானம். தன்னை அடைக்கலம் என வந்தவர்கள் மானம் - என வெவ்வேறாய்ச் சொல்லப்பட்டுள்ளது அவை யாவை ....

தன்மானம் :

தனக்கு அவமானம் அல்லது கெட்ட பெயர் வராமல் தன் நடத்தைகளால், சொற்களால் தன்னைக் காத்து ஒருமையுள் ஆமைபோல் ஐந்தடக்கல் ஆற்றி வாழ்வது....

குலமானம் :

தான் தோன்றிய குலத்தின் பெருமைக்கு இழுக்கு வராது செயல்படுதல்... தமிழ்ச் சமுதாயத்திற்கு ஒரு பெருமை இருக்கிறது... பாரதியார் கண்ட பாரத சமுதாயத்திற்கு ஒரு பெருமை இருக்கிறது...

"எல்லோரும் ஓர்குலம் எல்லோரும் ஓரினம்
எல்லோரும் இந்திய மக்கள்
எல்லோரும் ஓர் நிறை எல்லாரும் ஓர்விலை
எல்லாரும் இந்நாட்டு மன்னர்...."

இது நம் பாரதநாட்டு மக்கள் குலத்திற்குப் பெருமை ... இது 'ஒப்பில்லாத சமுதாயம்' எனப் பாரதி சொன்னது எவ்வளவு பொருத்தம்... இந்த நம் பெருமைக்கு, மானத்திற்கு குந்தகம் விளைவிக்கலாமோ....

அண்டி வந்தவர் மானம் :

அடைக்கலம் என ஓடி வந்தவர் மானத்தையும் நம் சொந்தமானம் எனப் பாதுகாக்கவேண்டும். இதற்குத்தான்

திருவள்ளுவர் :

"பொய்மையும் வாய்மையிடத்த புரைதீர்த்த
நன்மை பயக்கும் எனின்   - குறள் 292
என்கிறார்.

தீயவன் ஒருவனால் துரத்திவரப்பட்ட பெண் ஒருத்தி, நம் வீட்டில் அடைக்கலம் புகுந்தாள்... விரட்டி வந்தவன் கேட்கிறான். இவ்வழியாக ஓர் பெண் வந்தாளா?.. "இல்லை இல்லவே இல்லை" அவர்கள் சென்று விட, அப்பெண்ணின் மானம் காக்கப்படுகிறது...

திருக்குறள்:

"சீரினும் சீரல்ல செய்யாரே சீரோடு
பேராண்மை வேண்டு பவர்"   - 962

சீரும் சிறப்பும் தரவல்ல செல்வம் வருவதானாலும் புகழ் தரக்கூடிய பேராண்மையான மானத்தைக் கருதுகிறவர்கள் நேர்மையற்ற காரியங்களைச் செய்யமாட்டார்கள்...

நீதி :

தன் மானத்திற்கும், தன் குலத்தின் மானத்திற்கும் தன் நாட்டின் பெருமைக்கும் இழுக்கு நேராவண்ணம் நம் வாழ்க்கை அமைதல் வேண்டும்....

ஆ. கவரிமான் போல!

கவரிமான்

கவரிமான் தனது உடலிலுள்ள ஒரு மயிர்தனை இழக்க நேரிட்டாலும் உடனே தன் உயிரை மாய்த்துக்

கொள்ளும் பண்புடைய விலங்கு. அதைப்போல மானமே பெரிதென்று வாழும் மாந்தர்களும் தனது மானத்திற்கு இழிவு வருகின்ற போழ்தில் தாமே தம் உயிரை மாய்த்துக் கொள்வர்.

நிஜவாழ்வில்

மனித சமூக வாழ்விலும், வரலாற்றிலும், இலக்கியங்களிலும் கூட இதற்கு எண்ணிலா எடுத்துக் காட்டுகளைக் காண முடியும், பகைவர்களால் கைது செய்யப்பட்டு சிறையிலிருந்த மன்னன் தாகமுற்றான். தாகம் தீரத் தண்ணீர் கேட்டான். அவனை ஏளனம்செய்த காவலர்கள் வேண்டுமென்றே காலம்தாழ்த்திக் கொணர்ந்த நீரை பருகாமலே ஐயோ, இது எனக்கு அவமானமாயிற்றே என ஏங்கி தன் உயிரை மாய்த்துக் கொண்டான். அந்த மானம் மிகுந்த மன்னன்!

திருக்குறள்

மயிர்நீப்பின் வாழாக் கவரிமா னன்னார்
உயிர்நீப்பர் மானம் வரின் - 969

தன் மானத்திற்கு அவப்பெயர் வந்தால் உயிரைத் துறந்து விடுகிற மானிகளின் பெருமையை உலகம் வாழ்த்தி வணங்கும்.

இக்கருத்துக்களை உள்ளடக்கிய விவேகசிந்தாமணிப் பாடல் இதோ

மானமுள்ளோர் தம்மோர் மயிரறி னுமுயிர் வாழாத
கானுறு கவரி மான்போற் கனம்பெறு புகழே பூண்பர்
மானமொன் றில்லார் தாமு மழுங்கலாய்ச்
சவங்களாக

ஏனமாங் கழுதைக் கொப்பா யிருப்பரென்
றுரைக்கலாமே

பொருள்விளக்கம்

தன்னிடத்திலுள்ள ஒரு மயிர் அறுந்து விட்டாலும் உயிரை விடுகின்ற கவரிமானின் இயல்பைப்போல, மானமுள்ளவர்கள் எப்போதுமே நற்பெயரையே நாடுவர். மானமே இல்லாதவர்கள் புத்தி மழுங்கி சவங்களாக கழுதைகளுக்கு ஒப்பாயிருப்பர். இங்கு மானம் உடையவர்களை மேன்மை மிக்கவர்களாகப் புகழ்மிக்கவர்களாக விளங்குவர் என்று உரைக்கப்படுவது திருக்குறளின் 670 –வது குறளின் கருத்தை ஒத்திருத்தல் காண்க. மானமிக்க பெரியோரை உலகம் புகழும், வணங்கும், என்பது இதுதானே! மானமிழந்து வாழும் மனிதர்களைச் சவம் என்றும் கழுதை என்றும் சாடுகின்றார் ஆசிரியர்

நிஜவாழ்க்கை

நிஜவாழ்வில் எண்ணிலா மனிதர்கள் இவ்வாறு தனக்கு நேர்ந்த அவமானங்களால் கூனிக்குறுகி தங்கள் இன்னுயிரை மாய்த்துக் கொள்கின்ற செய்தி ஊடகங்கள் மூலமாக உலகம் அறிகிறது. மானமிழந்து வாழ்வதை விட மானத்தோடு சாவதே மேல் என எண்ணிய இந்த மாணிகளை உலகம் என்றுமே பழித்துப் பேசுவதில்லை.

சவம்

சவம் உயிரற்றது. எதற்குமே உதவாதது. புதைப்பதற்கும் எரிப்பதற்குமே அருகதையானது இனி தேவையற்றது. எந்தப் பயனும் இல்லாதது. தன்னால்

எதுவுமே செய்ய இயலாதது. சிந்திக்கவும் செயலாற்றவும் முடியா வெறும் சடம் பட்டினத்தார் சொல்வதுபோல "நாற்றப்பிண்டம்" குணங்குடி மஸ்தான் சாகிபு சொல்வதுபோல புழுக்கள் நிறைந்த பாத்திரம்

"மானம் இழந்தவனும் மேற்கண்ட சவத்தினைப் போன்றவனே" என்கிறார் ஆசிரியர்.

கழுதை

சமூகத்தில் அவமானச் சின்னமாகக் கருதப்படும் விலங்கு கழுதை. விலையிலா விலங்கு, மதிப்பிலா மிருகம் சாதாரணமாக அறிவற்றவர்களைக் கழுதை என ஏசுவதுண்டு. இத்தகு அற்ப விலங்குக்கு மானமிழந்து வாழ்வோரை ஒப்பிடுகிறார். விவேகசிந்தாமணி ஆசிரியர். திருக்குறள் கூறும் கருத்துகளுக்கு விளக்கமாகிறது இப்பாடல்

நீதி

    மானம் ஒன்றே பெரிதெனக் கொண்டே
    வாழ்வது நமது சமுதாயம்   - பட்டுக்கோட்டையார்

திருக்குறள் :

    இனிவரின் வாழாத மானம் உடையார்
    ஒளிதொழுது ஏத்தும் உலகு – குறள். 970

பொருள் :

மானக்கேடு வருமானால் உயிரைத் துறந்து விடுகிற மானிகளின் பெருமையை உலகம் வாழ்த்தி வணங்கும்.

இ. தலையினிழிந்த மயிரனையர்

திருக்குறள்

தலையின் இழிந்த மயிரனையர் மாந்தர்
நிலையின் இழிந்தக் கடை   - குறள் 964

ஒரு மனிதன் தன் நிலையிலிருந்து இழிந்து விடாமல் இருக்கவேண்டும். தன் தீச்செயல்களால் தனது நற்பெயருக்குக் களங்கம் விளைவித்துவிடக்கூடாது. அவ்வாறு தன் தீச்செயல்களால் தன் நிலையை தரம் தாழ்த்திக் கொண்ட அந்த மனிதர் தலையிலிருந்து இழிந்த கழிந்த மயிருக்கு ஒப்பாவார். மயிர் தலையில் இருக்கும்போது அதை மெருகூட்டுவர், மணமூட்டுவர், உருமாற்றி மகிழ்வர், எண்ணெய் பூசி, சீவி அதனை அழகு செய்வர். தன் தலைமயிரை ஒப்பனை செய்வதற்கே அதிக நேரம் செலவிடுபவர்களையும் நாம் பார்த்திருக்கிறோம். அண்ணல் காந்தியடிகளாருக்கு வணங்காமுடி. நீதிமன்றத்திற்குச் செல்லுமுன் தினமும் வெகுநேரம் கண்ணாடி முன்னின்று அழகு செய்வாராம். "படியா முடி என்பதனால்தான் அதனை மழித்து எறிந்து விட்டேன்." எனத் தன் சத்திய சோதனையில் குறிப்பிடுகிறார். ஆனால் இந்த அளவு சிறப்பு தரப்படும். மயிர், தலையை விட்டு கழிந்து விட்டால் அதை யார் நினைப்பார்? அதுபோலவேதான் தன் உயர்ந்த நிலையிலிருந்து தரம் தாழ்ந்து வந்து விட்டால், தன் நற்பெயருக்குக் களங்கம் ஏற்பட்டுவிட்டால், ஒரு பானைப் பாலில் சிறிதளவு நச்சுத்துளிகள் கலந்துவிட்டால் மொத்த பாலும் நஞ்சாவது போல, அவர் நற்பெயர் முழுவதுமாகக் கெட்டுவிடுகிறது. அவரும் தலையிலிருந்து வீழ்ந்த மயிருக்கு ஒப்பாகிவிடுகிறார். இதே கருத்தை விவேகசிந்தாமணி குறிப்பிடுவதைக் கேளுங்கள்.

சங்கு வெண் டாமரைக்குத் தந்தைதா யிரவி
தண்ணீர்
அங்கதைக் கொய்து விட்டா லழுகச்செய் தந்நீர்
கொல்லும்
துங்கவன் கரையிற் போட்டாற் சூரியன் காய்ந்து
கொல்வான்
தங்களி னிலைமை கெட்டா லிப்படித் தயங்கு வாரே!

அறுசீர் விருத்தம் என்ற பாவகையைச் சேர்ந்த இப்பாடலின் கருத்தினைப் பார்ப்போமா.

பாடலின் பொருள்

வெண்சங்கு போன்ற வெண்டாமரை, தண்ணீரிலே வாழும். அது காலையிலே, சூரியனைக் கண்டால் மலரும். எனவே, தண்ணீர் அதற்குத் தாயாகவும், சூரியன் தந்தையாகவும் இங்கே குறிப்பிடப்பட்டுள்ளது.

எதிரிகளாக மாறும் பெற்றோர்

தண்ணீரிலே வாழும் தாமரையின் தாய்தான் தண்ணீர். தாமரையைக் கொய்து, தணணீரில் இட்டால், அந்த தண்ணீரே அதை அழுகச் செய்துவிடுகிறது. தாயாகிய தண்ணீரே அதற்கு அழிவை உருவாக்கிவிடுகிறது. எமனாக மாறிவிடுகிறது. அதற்கு மாறாக அந்தத் தாமரை மலரைக் கொய்து தரையில் இட்டாலோ, தந்தையாகக் கருதப்பட்ட சூரியனே அதைக் காய்ந்து கரித்து விடுகிறது. அழிவை உண்டாக்குகிறது. எமனாக மாறி விடுகிறது.

மனிதனின் நிலை

இதுதான் மனிதனின் நிலை. தங்களின் நிலையிலிருந்து பிறழ்ந்து விட்டால் அவனுக்குத் தந்தையும்

தாயுமாக அரவணைத்து ஆதரவு தந்தவர்களும் கூட எதிரிகளாக மாறிவிடுகின்றனர். இவர்களும் மிகுந்த வேதனைகளுக்கு ஆளாகித் துயரடைவார்கள்.

பொருளாதாரம் மட்டுமல்ல, நற்பண்புகளிலும் நிலை பிறழாது நிலைத்திருக்க வேண்டும் என்பதே ஆசிரியரின் எண்ணம். ஏனெனில்

நிலையில் திரியாது அடங்கியான் தோற்றம்
மலையினும் மாணப் பெரிது - குறள் 124

என்ற தெய்வப்புலவர் உள்ளக் கிடக்கையும் இதுவே. ஆம், நிலையின் திரியாது, அடக்கம் உடையரவாக வாழ்ந்து, மனிதநேயம் காக்க வேண்டும். அத்தகையோரின் தோற்றம் மலையைவிட மிகப் பெரியதாகும்.

இவ்வண்ணம் தெய்வப்புலவரின் திருக்குறள் கருத்துகள் விவேக சிந்தாமணியில் விளங்கக் காணலாம்.

நீதி :

உயர்விலும் தாழ்விலும் தன் நிலைபிறழாது வாழ்தல் வேண்டும்.

திருக்குறள் :

உரனென்னும் தோட்டியான் ஓரைந்தும் காப்பான்
வரனென்னும் வைப்பிற்கோர் வித்து. - குறள். 24

15. தெய்வம்

அ. தாயிற் சிறந்த கோயில் இல்லை.

தாய்

ஆம், தாயிற் சிறந்த கோயில் இல்லை. தாயின் சொல்லுக்கு மிஞ்சிய அறிவுரைகளும் இல்லை. "தாயின் பாதங்களில் சொர்க்கத்தைக் காணலாம்"எனப் புத்தபிரான் போதித்தார். "தாயும் தாய் நாடும் சொர்க்கத்தை விட மேலானவை" என்றார் லோகமான்ய திலகர் "தாயின் காலடிகளே நாம் வணங்கத்தக்க சன்னிதானம்" என்றார் சத்யஸ்ரீசாயிபாபா தாய்க்கு இணையாக இவ்வுலகில் சொல்வதற்கு எதுவுமில்லை. எவருமே இல்லை

இராமாயணக் காட்சி

கோசலை நிறைமாத கர்ப்பிணியாயிருந்த நாட்களில் ஓர் நாள் விசுவாமித்திரர் தசரதன் அவைக்கு வந்தார். அப்போது கோசலையம்மா தரையில் ஒரு காலை நீட்டி ஒரு காலை மடித்து,தன் வசதிக்கேற்ப அமர்ந்திருந்தார். விசுவாமித்திரரைக் கண்டவுடன் மரியாதை செலுத்துவதற்காக எழுவதற்கு முயன்றார். முடியவில்லை. எனினும் தட்டுத் தடுமாறி எழுந்தார். இக்காட்சி விசுவாமித்திரர் மனதில் பதிந்திருந்தது.

பிற்காலத்தில் கோசலை இறந்த போது, அவர் ஆன்ம சாந்திக்காகத் துறவிகளுக் கெல்லாம் பொன்னைப் பரிசளித்து பரிகாரம் செய்தார் இராமபிரான். அங்கு வந்த விசுவாமித்திர முனிவரிடம் இராமபிரான் இவ்வாறு கேட்டார்.

அய்யா என் தான தர்மங்கள் என் அன்னையின் ஆன்மா சாந்தியடைய போதுமானதா! அன்னையின் அன்புக்கு இவை ஈடாகுமா?!

அப்போது விசுவாமித்திரர்,இராமபிரான் தன் தாயின் வயிற்றில் இருக்கும் போது ஓர் நாள் அரண்மனைக்குச் சென்றதாகவும், அப்போது தனக்கு மரியாதை செலுத்துவதற்காக அவர் எழுந்திட முயன்றபோது அவர் அடைந்த வேதனைக்குக் கூட இப்போது இராமபிரான் செய்த தானதர்மங்கள் ஈடாகா என்றார். தாயின் அன்பை வெளிக்காட்டும் இராமாயணக் காட்சிகள் இவை..

என்னதான் நாம் சொன்னாலும் தாயின் சொல்லைக் கேட்டு, அவருக்குக் கீழ்ப்படியாத தனயன்களும் இன்று உண்டு. தாய் சொல்லைக் கேட்காத அத்தகைய தனயன்களை விவேகசிந்தாமணி கடுமையாகச் சபிக்கிறது.

பாடலைக் கேட்போமா

பாடல்

நாய்வாலை யளவெடுத்துப் பெருக்கித்தீட்டி
நற்றமிழை யெழுத வெழுத் தாணி யாமோ
பேய் வாழுஞ் சுடுகாட்டைப் பெருக்கித் தள்ளிப்
பெரிய விளக்கேற்றி வைத்தால் வீட தாமோ
தாய் வார்த்தை கேளாத சகசண்டிக் கென்
சாற்றிடினு முலுத்தகுணந் தவிரமாட்டான்
ஈயாரை யீயவொட்டா னிவனு மீயான்
எழுபிறப்பி னுங்கடையா மிவன் பிறப்பே!

பாடலின் பொருள்

அளந்தெடுத்து, தூய்மைப்படுத்தினாலும், நாயின் வாலினைக் கொண்டு தமிழ்மொழியை எழுதிடும்

எழுத்தாணியாகுமோ? பிணங்களை எரிக்கும் சுடுகாட்டினைத் தூய்மை செய்து அதிக ஒளிதரும் விளக்கு ஏற்றி வைத்தாலும் அந்த இடத்தை மனிதர்கள் குடியிருக்கத்தக்க வீடாகக் கொள்ள இயலுமோ? இயலாதல்லவா.

தாய் சொல் கேளாத தனயன்

மேற்சொன்னவை இயலாத காரியங்கள், பொருந்தாத செயல்கள். அதுபோலவே தாய்சொல் கேளாத பிள்ளைக்கு, என்னதான் அறிவுரை கூறினாலும் அவனிடமுள்ள தீக்குணங்கள் நீங்குவதில்லை. தான தருமங்களும் அவன் செய்வதில்லை. பிறருக்குக் கொடுத்து உதவுவதுமில்லை. பிறர் செய்யும் தான தருமங்களையும் செயல்பட விடாமல் தடுத்து விடுகிறான்.

அத்தகையோருக்கு விவேக சிந்தாமணியின் தீர்ப்பு

இவ்வாறு தாய் சொல்லுக்குக் கீழ்படியாத தனயனின பிறப்பானது எழு பிறப்புகளிலும் கேவலமான கீழ்த்தரமான பிறப்பாகும் என்பது தீர்ப்பு. எவ்வாறாயினும் தாய் சொல்லுக்கு மிகுந்த மதிப்பு தர வேண்டும். கீழ்ப்படியவேண்டும் என்பதே இறுதியான உறுதியான எண்ணம்.

திருக்குறள்

எழுபிறப்பும் தீயவை தீண்டா பழிபிறங்கா
பண்புடை மக்கள் பெறின்   -   குறள் 62

நெறிபிறழாத பண்புடைய மக்களைப் பெற்றவர்க்கு எழுபிறப்புகளிலுமே தீயன தீண்டவே தீண்டுவதில்லை. 'ஏழு பிறப்பு' என்ற கொள்கையில் திருக்குறளும் விவேக சிந்தாமணியும் ஒத்துப் போகின்றன.

நீதி : தாயிற் சிறந்த கோயிலுமில்லை.

ஆ. எளியாரை வலியார் வாட்டினால்!

எளியாரை வாட்டுதல்:

தன்னில் எளியாரை, வலிமையில் குறைந்தோரை, வலியார்கள் நசுக்குவது நாம் கண்கூடாகக் காணும் காட்சிகளே.... உணவுச்சங்கிலி கூட இப்படித்தான் நிகழ்கிறது. இது இயல்பாக நிகழ்வன.... ஒரு நாடு ஒரு சமூகம் என்றில்லாமல் மனித இனம் எங்கெங்கு வாழ்கிறதோ, அங்கெல்லாம் இது நடப்பது தான்.

அரசர்களும் தம்மில் வலிமை குறைந்த சிற்றரசுகளை ஒடுக்குவதும் பிடித்து அடக்குவதும் வரலாறு, பொருளாதார வசதி படைத்தவர்களும் தம்மில் எளியோரை எந்த அளவு நசுக்க முடியுமோ அந்த அளவு நசுக்குவதும் அவர்களை அடிமை ஆக்க முயல்வதும் நிகழக்கூடியனவாகும்..... இவ்வாறு "எளியோரை வலியார் வாட்டினால், வலியாரைத் தெய்வம் வாட்டும்" என்ற உண்மையை நிலைநாட்டுவதே இப்பாடல்.

விவேக சிந்தாமணி:

முடவனை மூர்க்கன் கொன்றால்
    மூர்க்கனை முனிதான் கொல்லும்.....
மடவனை வலியான் கொன்றால்
    மறலிதானவனைக் கொல்லும்
தடவரை தலைமா தேயித்
    தரணியி லுள்ளோர்க் கெல்லா
மடவனை யடித்த கோலும்
    வலியனை யடிக்குங் கண்டாய்!

பொருளுரை:

கொடிய குணங்களுடைய மூர்க்கன், ஏழையும் வலுவற்றவனுமாகிய முடவனைக் கொன்றால்... அந்த மூர்க்கனை, அவனை விட சினமிக்க ஒருவன் கொல்லுவான்... அறிவிற் குறைந்த ஏழையை அவனை விட வலிமை மிக்கவன் கொல்வானாகில் அந்த வலிமை மிக்க கொடியவனை, உயிர்களைக் கவர்ந்து செல்லும் எமன் கொன்று ஒழிப்பான்... வலுவற்றவனை அடித்த அதே கோல் தான் வலிமை மிக்கவனையும் அடிக்கும் என்பதாகும்.....

ஆக,"திக்கற்றவர்க்குத் தெய்வமே துணை" என்பது உணரற்பாலது. இங்கு 'முடவன்' என்ற சொல் ஊனமுடையவனை மட்டும் குறிப்பது அன்று, மாறாக ஏழை என்றும், வலுவற்றவன் என்றும், சாதுவானவன் என்றும்,'தாழ்மை' உள்ள – நல்லவன் என்றும் பொருள் கொள்ளத்தகும்.

'முனி' என்ற சொல் பெருங்கோபம் கொண்டவனைக் குறிப்பதாகும். சில கிராமங்களில் 'முனி' என்ற சிறு தெய்வ வழிபாட்டினை இன்றும் காணலாம். 'மறலி' என்ற சொல் எமனைக் குறிப்பதாகும். மேலும் இப்பாடலில் வேறு ஒரு உண்மை கூட அறிய முடியும். வலியாருக்கும், எளியாருக்கும் தண்டனை வழங்குவதும்,'செங்கோல்' தவறாத நீதி வழங்குவதும் ஒன்று போலவே! செங்கோன்மை என்பது அதுவே! ஒருபுறமும் சாயாது!

திருக்குறள்:

சமன் செய்து சீர்தூக்குங் கோல்போல்
              அமைந்தொருபால்
கோடாமை சான்றோர்க் கணி.   - குறள் 118

துலாக்கோல்போல நேர்மைகோணாமல், ஒரு பக்கத்திலும் சாய்ந்துவிடாமல் இருப்பதுதான் மேலான குணமுள்ளவர்களின் சிறப்பு, அழகு, தனிக்குணம்.

எனவே நீதி என்பது வலியோருக்கும் எளியோருக்கும் ஒன்றே....

விவேகசிந்தாமணி கூறும் நீதி இதுதான்:

நீதி :

எந்த மனிதனும் தம்மைவிட எளியாரைத் துன்புறுத்தகூடாது.... அவர்களுக்கு எந்தத் துன்பமும் வருத்தக்கூடாது. ஒருவருக்குத் தீங்கு செய்யும்போது, நம்மை விட பெரியவன்' இந்த உலகில் உண்டு என்றும், நாம் பிறருக்குத் துன்பம் வருத்தினால் நமக்கு நம்மை அறியாமலே நம்மைவிட வலியவர்களால் துன்பம் வந்து விடும் என்றும் எண்ணிப் பார்க்க வேண்டும்.

திக்கற்றவர்க்குத் தெய்வமே துணை.

திருக்குறள் :

வலியார்முன் தன்னை நினைக்கதான் தன்னின் மெலியார்மேல் செல்லும் இடத்து – குறள். 250

பொருள் :

தன்னைவிட வலிமை குறைந்த ஒருவனுக்குத் தான் துன்பம் செய்யும்போது தன்னைவிட வலியவன் தனக்கு துன்பம் செய்தால் எப்படி இருக்கும் என எண்ணிப் பார்க்கவேண்டும்.

இ. திக்கற்றவருக்குத் தெய்வமே துணை!

தெய்வம் :

யானையின் பலம் தும்பிக்கையிலே...
மனிதனின் பலம் நம்பிக்கையிலே....

என்று முன்னோர் சொன்னதைக் கேட்டிருக்கிறோம். நம்பிக்கையே ஒருவனது ஆதாரம் ... மேலும்

"கடவுளை நம்பினோர் கைவிடப்படார்...
திக்கற்றவர்க்குத் தெய்வமே துணை"....

என்றெல்லாம் கேள்விப்பட்டிருக்கிறோம். இது முற்றிலும் உண்மை... அவரவர் வாழ்வில் அனுபவமாகும் போதுதான் அது புரியும்... அல்லலுற்று ஆற்றாது அயர்ந்து ஏழை அழுத கண்ணீர் அரசாட்சியையே அடியோடு மாற்றிவிடும் வல்லமை படைத்தது... அவ்வாறு தாங்கொணாத் துன்பம், தொடர்ந்து வந்து வருத்தும் போது ஒருவன் ஆற்றாது, இறைவனை நோக்கி அழைக்கிறான்...

இறையடியாராகிய தாயுமானவர் சுவாமிகளும் கூட தாங்கொணாத் துயரமடைந்த காலை....

"தடித்தவோர் மகனைத் தந்தையீண்டடித்தால்
பிடித்தொரு தாயணைப்பாள், தாயடித்தால்
தந்தையணைப்பான் இங்கெனக்குப் பேசிய
                    தந்தையும் தாயும்
பொடித்திருமேனி அம்பலத்தாடும் புனித நீயல்லால்
                                என்னை
அடித்தது போதும் அணைத்திடல் வேண்டும்
அம்மையப்பா இனி ஆற்றேன்!

என இறைவனை கூவி முறையிடுகிறார்.

இவ்வாறு அடியார்கள் முறையிடுவதும், இறைவன் ஆபத்தினின்று அவர்களைக் காத்து நடத்துவதையும் இறையடியார்கள் வாழ்வினின்றும், பலரின் அனுபவக் காட்சிகளாலும் புரிந்துகொள்ளமுடியும்...

இதேபோல் ஓர் எடுத்துக் காட்டான காட்சியை விவேக சிந்தாமணிப் பாடலில் காண முடியும்....

"கரந்தொருவன் கணைதொடுக்க மேற் பறக்கும்
ராசாளிக் கருத்துங்கண்டே
உரைந்து சிறுகான கத்தி லுயிர் புறா
பேடுதனக் குரைக்குங் காலை
விரைந்து விடந் தீண்ட வுயிர் விடும் வேடன்
கணையால் வல்லூறும் வீழ்ந்த
அரன்செயலே யாவதல்லாற் றன்செயலால்
ஆவதுண்டோ அறிவுள்ளோரே!"

பொருளுரை

காட்டில் மறைந்திருந்து வில் தொடுக்கும் வேடனைக் கண்டு பயந்து புறாக்கள் இரண்டு பறந்து வந்தன.... பெண்புறா பயந்து ஆண்புறா விடத்திலே கேட்கிறது. " அய்யனே நம்மை கொன்று தின்ன இராசாளிப்பறவை பறக்கின்றது நாம் என்ன செய்வோம் என வருந்தியது. அந்த நேரத்தில் வேடனைப் புதரில் இருந்த பாம்பு கடித்தது... அலறிய அவனின் கையிலிருந்த வில்லிலிருந்து அம்பு விடுபட்டு பறந்து கொண்டிருந்த இராஜாளியைக் கொன்று வீழ்த்தியது...

பார்த்தாயா எல்லாம் கடவுள் செயலன்றி நம்மால் என்ன செய்ய முடியும்." என்று சொல்லி அமைதியடைந்தன. கடவுளைப் புகழ்ந்தன!

திருக்குறள்

> இருள்சேர் இருவினையும் சேரா இறைவன்
> பொருள்சேர் புகழ்புரிந்தார் மாட்டு.   – குறள் 5

இறைவன், நல்வினை, தீவினை ஆகிய இரண்டுக்கும் அப்பாற் பட்டவன். அத்தகைய இறைவனை விருப்பு வெறுப்பு இல்லாமல் வணங்குகின்றவர்களை எந்தத் துன்பங்களும் எதுவும் செய்துவிடாது... செய்ய முடியாது... எனவே,

> ஒன்றை நினைக்கின் அதுஒழிந்திட் டொன்றாகும்
> அன்றி அதுவரினும் வந்தெய்தும்- ஒன்றை
> நினையாது முன் வந்து நிற்கினும் நிற்கும்
> எனையாளும் ஈசன் செயல்...

என்ற அவ்வையாரின் நல்வழி கூறுவதும் இதுவே!

நீதி

எத்தனைத் துன்பங்கள் வந்தாலும் இறைவனை மறவாதிருத்தல் வேண்டும்... சிக்கெனப் பிடித்தவர்களை இறைவன் கைவிடவே மாட்டார்...

பாபா மொழி

> நம்பிக்கைத்தான் முக்கியம்: வடிவமோ
> பெயரோ முக்கியமன்று: எல்லாப் பெயர்களும்
> இறைவனுடையவைதாம்! எல்லா வடிவங்களும்
> அவனுடையவே!   - சத்யஸ்ரீசாய்பாபா

ஈ. பூவுலகின் சொர்க்கம்

சொர்க்கம்

சொர்க்கம் என்பது மிக மகழ்ச்சியான நிலை. அதையே மோட்சம், என்றும் பரலோகம் என்றும் பலவாறாகக் கூறப்படுவதுண்டு, சமய நெறிகளில் சொல்லப்படும் 'சொர்க்கம்' என்பது, ஒருவரின் இறப்பிற்குப் பின் அனுபவிப்பதாகக் கற்பிக்கப்படுகிறது. ஆனால் அறிஞர்கள் அதனை இவ்வுலகிலேயே மனிதர்கள் அனுபவிக்கலாம் என்கின்றனர். அவ்வாறு பூவுலகின் சொர்க்கமாக விவேக சிந்தாமணி மூன்று விடயங்களை வெளிப்படுத்துகின்றது.

பாடல் இது

நற்குண முடையவேந்தை நயந்து சேவித்த லொன்று,
பொற்புடை மகளிரோடு பொருந்தியே வாழ்த லொன்று,
பற்பல ரோடு நன்னூல் பகர்ந்து வாசித்த லொன்று,
சொற் பெறு மிவைகண் மூன்றும்இம்மையிற் சொர்க்கமாமே!

பொருள் விளக்கம்

நற்குணமுடைய அரசனை அன்போடு உடனிருந்து சேவகம் செய்தல், (இதனை நல்லாட்சி நடக்கும் காலத்து, அரசுப் பணியாற்றுதல் என்றும் கொள்ளலாம்) கற்பெனும் அழகும், நற்பண்புகளுமிக்க மனைவியுடனான, மனமொத்த இல்லற வாழ்க்கை; சிறப்பான அறிவுடைய, நல்ல ஆசிரியரிடம் கல்வி பெற்று, பிற மாணவர்களுடன் நல்ல நூல்களை அனைவருமாக வாசித்து மகிழ்தல், ஆகிய இந்த மூன்றும் இப்பூவுலகின் சொர்க்கம் என்று கொள்ளத்தகும்.

நல்ல மனைவி

இல்லாள் என மனைவியை அழைத்தனர். ஆம் இல்லத்தை ஆள்கின்றவள் அவள். கற்பு நெறியில் நின்று மாண்புடன் குடும்பத்தைக் காத்து, தற்காத்து, தற்கொண்டான் பேணித் தகைசான்ற சொற்காத்து சோர்வில்லாதவளை மனைவியாகப் பெற்று, அவளோடு நடத்துகின்ற இல்லறம் சொர்க்கம் என்பது முற்றிலும் சரியானதுதான். இல்லத்தின் இல்லாமையை இல்லாமல் செய்கின்றவள் இல்லாள். இல்லத்தின் இயலாமையை இல்லாமல் செய்கின்றவள் இல்லாள்

ஆசிரியர்

நல்ல ஆசிரியரைப் பெற்றவன் பாக்கியசாலி. நல்ல ஆசிரியரிடம் கல்வி கற்பதற்குக் கொடுத்து வைத்திருக்க வேண்டும். அவரின் மாணவர்களுடன் நல்ல நூல்களை ஒன்றாகக் கற்றுக்கொள்வதற்குக் கிடைத்த பேறு பெரும் பேறுதான். அரிஸ்டாடில் என்ற பேராசானிடம் கற்ற மகா அலெக்சாண்டரும் தன் ஆசிரியரைப் பெருமையுடன் போற்றினார்.

இளைஞர்களின் எழுச்சி நாயகன் டாக்டர் எ.பி.ஜெ. அப்துல்கலாம், தனக்குப் பயிற்றுவித்த திருமிகு அய்யாத்துரை சாலமன் முதலான ஒப்பற்ற ஆசிரியர்களைக் குறித்து தன் ‘அக்னிச் சிறகுகள்’ நூலில் பெருமையுடன் குறிப்பிட்டுள்ளார்.

அடியேனின் வாழ்விலும், திருவாளர்கள் பள்ளியாடி செல்லப்பா வெட்டூர்ணிமடம் நேசராஜ், காட்டாத்துறை ஆபேல், செட்டியார் மடம் கந்தசாமி முதலான

ஆசிரியர்களிடம் கல்வி கற்பதற்குக் கிடைத்த வாய்ப்பை பெரும் பேறாகவே எண்ணி மகிழ்கிறேன்.

ஆட்சி

குடிமக்கள் நலனில் அக்கறையுள்ள ஆட்சியாளர், என்றுமே மக்களால் இறைவனுக்குச் சமமாகப் போற்றப்படுவர்

திருக்குறள்

முறைசெய்து காப்பாற்றும் மன்னவன் மக்கட்கு
இறையென்று வைக்கப் படும்   - குறள் 388

முறை தவறாது நீதிகளைச் செய்து பாதுகாப்பதனால் தான் அரசனை ஆட்சியாளனைத், தெய்வமாகக் கருதி வணங்குவர். அத்தகைய ஆட்சியாளரைத் தெய்வமாகப் போற்றுதலால் அத்தகு ஆட்சியின் கீழ் வாழ்வது, சொர்க்கம் போன்றது அல்லவா?

நீதி

மக்கள் நலனில் அக்கறையோடு செயல்படும் ஆட்சியின் கீழ் வாழ்வதும் நல்ல ஆசிரியரிடம் கல்வி கற்பதும், மாண்புமிக்க மனைவியுடனான இல்லற வாழ்வும் இப்பூவுலகில் சொர்க்கம் ஆகும்.

16. ஒழுக்கம்

அ. ஒழுக்கம் உயர்வு தரும்

ஒழுக்கம்:

"ஒழுக்கம் உயர்வு தரும்"

இது பழந்தமிழர் காலந்தொட்டு சொல்லப்படும் பொன்மொழி.... ஆம் நிச்சயமாக ஒருவனின் நல்லொழுக்கம் அவனுக்கு அனைத்து.... உயர்வுகளையும் தரும்.....

பொருளாதாரத்திலே உயர்வு தரும்....
சமூகவாழ்விலே உயர்வு தரும்
உடல்நலத்திலே உயர்வு தரும்
நற்புகழிலே உயர்வு தரும்......

அதனால் தான் அய்யன் திருவள்ளுவர்.

"ஒழுக்கம் விழுப்பம் தரலான் ஒழுக்கம்
உயிரினும் ஓம்பப் படும்"   – குறள் 131

ஒருவனுக்கு மேன்மையை உண்டாக்குவது அவனது நல்ல நடத்தைதான். எனவே அந்த நல்ல நடத்தையை உயிரினும் மேலானதாகப் பாதுகாக்க வேண்டும். மேலும்

ஒழுக்கம் உடைமை குடிமை இழுக்கம்
இழிந்த பிறப்பாய் விடும்   - குறள் 133

உயர்ந்த ஒழுக்கத்தினால்தான் ஒருவனை உயர்ந்தகுலம் என்கின்றனர். ஒழுக்கத்தில் குறைந்தவர்கள் இழிந்த குலம் என்றே கருதப்படுவார்கள்.

ஒழுக்கம் இல்லாதவனிடத்தில் உயர்வு இல்லை. ஒழுக்கம் கெடுவதால் வருகின்ற அவமானங்களை நன்கு அறிந்தவர்கள் ஒழுக்கத்தில் எப்போதுமே பின்தளர மாட்டார்கள். தியாகி. காயிதே மில்லத் முகமதுஇஸ்மாயில் மூன்று முறை மக்களவை உறுப்பினராக இருந்தவர் தன் பதவி நீங்கிய பின், பாய்முடைந்து தன் குடும்ப வாழ்க்கையை ஓட்டினார் என்றால் அத்தகு வறுமை நிலையிலும் தன் நல் ஒழுக்கங்களில் தவறியதே இல்லை.... நற்பெயருக்குக் களங்கம் வருவிக்கும் எந்தச் செயலையும் செய்யவில்லை. அவர் மறைந்தாலும் வரலாற்றில் என்றுமே வாழும் அளவுக்கு நற்புகழ் உடையவராய் விளங்குகிறார். பாரதப் பிரதமராய் விளங்கிய லால்பகதூர் சாத்திரி, தமிழக முதல்வராய் விளங்கிய கர்மவீரா், சத்தியசீலர் கக்கன் போன்றோர் அவர்தம் நல்லொழுக்கத்தாலேயே பெரும்புகழ் பெற்றார்கள்.

நரேந்திரன் சுவாமி விவேகானந்தர் எனப் போற்றப்படுவதும், மோகன்தாஸ் மகாத்மா காந்தி எனப்படுவதும் அவர்கள் தம் வாழ்வில் கடைப்பிடித்து ஒழுகிய நல்லொழுக்கமே காரணம்!

நல்ல நடத்தைகளால் ஒருவனுக்கு உடனடி நன்மைகள் விளையாமல் போகலாம். பின்னால் பல நன்மைகள் விளைவதற்கு அது "விதை தெளிப்பது" போன்றதாகும்..... நல்லொழுக்கத்தை அறிந்தவர்கள் உலகப் போக்கை ஒட்டி நடந்து கொள்வார்கள். இக்கருத்துகளை,

உணர்த்தும் விவேக சிந்தாமணிப்பாடல்:

ஆசாரஞ் செய் வாராகி லறிவொடு புகழு
முண்டாம்....

ஆசார நன்மை யானால் அவனியிற் றேவராவார்
ஆசாரஞ் செய்யாராகி லறிவொடு புகழு மற்றுப்
பேசாற்போற் பேச்சுமாகிப் பிணியொடு நரகில்
வீழ்வார்....

கருத்து:

ஒழுக்க நெறிகளில் தவறாது ஒழுகுவோருக்கு நற்பெயரும் புகழும் பெருகும். அவருக்கு நல்ல ஞானமும் உண்டாகும். அவரிடமிருந்த நல்லொழுக்கம் மேலும் அதிகரித்து ஒழுக்கசீலராய் வாழ்வாராகில் அவரே உலகத்தில் தெய்வம் எனப் போற்றப்படுவார். நல்லொழுக்கத்தில் தவறுபவரிடம் இருக்கும் அறிவும் இல்லாமலாகி, நற்பெயரும் இழந்து, ஊமையைப்போல, பேசவும் திராணியற்றவராகி இவ்வுலக வாழ்வில் பல நோய்களுக்கும் ஆளாகி ஆற்றொணாத் துன்பங்கள் அனுபவித்து, மறு உலக வாழ்வில் நரகமாகிய கொடிய வேதனைகளை அடைவார்கள்!

நிஜவாழ்வில்:

வடலூரில் வாழ்ந்தவர் வள்ளலார் இராமலிங்க சுவாமிகள் அவர் நல்லொழுக்க சீலராய் வாழ்ந்தவர்... பசிப்பிணி நீக்க உணவுச்சாலையை உருவாக்கியவர்... இன்றும் அவர் உருவாக்கிய அந்த அறப்பணி தொடர்கிறது.... அவரின் ஒழுக்க நெறிகளாலேயே தெய்வமாக மக்கள் வள்ளலாரைப் போற்றுகின்றனர்..... 'தேவர்'என்ற சொல் மேலுலகவாசிகளைக் குறிப்பதாகும் நல்லொழுக்க நெறிகளில் வாழ்வோர் மக்களுள் "தேவர்" எனக் கருதப்படுவர் என்பதே பொருள்.... இது ஓர் குறிப்பிட்ட சாதிப்பெயரைக் குறிப்பதல்ல இங்கு!

நல்லொழுக்க சீலராய் வாழ்ந்த பசும்பொன் முத்துராமலிங்கத் தேவர் அவர்கள் தனக்குச் சொந்தமான நிலங்களை ஏழைமக்களுக்குப் பகிர்ந்தளித்தார்..... ஏழைகளுக்கு உழைப்பதற்காகவே திருமணம் செய்து கொள்ளாமல் வாழ்ந்தார். தன் முழுச்சொத்தையும் நூறு பங்கு வைத்து ஒரு பங்கை மட்டும் தனக்கு வைத்துக் கொண்டு 99 பங்கு சொத்தை ஏழைகளுக்குப் பகிர்ந்து கொடுத்தார், அந்த வள்ளல்...... அவரை மக்கள் தெய்வமாகப் போற்றுகின்றனர்! அவர் தோன்றிய பசும்பொன்னில் அவர் பிறந்தநாளான அக்டோபர் 30-ல் தேவர் குருபூசை கொண்டாடுகின்றனர். (30.10.1908 – 30.10.1963)

நரகம்:

இறப்பிற்குப் பின்னர் இன்னொரு வாழ்வு உண்டு என்னும் கருத்து விவேக சிந்தாமணியில் பல இடங்களில் அழுத்தம் தரப்படுகிறது.... நல்லன செய்தார் இறந்த பின்னர் நற்கதி – அதாவது சொர்க்கத்தை அடைவர், அதேவேளையில் தீயன செய்வாரோ நரகத்தில் தள்ளப்படுவர்....

விவிலியம்:

திருவிவிலியத்திலும் 'நரகம்' என்ற கருத்தியல் குறிப்பிடப்படுகிறது. அது கொடிய தண்டனைகள் அனுபவிக்கும் பகுதியாகவும், அழுகையும் பற்கடிப்பும் நிறைந்ததும், எரியும் நெருப்புமிகுந்த இடமாகவும், தப்பிக்க வழியற்றதுமான இடம் எனச் சொல்லப்படுகிறது... அநீதிபுரிந்தோர் இறந்தபின் அந்தக் கொடிய நரகிற்குத் தள்ளப்படுவர் என நம்பப்படுகிறது.....

வேறுபொருள்:

துன்பங்கள் அனுபவிக்கின்ற கொடுமையான ஓர் நிலையையும் நரகம் என்பர். உலக வாழ்வில் மகிழ்ச்சியான சூழ்நிலைகளைச் சொர்க்கம் என்றும், இடர்நிறைந்த துயரமான நிலைகளை நரகம் என்றும் கூறுவாரும் உண்டு. மருத்துவமனைகளில் நீங்கா வேதனையுறுவோர் "நரக வாழ்க்கைதான் என சலித்துக் கொள்வதுண்டு, கணவனின் கொடுமைகளால் வேதனைகளை அனுபவித்துக் கொண்டிருக்கும் பெண்மணி ஒருவர் இப்படிச் சொன்னார்.... "என்ன வாழ்க்கை, நரக வாழ்க்கைதான் அனுபவிக்கிறேன்" ஆக, நரக வாழ்க்கை என்பது, இழிவான, வேதனையான, விரும்பத்தகாத, துயரமான வாழ்க்கை ஆகும்....

விவேகசிந்தாமணி குறிப்பிடுவதும் இதுவே, நல்லொழுக்கங்களில் வாழாமல் நெறிதவறி வாழ்வோர் பலவிதமான கொடிய நோய்களுக்கு ஆளாகி பெரும் துயரங்களை அனுபவிப்பர் என்பதாம்..... ஆம் இன்று நெறிதவறிய வாழ்க்கையால் எய்ட்ஸ் போன்ற ஆட்கொல்லி நோய்களுக்கு ஆளாகி நரக வாழ்க்கை வாழ்வோர் குறித்து மும்பையில் தொலைக்காட்சி நிறுவனத்தார் போட்டி போட்டு, பேட்டி எடுத்து வெளியிட்ட தரவுகள் உலகமக்களை விழியுயர்த்தச் செய்தது பலருக்கும் நினைவிருக்கும்.

இவ்வாறு திருக்குறள் கருத்துக்களையும் உலக வாழ்வியல் எதார்த்தங்களையும் பாலமாக இணைத்து, உலக மாந்தர்க்கு வையத்துள் வாழ்வாங்கு வாழும் நெறிமுறைகளை உணர்த்தி நிற்கும் ஒப்பற்ற நூல் விவேக சிந்தாமணி!

நீதி: நல்லொழுக்க நெறிகளில் பிறழாது வாழ்க!

ஆ. “இடனறிதல்”

அவரவர் இடத்தில் அவரவர் இருத்தலே சிறப்பு. தன் இடத்தில் இருக்கும் நாய்கூட வேற்றிடத்திலிருந்து வருகின்ற புலியையும் எதிர்க்கும். அததன் இடத்தில் அததற்கு பெருமை. இதை விளக்கும் விவேக சிந்தாமணிப் பாடல் இதோ:

“யானையைச் சலந்தனி லிழுத்த வக்கரா
பூனையைக் கரைதனிற் பிடிக்கப் போகுமோ...
தானையுந் தலைவருந் தலம்விட் டேகினாற்
சேனையும் செல்வமும் தியங்கு வார்களே!

ஆக்கரா – முதலை, தானை – படை

தியங்குவார்கள் - பகைவரிடம் அகப்பட்டு மயங்குவார்கள்...

கருத்து :

நீரிலிருந்து யானை ஒன்றைப் பற்றி இழுத்த முதலையானது, அந்நீரின் கரையிலிருக்கும் பூனை ஒன்றைப் பிடிக்க வல்லதோ? முடியாது என்று நினைத்து செல்லாது. அதுபோல அரசரும், காலம், வலி, இடம் முதலியவற்றை ஆராய்ந்து பகைவரை எதிர்க்கவேண்டும். அவ்வாறில்லாமல் அவ்வரசர் தம் நால்வகைச் சேனையுடன் தம் இருப்பிடம் விட்டு படையெடுக்கச் சென்றால் செல்வமும், படைகளும் இருப்பினுங்கூட பகைவரிடம் அகப்பட்டு வருந்துவார்கள்.

கதைப்பாடல் ஒன்று இக்கருத்தை விளக்க இங்கே தரப்படுகிறது...

ஒரு கரிக்குருவி எருமையின் மேலே
உட்கார்ந்து கொண்டது பார்...
ஓகோ எருமை உனைவிட நானே
உயரம் என்றது பார்...
திரும்பு முன் குருவியை சிறுவன் ஒருவன்
சென்று பிடித்தான் பார்...
சிக்கிய குருவி பட பட வென்றே
சிறகை அடித்தது பார்...
அவரவர் இடத்தில் அவரவர் இருந்தால்
அபாயம் ஒன்றுமில்லை...
அடுத்தவன் முதுகில் ஏற நினைத்தால்
அதனால் வரும் தொல்லை...
எவரெவர் எனினும் இதை உணர்வாரேல்
என்றைக்கும் நட்டமில்லை...
ஏழைகள் முதுகில் ஏறி உட்கார
இனிமேல் சட்டமில்லை!

ஆம் அவரவர் இடத்தில் அவரவர் இருக்கவேண்டும். கோழியும் தன் கூட்டில் இருக்கும் போது பருந்தையும் எதிர்க்கும்! பெரிய காரியங்களைச் சாதிக்கும் வல்லமை படைத்தவர்கள் சிறிய காரியங்களில் ஈடுபடுவது இழுக்கு...

இதே கருத்தை விளக்கும் திருக்குறள் பாடல் இதோ:

நெடும்புனலுள் வெல்லும் முதலை அடும்புனலின்
நீங்கின் அதனைப் பிற – குறள். 495

பொருள் :

தனக்குப் பலமான இடத்தைவிட்டு விலகாமலிருந்தால் தோல்வி வராது... ஆழமான நீரில் இருக்கிற வரையிலும்

முதலையானது மற்ற எந்தப் பிராணிகளையும் வென்றுவிடும். ஆனால் தண்ணீரை விட்டு வெளியே வந்து விட்டால் அந்த முதலையை மற்ற எந்தப் பிராணியும் வென்று விடும்.

இவ்வாறு மேற்குறித்த விவேக சிந்தாமணிப் பாடல் இத்திருக்குறளின் விளக்கமாகவே உள்ளது...

நீதி :

* அவரவர் இடத்தில் அவரவர் இருப்பதே அவர்களுக்கு வலிமை...
* காலம், வலி, இடம் அறிந்து எதனையும் செய்யவேண்டும்.

இ. மழை பெய்வதேன்!

மும்மாரி

வான்நின்று உலகம் வழங்கி வருதலால்
தான்அமிழ்தம் என்றுணரற் பாற்று - குறள் 11

என்பது தெய்வநூல் மொழி ஆம் இந்த உலகம் உயிர் வாழ்வது மழையால் தான். உணவுக்கும், குடிநீருக்கும் மழை தேவை. வானின்று மழைத்துளி விழாவிட்டால் புல் பூண்டுகள் கூட முளைப்பதில்லை. நெடுங்கடல்கூட வற்றிவிடக் கூடும். உலகில் தான தர்மங்களும் நடைபெறாமல் போகும் என்பனவும் தெய்வப்புலவர் தரும் கருத்துகள்

மாதம் மூன்று மழை பெய்த காலம் உண்டு. உலகமே செழித்து ஓங்கியது அன்று. இன்று அப்படி மாதம் மும்மாரி பொழிவதில்லை. மாறாக வருடம் மூன்று

மழைதான் பெய்கிறது. எனவே, செழிப்பு காணாமல் போய் விட்டது. வறுமையும், பற்றாக்குறையும் தலைவிரித்தாடுகிறது. ஒருவேளை நம்நாட்டில் வறுமை குறைந்து வரலாம். ஆனால் சோமாலியா போன்ற நாடுகளில் இன்றும் பஞ்சம் பாடாய்ப்படுத்துவதைத் தொலைக்காட்சிகள் மூலம் நாம் அறிகிறோம்.

இவ்வாறு மாதம் மூன்று மழை பெய்யக் காரணம் என்ன? யார் யாருக்காக அப்படி பெய்தது? வருடம் மும்மாரி பெய்யக் காரணம் என்ன? யார் யாருக்காக அவ்வாறு பெய்தது? இவற்றுக்கெல்லாம் விடைதான் விவேகசிந்தாமணி தரும் ஓர் அழகியப்பாடல். கலி விருத்தம் என்ற 'பா' வகையைச் சேர்ந்த அப்பாடலைக் காண்போமா. படிக்கப் படிக்கத் தமிழர் வாழ்வு நெறிகள் நம்மைத் தூண்டச் செய்யும் அப்பாடல் இதுதான்

மாதம் மும்மாரி

> வேத மோதிய வேதியர்க் கோர்மழை
> நீதி மன்னர் நெறியினுக் கோர்மழை
> மாதர் கற்புடை மங்கையர்க் கோர்மழை
> மாத மூன்று மழையெனப் பெய்யுமே
> வருடம் மூன்று மழை
> அரிசி விற்றிடு மந்தணர்க் கோர் மழை
> வரிசை தப்பிய மன்னருக் கோர்மழை
> புருசனைக் கொன்ற பூவையர்க் கோர்மழை
> வருச மூன்று மழையெனப் பெய்யுமே

பொருள் : மாதம் மும்மாரி ஏன்

வேதியர்கள் என்போர் வேதநெறிகளைப் போதிப்பவர்கள். அவர்களுக்காகவே மாதம் ஒரு மழை

பெய்யுமாம். நீதி நெறி தவறாதபடி குடிமக்களைக் காத்து ஆட்சி செய்கின்ற அரசனுக்காகவே மாதம் ஒரு மழை பொழியுமாம். கற்பு நெறி தவறாமல், தன் கணவனையே தெய்வமாகக் கொண்டு ஒழுகுகின்ற கற்புடைய மங்கையருக்காகவும், மாதம் ஒரு மழை பெய்யுமாம்

இவ்வாறு மாதம் மூன்று மழை பொழியுமாம்

திருக்குறளில்

முறை செய்து காப்பாற்றும் மன்னவன் மக்கட்கு
இறையென்று வைக்கப் படும்   - குறள் 388

நீதி தவறாமல் ஆட்சி செய்து குடிமக்களைக் காப்பாற்றும் மன்னன் - அதாவது ஆட்சியாளன் இறைவனுக்குச் சமமாகக் கருதப்படுவான்

தெய்வந் தொழாஅள் கொழுநற் றொழுதெழுவாள்
பெய்யெனப் பெய்யும் மழை   – குறள் 55

தெய்வத்தை வணங்காவிடில் தன் கணவனைத் தினமும் வணங்கி எழும் பத்தினிப் பெண்டிர் 'பெய்' எனச் சொன்னாலே போதும், மழை பெய்யோ பெய்யெனப் பெய்யுமாம்!

சிலப்பதிகாரக் காப்பியமும்

வானம் பொய்க்காது வளம் பிழைப்பறியாது
பத்தினிப் பெண்டிர் இருந்த நாட்டில்

என்ற கருத்தை முன் வைக்கிறது.

நாட்டில் மாதம் மூன்று மழை பெய்தால் செழிப்பிற்குச் சொல்லவும் வேண்டுமோ? ஆனால் இன்று அவ்வாறு பொழிவதில்லையே ஏன் ஏன் அதற்கும் பதில் கிடைக்கிறது.

வருடம் மும்மழை ஏன்?

அவரவர் தன்மைக்கு ஏற்ற பணிகளையே செய்தல் இயற்கையின் சமநிலை ஓட்டத்திற்கு நல்லது. இதுவே நன்னெறியும் ஆகும்.

ஆனால் வேதநெறிகளைப் போதிக்க வேண்டிய வேதியர்கள் வியாபாரிகளாக மாறிவிட்டனர். இறைவனுக்குத் தொண்டு செய்து மக்களை நன்னெறிப் படுத்த வேண்டிய இறையடியார்களும் பணத்திற்கு ஆசைப்பட்டு, பொருளின்பத்தால் உலக நாட்டங்களில் ஈடுபட்டு வருகின்றனர். தெய்வத்தலங்கள்கூட வணிகத் தலங்களாக மாறிவிட்டன. பல்வேறு விதமான வணிக நடவடிக்கைகளில் இறையடியார்களும் மூழ்கிவிட்டனர்.

பாடலின் பொருள்

இவ்வாறு நெறிதவறி தன் கடமையை மறந்து உணவு தானியங்களை விற்பனை செய்கிற இறை ஊழியர்களின் செயலைக் கண்டித்து வருடம் ஒரு மழை பெய்யுமாம்.

நேர்மை தவறி, நீதி தவறி ஆட்சி செய்கின்ற அரசன் அல்லது ஆட்சியாளன் செயலைக் கண்டித்து அவனுக்கென வருடம் ஒரு மழை பெய்யுமாம்.

கணவனைக் கொலை செய்த மனைவியின் செயலைக் கண்டித்து வருடம் ஒரு மழை பொழியுமாம். இங்கு மனைவியைக் கொலை செய்த கணவனையும் குறிப்பிட வேண்டும். இரு செயல்களும் கண்டிக்கத் தக்கது தானே எனவே இந்த இழிசெயலுக்காக ஆண்டிற்கு ஒரு மழை...

திருக்குறளிலே,

கூழும் குடியும் ஒருங்கிழக்கும் கோல்கோடிச்
சூழாது செய்யும் அரசு — குறள் 554

கொடுங்கோல் ஆட்சியாளன், தன் நாட்டின் செல்வச் சிறப்பையும் குடிமக்களின் நன்மதிப்பையும் ஒருமிக்க இழந்து விடுகிறான்

முறைகோடி மன்னவன் செய்யின் உறைகோடி
ஒல்லாது வானம் பெயல் - குறள் 559

நீதி நெறிகள் தவறி கொடுங்கோல் ஆட்சி நடந்தால், அந்த நாட்டிலே வானமும் தன்னுடைய பெருமை பொருந்திய முறை தவறி மழை பொழிவதையே மறந்து விடுமாம்!.

தத்தளிக்கும் குடும்ப உறவுகள்

இன்று பல குடும்ப உறவுகள் ஏமாற்றத்திலும், தடுமாற்றத்திலும் கொலையிலும் முடிந்து வேதனைக் காட்சிகளாகின்றன. கணவன் மனைவிப் பிரச்சனைகள் நீதிமன்றங்களில் நகைப்பிற்கிடமான வழக்குகளாக மாறிவிட்டன. புரிந்து கொள்ளுதல் உண்மையான அன்பு, குறைந்து போனதுதான் இதன் காரணம்! ஒருயிர் ஈருடலாய் இருப்பது தான் இல்லறம்! அதுவே நல்லறம் எனவே தான் தெய்வப்புலவர் சொன்னார்.

அறத்தாற்றின் இல்வாழ்க்கை யாற்றின் புறத்தாற்றிற்
போஒய்ப் பெறுவது எவன்- குறள் 46

தர்மநெறி தவறாமல் மனைவிமக்களோடு இல்வாழ்க்கை நடத்தினால் ஒருவன் துறவறத்திற்கும் போய்

அடையக் கூடிய நன்மை அதை விட என்ன இருக்கிறது? ஒன்றுமில்லை!

இந்தப் புரிந்துகொள்ளுதல் இல்லாததாலேயே கணவன் மனைவியையும் மனைவி கணவனையும் எதிரிகளாகவே பார்க்கின்ற நிலை ஏற்படுகின்றது. ஒருவர் ஒருவரைத் தாக்குகின்ற பரிதாபம் நிகழ்கிறது. இவற்றைக் கண்டித்து நெறிப்படுத்துவதே விவேகசிந்தாமணியின் நோக்கமாகும். நீதிநெறிகளுக்கு முரணானவற்றை நேர்மையுடன் சாடி நன்னெறிப்படுத்தும் ஒப்பற்ற நூல் விவேகசிந்தாமணி

நீதி : அவரவர் கடமைகளை குறைவின்றி ஆற்ற வேண்டும்.

திருக்குறள் :

தானம் தவம்இரண்டும் தங்கா வியன்உலகம்
வானம் வழங்கா தெனின் - குறள். 19

ஈ. உள்ளத்தால் பொய்யாது ஒழுகின்

வாய்மை:

உள்ளத்தால் பொய்யா தொழுகின் உலகத்தார்
உள்ளத்து ளெல்லாம் உளன். திருக்குறள் - 294.

“மனச்சான்றின்படி உண்மையாகவே நடந்து கொள்ளும் ஒருவரை, உலகத்து மாந்தரெல்லாருமே தங்கள் இதயத்தில் இருத்திப் போற்றுவர், புகழுவர்.... அவர்கள் எல்லாராலும் மதிக்கப்படுவர்”. என்பது இப்பாடலின் பொருள்..... மேலும் “பொய்யாமை, பொய்யாமை ஆற்றின் அறம்பிற செய்யாமை செய்யாமை நன்று” என்றும்

தெய்வப்புலவரே கூறிப் போந்தார்.... ஆம் 'பொய்யாமை' அதாவது வாய்மையே வழங்கி வருகின்ற மனிதர், வேறு எந்த அறச்செயலையும் செய்யத் தேவையே இல்லை எனப்பொருள்.... திருக்குறளின் இந்தக் கருத்து மெய்ப்படும் விவேகசிந்தாமணிப் பாடலைப் பார்ப்போமா.....

"மெய்யதைச் சொல்வாராகில் விளங்கிடும் மேலும் நன்மை
வையக மவரைக் கொள்ளும் மனிதரிற் றேவராவார்,
பொய்யதைச் சொல் வாராகிற் போசன மற்ப மாகும்
நொய்யவரிவர்களென்று நோக்கிடார்அறிவுள்ளோரே!

பொருள் விளக்கம்:

உண்மையே பேசுவோருக்கு மேலும் மேலும் நன்மையே உண்டாகும். உலகின் மனிதர்கள் அவரின் சொற்களை ஏற்றுக் கொள்வார்கள். அத்தகைய நேர்மையாளரை மனிதர்களுள் தெய்வம் என்றே போற்றுவார்கள்.... ஆனால் பொய் பேசுகின்ற மனிதர்களுக்கு உணவு கிடைப்பதே கடினமாகும்... சமூகமும் இவர்களை ஒரு பொருட்டாகக் கருதுவதில்லை பொய் சொல்வோரை மனித சமூகம் ஒதுக்கித்தள்ளி விடுகிறது..... அறிவுடைய மக்கள் அப்பொய்யர்களை அற்பர் என்றே ஒதுக்கித்தள்ளி விடுகின்றனர். இவர்கள் மதிப்பிழந்த பொருள் போன்றவரே!

பழமொழி:

பொய் சொன்ன வாய்க்குப் போசனம் இல்லை.
போசனம் - உணவு, ஆகாரம்.

திருவிவிலியத்தில்,

இவ்வாறாகச் சொல்லப்பட்டிருக்கிறது....

"பொய் சொல்லும் வாய் அடைபட்டுப்போவதாக.....
செருக்கும் பழிப்புரையும் கொண்டு நேர்மையாளருக்கு எதிராக
இறுமாப்புடன் பேசும் நா கட்டுண்டு கிடப்பதாக"!

திருப்பாடல் - 31:18

புராணங்களில்:

அரிச்சந்திர புராணத்தில், நேர்மையின் வெற்றி மற்றும் பொய்யாமையின் மேன்மை – அனைத்தும் தெள்ளிதின் விளக்கப்படுகின்றன. உண்மையே பேசியதால் அரிச்சந்திரன் தன் வாழ்வில் எதிர்ப்பட்ட துன்பங்கள் கணக்கிலடங்கா... எனினும் தன் பொய்யாமை நோன்பிலிருந்து அவன் தவறியதே இல்லை.... அனைத்தும் இழந்த பின்னரும் வாய்மை என்னும் வலுவினை மட்டும் வழுவவிட்டதில்லை.... பொய்யாமை நோன்புக்கு இழுக்கு வருத்தியதில்லை.... இறுதியில் அரிச்சந்திரன் வெற்றி பெற்றதுதான் "வாய்மையின் வெற்றி, பொய்யாமையின் பரிசு!"

வரலாற்றில்:

தேசபிதா அண்ணல் காந்தியடிகள் தான் இளமையில் கண்டு மகிழ்ந்த 'அரிச்சந்திரன்' நாடகம்தான் மோகன்தாசு என்ற பெயர் கொண்ட அவரை 'மகாத்மா' நிலைக்கு உயர்த்தியது.... "சத்தியமே பேசுவேன்" எனச் சபதம் மேற்கொண்டார். தன் வாழ்வின் இறுதி வரை வாய்மையைக் கடைப்பிடித்தார்.... சற்றும் அதைவிட்டு

விலகியதே இல்லை…. சரித்திரத்தில் என்றும் "மகாத்மாவாக" வாழ்கிறார்….உலகில் அதிகம் சிலைகள் நிறுவப்பட்ட உலக உத்தமராகப் போற்றப்படுகிறார் அந்தச் சத்தியசீலர்…..

நன்னெறி:

எனவே, உண்மை சொல்லி வாழ்ந்தோரை மனிதர்களில் தெய்வமென்றே போற்றுவர் என்ற விவேக சிந்தாமணி சொற்கள் எத்தனை உண்மை……

மாறாக "கோயபெல்ஸ்" போன்று அடுக்கடுக்காகப் பொய் சொல்வோர் எத்தனை வலிமைமிக்கோராயினும் அவர்கள் உலகினராலும், வெறுக்கப்படுவர்…. அவர்கள் அற்பமாகவே எண்ணப்பட்டு களையப்படுவர். அவர்களுக்கு உண்பதற்கு உணவுகூட கிடைக்காமல், மிகவே துன்பப்படுவார்கள்….

நீதி : எத்தனை இடர்வரினும் வாய்மையே பேசுக!

திருக்குறள் :

மனத்தொடு வாய்மை மொழியின் தவத்தொடு
தானஞ்செய் வாரின் தலை – குறள். 295

பொருள் :

மனச்சான்றிற்கு பொய்யனாகாமல் மெய்யனாகி வாயாலும் மெய்யே பேசினால் அப்படிப்பட்டவன் தானமும் தவமும் ஒருங்கே செய்பவனைவிடச் சிறந்தவனாவன்.

"யாமெய்யாக் கண்டவற்றுள் இல்லை எனைத்தொன்றும் வாய்மையின் நல்ல பிற"– குறள். 300

உ. கற்றபடி நிற்க

எத்தனை நூல்களை வாசித்தாலும், எவ்வளவுதான் கற்றுத் தேறினாலும், நல்லொழுக்கமின்றி வாழ்வோரை எவருமே மதிப்பதில்லை! நல்லொழுக்கமே மனித வாழ்வின் அடிப்படை... ஆகவே நல்ல நூல்களைக் கற்றுத்தெளிந்தாலும் அந்த நூல்களில் சொல்லப்பட்ட நற்கருத்துக்களின் அடிப்படையில் தங்கள் வாழ்வை நடத்தவேண்டும்... இதனையே விவேகசிந்தாமணி ஆசிரியர்

"எழுதரிது முன்ன மெழுதியபின் னத்தைப்
பழுதறவா சிப்பரிது பண்பா முழுதுமதைக்
கற்பரிது கற்பயனைக் காண்பரிது கண்டக்கால்
நிற்பரிது தானந் நிலை...." என்கிறார்.

பொருள் விளக்கம் :

அத்தை – அந்த நூலை
பழுது அற – குற்றம் நீங்க
பண்பா – விருப்பமாக
கற்பு – மனப்பாடம் செய்து கற்றல்

கருத்துரை :

ஒருவர் யாவர்க்கும் பயன்படுமாறு ஒரு நூலை எழுதி வைத்தல் அருமையானதாகும். அப்படி எழுதினாலும் குற்றம் நீங்க அதை வாசிப்பது அதைவிட அருமையாகும். அவ்வாறு வாசித்தாலும் முறைப்படி மனப்பாடம் செய்து கற்றுக் கொள்ளுதல் அதனினும் அருமை... அவ்வாறு கற்றாலும் நல்ல பொருளைக் காண்பது அதனினும் அருமை. அங்ஙனம் பொருளைக் கண்டுகொண்டாலும்

அந்த நூல் சொல்லும் கருத்தில் உறுதியாக நின்று அதன் வழியில் நடந்துகொள்வது மிகமிக அருமை...

நிஜவாழ்வில் :

உயர்ந்த பதவிகளில் இருப்போர் சிலர் தங்கள் கீழ்த்தரமான நடத்தைகளால் தரம் தாழ்ந்து போனதும், பதவி இழந்ததும், வழக்குகளுக்கு ஆளானதுமெல்லாம் வரலாறு...

திருக்குறள் :

கற்க கசடறக் கற்பவை கற்றபின்
நிற்க அதற்குத் தக... - குறள். 391

பொருள் :

கற்கத்தகுந்த நல்ல நூல்களைத் தெளிவுறக் கற்க வேண்டும். பின்னர் அந்நூல்களில் சொல்லப்படும் நல்ல நெறிகளின் படி வாழ்க்கையை நடத்தி வருதல் வேண்டும்.

நீதி :

நல்லொழுக்கமில்லாதவர் பெற்ற கல்விஅறிவு பயனற்றதாகும்...

மனதில் இருத்த :

ஒருவர் ஒரு நூலை வாசித்து உணர்ந்தாலும் அதில் கூறப்படும் சன்மார்க்கத்தில் நின்று ஒழுகுதல் நன்று.

நற்குணங்களைக் கடைப்பிடித்து ஒழுகாதோர் எத்தனை நூல்களைக் கற்றாலும் பயனில்லை.

17. இலக்கியம்

அ. படித்து இன்புற

அழகு :

விவேகசிந்தாமணியின் பல பாடல்களின் கருத்தாழம் படிக்கப் படிக்க இன்பம் தருவன... சிந்திக்கத் தூண்டுவன... அறிவுக்கு விருந்தாய் அமைவன.. வியப்பைத் தருவன... சில எடுத்துக் காட்டுகளை இங்கு தருகிறேன்...

இரண்டு ஆண்களின் பண்பு நலன்களைக் குறித்து இங்கு சொல்லப்படுகின்ற விளக்கம் இவை... அவர்களைப் புகழ்வது போல இகழ்வதும் தெரிகிறது... ஒருவனை "எருமைக்கடா" என்றும் அடுத்தவனை 'குரங்கு' என்றும் குறிப்பிட வேண்டும்... அதற்குப் பதிலாக இங்கு சொல்லப்படும் ஒப்பனைச் சொற்களைக் கேளுங்கள்....

1. "அரவிந்த நண்பன், சுதன் தம்பிமைத்துனன், அண்ணன் - கையில்
வரமுந்தி ஆயுதம் பூண்டவன் காணுமற் றங்கவனோ
பரமன் திகிறியை யேந்திய மைந்தன் பகைவன் வெற்பை
பர மென்றெடுத்தவன் மாற்றான்றன் சேவகன் ஒண்டொடியே

தாமரை மலருக்கு நண்பன் சூரியன் .....
சூரியனின் புத்திரன் கர்ணன்....
கர்ணனின் தம்பி அர்ச்சுனன்...
அர்ச்சுனனின் மைத்துனன் கண்ணன்...
கண்ணனின் தமையன் பலராமன்
பலராமன் கையிலுள்ள ஆயுதம் கலப்பை....

கலப்பையைப் பூண்டிருப்பவன் எருமைக்கடா....
'எருமைக்கடா' என அவனை இழிவாகச்
சொல்வதற்கு எத்தனை வருணனைகள்...

2. சிவபெருமான் வசிக்கும் மலை கயிலைமலை...
அந்த மலையைத் தூக்கியவன் இராவணன்...
இராவணனுக்குப் பகைவன் இராமபிரான்...
இராமபிரானின் தாசனும், இராவணனை
எதிர்த்தவனும்,
மலைகளை பெயர்த்தவனும்
ஆஞ்சநேயன் .....
ஆஞ்சநேயனைப் போலிருப்பவன் குரங்கு!

இதிலே 'குரங்கு' என ஒருவனைப் பழித்துப்
பேசுவதற்கு எத்தனை அடை மொழிகள் ....
சொல்லடுக்குகள்..... இது விவேகசிந்தாமணிப் பாடலின்
வியப்பூட்டும் காட்சியன்றோ!

3. பண்புளருக் கோர்பறவை பாவத்திற் கோரிலக்கம்
நண்பிலரைக் கண்டக்கா னாற்காலி – திண்புவியை
ஆள்வார் மதுரை யழகிய சொக்கர்க் கரவம்
நீள்வாகன நன்னிலம்

நற்குணமுள்ள நல்லோருக்கு ஈ (கொடு) – (பறவை)

பழிபாவங்களுக்கு அஞ்சு – (பயப்படு) – (இலக்கம்)

அன்பில்லாதவரைக் கண்டால் - விலகு – (நீங்கு) –
நாற்காலி

மதுரை அழகிய சொக்கருக்குப் பணிவிடை செய்....

அரவம் = பணி   வாகனம் = விடை நிலம் = செய்

பண்புள்ளவர்களுக்குக் கொடுப்பது தர்மம்.... இந்தத் தர்மச் செயல்கள் வலியுறுத்தப்படுகின்றன.... கொடுத்தவர்கள் குறைந்து போவதில்லை.... அதைப் போல பழிபாவங்களுக்கும், தீச்செயல்களுக்கும் அஞ்சி வாழவேண்டும். தீக்குணங்கள் உடையோரைக் கண்டால் அவர்களை விட்டு விலகிவிட வேண்டும். இறைவனுக்கு எப்போதும் தொண்டுபுரிதல் நல்லது... இந்த அறக்கருத்துகள் அனைத்தும் விவேகசிந்தாமணியில் எடுத்தியம்பப்படுகின்றன...

நீதி :

    நல்லவர்க்குக் கொடுத்து வாழ்க...
    பழி பாவங்களுக்கு அஞ்சுக....
    தீயோரிடம் தொடர்பு வேண்டாம்...
    இறைவனுக்குத் தொண்டு செய்க....

4. தேவர்களின் வாகனங்கள்
    கரியென்னும் பொன் மிகும் பையேறக்
        கற்றவர் சூழ்ந்து தொழ
    எரியென்னும் செல்வன் துலாத்தினில்
        ஏறி விருண்ட மஞ்சு
    சொரிகின்ற நாக மின்சேற்றினி
        லேறித் தொடர்ந்து வர
    நரியென்று சொந்தக் கனலேறி
        வந்தது நங்களத்தே!

கணபதிக்கு யானை உருவம், ஆனால் அவரின் வாகனம் பெருச்சாளி, கல்விமான்கள் சூழ்ந்து நின்று துதிக்கின்ற முருகப்பெருமான் ஏறிவரும் வாகனம் மயில் சூல்கொண்ட மேகங்கள் படர்ந்து, மழை பொழிகின்ற

மாமலையில் பிறந்தவள் உமாதேவி. அவளின் வாகனம் அன்னப்பறவை.

பொன் மிகும்பை = பெருச்சாளி எலி.

ஆ. கற்பனை நயம்!

கற்பனை

இயற்கை வர்ணனைகளும், உவமைச் சிறப்புகளும் கற்பனை நயங்களும் விவேக சிந்தாமணியின் பல பாடல்களில் மிஞ்சி நிற்றல் காணலாம். பெண்மணி ஒருவரின் முகம், கரங்கள் ஆகியன இங்கே வியந்து கூறும் வாக்கில் இப்பாடல் அமைந்துள்ளது.

பாடல்

தேனுகர் வண்டு மதுதனை யுண்டு
தியங்கியே கிடந்ததைக் கண்டு
தானதை சம்புவின் கனியென்று
தடங்கையி லெடுத்து முன் பார்த்தாள்
வானுறு மதியும் வந்ததென் றெண்ணி
மலர்க்கரம் குவியுமென் றஞ்சிப்
போனது வண்டோ, பறந்ததோ பழந்தான்
புதுமையோ விதுவெனப் புகன்றாள்!

எண் சீரடி ஆசிரிய விருத்தம் என்ற பா வகையைச் சேர்ந்தது இப்பாடல்.

பொருள் விளக்கம்

தேன் உண்ட வண்டு ஒன்று மது மயக்கத்தில் தரையில் கிடந்தது. அதை நாவல் பழமென்று கருதிய

பெண்ணொருத்தி தன் கையாலெடுத்து,முகர்ந்து பார்க்க முகத்திற்கு நேராய்க் கொண்டு சென்றாள். அப்போது உணர்வடைந்த அந்த வண்டு,அவள் முகத்தைப் பார்க்கிறது. ஓகோ ஆகாயத்தில் முழு நிலவு வந்து விட்டதோ? என எண்ணியது. நிலவைக் கண்டதும் தாமரை மலர் இதழ்களை மூடிக் கொள்ளும். அதைப் போல அவள் கரங்களைத் தாமரை மலர் என்று கருதிய அந்த வண்டு, நிலவைக் கண்டு இதழ்களைத் தாமரை மூடிக் கொள்ளும் என அஞ்சி,பறந்து சென்றது. பறந்தது வண்டோ பழமோ என அவள் வியந்து கூறினாள்.

உவமை நயம்

- தேன் உண்டு மதுமயக்கத்தில் கிடந்த வண்டு நாவல் பழத்தை ஒத்திருந்தது.
- பெண்ணின் முகம் சந்திரனை ஒத்திருந்தது
- பெண்ணின் கரங்கள் தாமரை மலரை ஒத்திருந்தது

இவ்வாறு வண்டு நாவல் பழத்திற்கும், முகம் நிலவுக்கும் கரங்கள் தாமரை மலருக்கும் உவமை கூறியுள்ள அழகு தனி!

இதே கருத்து விளங்கும்

திருக்குறள் பாடல் :

மதியும் மடந்தை முகனும் அறியா
பதியிற் கலங்கிய மீன். – குறள். 1116

பொருள் :

சந்திரனுக்கும் இந்தப் பெண்ணின் முகத்திற்கும் வேற்றுமை அறிந்து கொள்ள முடியாமல் வானத்திலுள்ள

நட்சத்திரங்கள் தாம் இருக்கவேண்டிய இடத்தை விட்டு மாறி விட்டோமோ என்று குழப்பமடைந்தன...

இ. கவினுறு கற்பனை

கற்பனை :

உயரமான கட்டிடத்தின் மேலே உள்ள மேடைத்தளத்திலே மாலை வேளையில் மங்கை ஒருத்தி உலவுகின்றாள். அழகில் அவள் நிலவைப் போல் காணப்பட்டாள். நவ கோள்களில் ஒன்றான இராகு என்ற கரும்பாம்பு அவளை நிலவென்று எண்ணி அவளை விழுங்கும் நோக்குடன் அருகில் வந்தது. அதைக் கண்ட அவள் மனம் பதறினாள். பால் போலும் தெளிந்த மொழியுடையாள் அவள்! தனது மெல்லிய பாதங்களை மெதுவாகத் தரையில் மிதித்து ஓசைப்படாமல் நடந்தாள். அவள் சாயலைக் கண்ட அந்தப் பாம்பு அவளைத் தோகைகளை உடைய மயில் என எண்ணி பயந்து போய் ஓடிவிட்டது...

என்னே கற்பனைச் சிறப்பு!

இதோ... விவேகசிந்தாமணிப் பாடல்!

முகாமா மேடைமீதிற் மங்கைநின் னுலாவக் கண்டு
ஏகமா மதியென் றெண்ணி ராகுவந் துற்ற போது
பாகுசேர் மொழியினாளும் பற்றியே பாதம் வாங்கத்
தோகைமா மயிலென் றெண்ணி தொடர்ந்தரா மீண்டதன்றே!

மங்கையை நிலவிற்கும், பின்னர் அவள் நடைபயிலும் அழகை மயிலுக்கும் ஒப்புமைப் படுத்தப்பட்டுள்ளது... இராகு - என்ற கரும்பாம்பு நிலவை விழுங்குவதால்தான் சந்திர கிரகணம் நிகழ்கிறது என்பது பழங்கால நம்பிக்கை...

பாகுசேர் மொழியினாள்

    பால் போலும் இனிய மொழியைப் பேசுகின்றவள்...

திருக்குறள்

    அனிச்சமும் அன்னத்தின் தூவியும் மாதர்
    அடிக்கு நெருஞ்சிப் பழம் - 1120

அத்தகு மெல்லிய பாதம் படைத்தவள் இந்தத் தமிழ் மங்கை.... பாதம் வாங்க... மெல்லென நடந்தாள்... எனவே தான் மயிலென எண்ணியது இராகு.... தனக்கு ஆபத்து வந்துவிடுமெனப் பயந்து அந்த இடத்தை விட்டு அகன்றது.

ஈ. உவமை அழகு (1)

    விவேக சிந்தாமணியில் உவமை நயம், கற்பனை வளம் மிகுந்திருத்தலை பல பாடல்களில் காண முடியும். எடுத்துக் காட்டாக இங்கு ஒரு பாடலைச் சற்று விளக்கமாகக் காணலாம்.

பாடல்

    அன்னம் பழித்த நடையாலம் பழித்த விழி
       அமுதம் பழித்த மொழிகள்
    பொன்னம் பெருத்த மார்பு கன்னங்கருத்த குழல்
       சின்னஞ்சிறுத்த இடை பெண்
    என்னெஞ் சுருக்கவ டன்னெஞ்சு கற்ற
       கலையென் னென்று ரைப்பதினி நான்
    சின்னஞ் சிறுக்கியவள் வில்லங்க மிட்டபடி
       தெய்வங்களுக் கபயமே

பொருள் விளக்கம்

அன்னப் பறவையினையும் தோற்கடித்த நடையழகு, கூர்மையான அம்பினைக் கீழ்ப்படுத்தும் விதமான கண்கள், தேவாமிர்தத்தையும் விட இனிமையான சொற்கள், பொன்போல் ஒளிவிடத்தகும் மார்பு, கருமை நிறமான இருண்ட கூந்தல், சின்னஞ்சிறு இடை, இக்காட்சிகளால் எனக்குள் ஏற்பட்ட வில்லங்கங்களைத் தெய்வங்களிடைமே முறையிடுவதல்லாமல் என்னால் என்ன செய்ய முடியும்.

உவமை அழகு

அவள் நடையழகினை அன்னப் பறவையின் நடைக்கு ஒப்புமைப்படுத்தி ஆனால் அதைவிட அழகானது அவள் நடையழகு என்கிறார்.

விழி : கூர்மையானது அம்பு அதை விட கூர்மையானது அவள் விழிகளின் பார்வை.

மொழி : தேவாமிர்தம் இனிமையானது அதை விட இனிமையானது; அவள் மொழிகள்

மார்பு : பொன்னால் செய்யப்பட்டது போன்று ஒளிவிடும் மார்பு

குழல் : கன்னங்கரேல் எனக் கறுத்து இருண்ட கூந்தல்

இடை : சின்னஞ் சிறுத்த இடை

எத்தனை வர்ணனை எத்தனை உவமை அழகு கற்பனை வளம் இத்தகைய வர்ணனையைச் சிலப்பதிகாரத்திலும் காண முடியும். கோவலனும், கண்ணகியும் இல்லறம் நடத்த தொடங்குகின்றனர்.

கண்ணகியின் அழகில் மயங்கி கோவலன் இவ்வாறு புகழ்கின்றான்.

மாசறு பொன்னே வலம்புரி முத்தே
காசறு விரையே கரும்பே தேனே
அரும் பெறற் பாவாய் ஆருயிர் மருந்தே
பெருங்குடி வாணிகன் பெருமட மகளே
மலையிடை பிறவா மணியே யென்கோ
அலையிடை பிறவா அமிழ்தே யென்கோ
யாழிடைப் பிறவா இசையே யென்கோ
தாழிருங் கூந்தற் றையா னின்னை
மனையறம் 73 - 80

இத்தகைய வர்ணனையைத்தான் விவேக சிந்தாமணியின் பாடலிலும் காண்கிறோம்.

தருக்குறள் :

அணங்குகொல் ஆய்மயில் கொல்லோ கனங்குழை
மாதர்கொல் மாலும்என் நெஞ்சு! – குறள். 1081

உவமை அழகு (2)

கவிதைக்கு அழகு உவமை... கவிஞர்கள் கற்பனைத் திறன்மிக்கவர்கள்... கற்பனையில் மனம் மகிழ்ந்தவர்கள். தான் பெற்ற இன்பம் பெறுக இவ்வையகம்... என்ற உயரிய எண்ணம் கொண்டவர்கள். விவேக சிந்தாமணியிலும், இத்தகைய கற்பனை அழகை, உவமைச் சிறப்பினைப் பல இடங்களில் கண்டு மகிழலாம். இதோ ஓர் சான்று :

பாடல் :

தண்டு லாவிய தாமரைப் பொய்கையில்
மொண்டு நீரை முகத்தரு கேந்தினாள்...
கெண்டை கெண்டையென் றக்கரை யேறினாள்
கெண்டை காண்கிலன் நின்று தயங்கினாள்...

காட்சி இதுதான் :

அழகான பெண்ணொருத்தி, கொடிகள் நிறைந்த தாமரைத் தடாகத்தில் நிற்கிறாள்... தடாக நீரை தன் கையில் முகர்ந்து பார்க்கிறாள்.

நிகழ்ந்தது...

அந்த நங்கையின் கையில் இருந்த நீரில் அவள் கண்கள் எதிரொளித்தன... அவள் கண்களின் நிழலைக் கையிலிருந்த நீரில் அவள் சற்றும் எண்ணாது "கெண்டை கெண்டை" எனக் கத்திக்கொண்டே கரையிலேறினாள், விரைந்து... இப்போது கெண்டை மீனைக் காணவில்லை.... திகைத்து நின்றாள் அவள்!

உவமையழகு

அந்த அழகியின் கண்கள் கெண்டை மீனை ஒத்திருந்தன என்பதை... அவள் கையில் நீரை அள்ளினாள். முகத்தினருகே கொண்டு சென்றாள்... முகர்ந்தாள். கெண்டை எனக் கூவினாள்... என்றார். அவள் கண்களுக்கும் கெண்டை மீனுக்கும் எந்த வேறுபாடுமின்றியிருந்தது எனப் பொருள்... கெண்டை மீனுக்கு அவள் கண்கள் உவமைப்படுத்தப்பட்டது அழகு....

வரலாறு

மதுரைமீனாட்சியம்மன் ஆலயத்தில் குடியிருக்கும் அன்னை மீனாட்சிக்கு இப்பெயர் வரக் காரணமாகச் சிலர் கூறுவதைக் கேட்டிருக்கிறேன். மீன் போன்ற கண்கள் உடையவள் எனச் சிலர் சொல்கின்றனர்... கெண்டை மீன்கள் தங்கள் குஞ்சுகளை வாயினுள் வைத்து பாதுகாக்குமாம்... வாயினின்று நீரில் வெளியேற்றியபோது தன் குஞ்சுகளைச் சுற்றியே நின்று பாதுகாக்குமாம்... எனவே மீன்போல் தன் பக்தர்களைக் காப்பதால் இப்பெயர் வந்தது என்றும் சிலர் கூறுகின்றனர்... எப்படியாயினும் மீனா என்ற தமிழ்பெயரைப் பல பெண்களுக்குச் சூட்டியுள்ளனர்.

உ. ஒலி நயம்

இசை ஒலி

விவேக சிந்தாமணியின் பாடல்களின் சொற்களின் கிறங்கடிக்க வைக்கும் இயல்பின. சொற்கள் தாளமிடும் கேட்பவர் காதுகளில் தேன்போல் பாயும். கலிவிருத்தப் பாவகைளைச் சேர்ந்த ஒரு பாடல் இதோ. கற்பனையும், உவமை அழகும் இதில் ஒருசேர வந்து பெருமை சேர்க்கும். பாடலைக் கேட்போமா

பொன்னின் மணி, கிண்கிணி, சிலம்பொலி புலம்ப
மின்னுமணி, மேகலைகள், மெல்லென, வொலிப்பச்
சின்ன மலர், கொண்டு சில, சேடியர்கள் சூழ
அன்னமென, வல்லவென, வாமென வுரைத்தார்

சூழல்

அழகிய பெண்மணி ஒருத்தி தோழியர் சூழ அன்னம்போல வருகிறாள். அந்த அழகைக் கண்டோர் வியந்து கூறியது போல அமைந்தது இப்பாடல்

பொருள்

பொன்னாலான அணிகலன்களும் கால்களில் அணிந்த சதங்கை மணிகளும் இதமான ஒலி எழுப்புகின்றன. ஒளி வீசுகின்ற மணிமேகலை என்னும் ஆபரணத்தை இடையில் அணிந்திருக்கிறாள். வாசனை மிகுந்த அரும்பு மலர்களை ஏந்திய தோழியர் அவளைச் சூழ வருகின்றனர். அவள் நடந்து வருகையில் அன்னமோ, இல்லையோ எனக் கண்டவர்கள் வியந்து போயினர், புகழ்ந்து பேசினர்

எத்தனை ஒலிநயம், எத்தனை உவமை நயம் இந்தப் பாடலின் ஒலி நயத்தை ஒத்த ஒரு பாடல் தேம்பாவணியில் வீரமாமுனிவர் காட்சிப்படுத்துகிறார். அங்கும் இவைபோல் தாளமிடும் சொற்கள் ஒலி எழுப்பும் உயிருள்ள சொற்கள் கேட்டு மகிழலாம்.

தமிழ்மொழியின் ஐம்பெருங்காப்பியங்களில் சிந்தாமணியும், சிலப்பதிகாரமும், மணிமேகலையும், இப்பாடலில் தொனிக்கின்றன.

தேம்பாவணியிலே

தேவ தாயாராம் மரியாவுக்குத் திருமணம் நடந்த குழலொலியும், பாடுவோர் ஒலியும், வாழ்த்தொலியும் ஒன்றாகச் சேர்ந்து ஒலித்தது. அந்தக் காட்சியைத் தமது சொல் திறத்தால் காட்சிப்படுத்துவதே இங்கே நாம் தரும் பாடல்

ஓசைமிக்க சொற்களைக் கொண்டு கவிதையாக்குவதிலே வீரமாமுனிவர் கைதேர்ந்தவர்

ஆயிற்றே. தேம்பாவணியிலும் ஓசைநயமிக்க சொற்கள் நிரையாய் நின்று நம்மை மகிழ்விக்கின்றன.

யூதேயா நாட்டின் தலைநகரம் எருசலேம். அந்நகரின் வனப்பைக் கூறவந்த வீரமாமுனிவர் இவ்வாறு வர்ணிக்கிறார்.

பயிலலால் மறைநூல் ஒக்கும் பகலினை மணியால்
ஒக்கும்
வியலினால் உலகம் ஒக்கும் வேலியால் கன்னி
ஒக்கும்
முயலினால் அலையை ஒக்கும் முனிமுனி
ஒன்னார்க்கொக்கும்
நயலினால் உயர் வீடொக்கும் நகரினை
ஒக்கும் வீடே

விவேக சிந்தாமணியில் திருக்குறளின் குருதியும், சிலம்பின் மூச்சும், நற்றமிழ் இலக்கியங்களின் நலன்களும் ஒன்றிக்க விளங்குகின்றன. தமிழ்மொழி இலக்கியங்களின் தேர்ந்த கருத்துக்களின் களமாக விளங்குகிறது இந்நூல்

தேம்பாவணியின் ஒலி நயத்திற்கு
இதோ தக்க சான்று
விவேகசிந்தாமணி பாடலை ஒத்த சான்று
தேம்பாவணியில் ஓர் வாழ்த்தொலி

முடுகு முரசொலி முடுகு முழவொலி
முடுகு முருடொலி முடிவிலாக்
கடுகு பறையொலி கடுகு கலமொலி
கடுகு கடலொலி கனி வெழாத்
தொடுகு குழலொலி தொடுகு குரலொலி
தொடுகு துதியொலி தொடுதலாற்

படுகு முகிலொலி படுகு கடலொலி
படுத லிலமண மாயதே

சொற்கள் ஏற்படுத்தும் ஒலி.... இசைக் கருவிகளின் ஒலியாகவே கேட்கிறதல்லவா?

பாரதியாரின் குயில்பாட்டு நூலில் குயில் பாடுவதைக் கேட்கிறீர்களா

காதல் காதல் காதல்
காதல் போயிற் காதல் போயிற்
சாதல் சாதல் சாதல்
இன்பம் இன்பம் இன்பம்
இன்பத் திற்கோ ரெல்லை காணில்
துன்பம் துன்பம் துன்பம்
கூடல் கூடல் கூடல்
கூடிப் பின்னே குமரர் போயின்
வாடல் வாடல் வாடல்

இவ்வாறு அக்காலப் புலவர்கள் முதல் இக்காலக் கவிஞர்கள் வரை அடுக்குச் சொற்களால், ஓசை எழுப்பி, ஒலி நயத்தால் உயிரூட்டி, கேட்டார் பிணிக்கும் தகையவாய் கேளாரும் வேட்ப மொழிந்து தமிழுக்கு அழகு செய்துள்ளனர். இதையே விவேகசிந்தாமணியும் செய்துள்ளது. தன் பங்கிற்கு; ஓசை நயம் மிக்க, ஒலி நயமிக்க பாடல்களால், தமிழன்னைக்கு மகுடம் சூட்டியுள்ளது.

திருக்குறளிலும் இதோ ஒலி நயத்தை உணரலாம்!

பற்றுக பற்றற்றான் பற்றினை அப்பற்றை
பற்றுக பற்று விடற்கு— குறள். 350

துப்பார்க்குத் துப்பாய துப்பாக்கித் துப்பார்க்குத்
துப்பாய தூஉம் மழை – குறள். 12

சொல்லுக சொல்லிற் பயனுடைய சொல்லற்க
சொல்லிற் பயனிலாச் சொல் – குறள். 200

இவ்வாறு திருக்குறளிலும் விவேகசிந்தாமணியிலும் காணும் ஒலிநயம் சுவைத்து இன்புறத்தக்கது!

18. நில்லாமை

அ. நிலையில்லா உலக வாழ்க்கை

மாயை

குப்பை மேட்டில் காய்ந்து போய் கேட்பாரற்குக் கிடந்த கிழிந்த காகிதம், திடீரென ஓர்நாள், காற்றின் வேகத்தால் பறந்துபோய், கோயில் கோபுரஉச்சியில் போய் அமர்கிறது. காகிதத் துண்டு, சற்று 'கர்வம்' கொண்டு அமர்ந்த வேளையில் அடுத்த காற்று வந்து அடித்துச் செல்கிறது. எங்கேயோ போய் முள்புதரில் சிக்கித் தவித்தது, வாழ்க்கையும் இப்படித்தான்.

உலக வாழ்க்கையிலும் சிலர் திடீரெனப் பணக்காரர் ஆகிவிடுவதும், செல்வம் படைத்திருந்த பேர்கள் தாழ்ந்த நிலைக்குத் தள்ளப்படுவதும் அன்றாட நிகழ்வுதான். ஆனால் செல்வம் வந்தபோது செருக்குறுதலோ அல்லது வறுமை வந்துற்றபோது தளர்வுறுதலோ மேன்மக்களிடம் இல்லாத குணம். அனைத்துமே முற்பிறப்பின் பயனாய் வந்தனவே என்றால், யாராலும் அதனைத் தடுக்க முடியுமோ? என்ற இக்கருத்து விவேகசிந்தாமணியில் சொல்லப்படுகிறது.

பாடல்

வாழ்வது வந்தபோது மனந்தனில் மகிழவேண்டாம்
தாழ்வது வந்ததானால் தளர்வரோ தக்கோர் மிக்க
ஊழ்வினை வந்ததானால் ஒருவரால் விலக்கப்போமோ
ஏழையா யிருந்தோர் பல்லக் கேறுதல் கண்டி லீரோ!

பொருளுரை

ஆம் நல்வாழ்வு வந்து விட்டது என மனதினில் பெருமகிழ்ச்சி கொள்ளவேண்டாம். அதேபோல தாழ்வுற்ற காலத்தினில் தகுதியுடைய மேன்மக்கள் மனம் உடைந்து போகமாட்டார்கள். ஏனெனில் அனைத்துமே முற்பிறப்பின் பயனாகவே நடக்கிறது என்பதே உண்மை. அப்படியிருக்க எவருமே எதுவும் செய்ய முடியாது. ஏழைகளாக வாழ்ந்த பலர் இன்று பல்லக்கு ஏறுவதும் இப்படித்தான்.

ஊழ்வினை

ஊழ்வினை என்பது முற்பிறப்பில் ஒருவன் செய்த பாவ புண்ணியங்களைக் குறிப்பிடுவது. ஒருவற்கு ஏழு பிறப்புகள் உண்டு என்பதனை,

"எழுபிறப்பும் தீயவை தீண்டா" என்ற பாடலாலும்

"பிறவிப் பெருங்கடல் நீந்துவர்" என்ற பாடலாலும், ஏழு பிறப்புகள் உண்டு என்பதை, திருவள்ளுவர் தெளிவுபடுத்துகிறார். முற்பிறப்பில் ஒருவன் செய்த பாவபுண்ணியங்கள் அவனைத் தொடரும் என்பதைப் புரிந்து கொள்ள,

"ஊழ்வினை உருத்து வந்து ஊட்டும்"

என்ற பாயிர வரிகளால் சிலப்பதிகாரம் தெளிவுபடுத்துகிறது. எனவே அனைத்தும் ஊழ்வினைப் பயன் வழியே என்பது விவேக சிந்தாமணி தரும் விளக்கம் ஆகும்.

பல்லக்கு

முற்காலத்தில் அரசர்கள் வெளியே செல்ல நேர்ந்தால் அழகான ஓர் இருக்கையில் இருத்தி சுமந்து

செல்லப்படுவார்கள். பெரும் செல்வந்தர்கள் கூட அலங்கரிக்கப்பட்ட இருக்கையிலே இருத்தப்பட்டு ஏவலர்களால் தோளில் தூக்கிச் செல்லப்படுவதுண்டு. இதுவே பல்லக்கு எனப்பட்டது. திருவள்ளுவர் காலத்தில் செழித்தோங்கிய இப்பழக்கம், செல்வந்தர் வீடுகளில் வழக்கத்திலிருநத்து. பொதுவாகப் பணக்காரர் பயன்படுத்திய பகட்டு வாகனம் அது. தற்காலத்தில், நடக்க இயலாதவர்கள், முதியோர்கள் மலைப்பாங்கான பகுதிகளில் இவ்வகை வாகனங்களைப் பயன்படுத்தி மருத்துவமனை, வாக்குச்சாவடி முதலான இடங்களுக்குத் தூக்கி செல்லப்படுகிறார்கள்.

தக்கோர்

வெற்றி தோல்விகளைச் சமமாகக் கருதும் மனப்பக்குவம் உடையவர்கள், உலக இயல்புகளை நன்கு புரிந்து கொண்டவர்கள், எந்தத் துன்பங்கள் வரினும் துவண்டு விட மாட்டார்கள். தோல்விகளை வெற்றிக்கான படிக்கட்டுகளாக்கித் தொடர்ந்து முன்னேறிக் கொண்டே வருவர்.

திருக்குறள்

பரியினும் ஆகாவாம் பாலல்ல உய்த்துச்
சொரியினும் போகா தம - குறள் 376

நீதி : எவ்வளவுதான் முயன்றாலும் தமக்கு வந்து சேரத் தக்க கொடுப்பனை இல்லாத பொருட்கள் கிடைத்து விடமாமட்டா. நல்வினையால் தமக்குச் சொந்தமாகச் சேர்ந்துள்ள செல்வத்தை வேண்டாமென்று வேற்றிடத்தில் கொட்டிவிட்டாலும் அவை மீண்டும் தம்மிடமே வந்து சேர்ந்து விடும்.

இந்த நீதி நெறியினை உணர்ந்து கொண்டால், உலகில் பொருள் தேடுதலுக்காக நடக்கும் தீவினைகள் நடப்பதில்லை.

ஆ. ஆப்பிலாச் சகடுபோல

ஆப்பு

மாட்டுவண்டி, குதிரை வண்டிகளே பயணத்திற்கு பயன்பாட்டில் இருந்த காலம். வாகனங்கள் என்ற வடிவில் சகடு அல்லது சாகாடு என்ற சொற்கள் பயன்படுத்தப்பட்டன. திருவள்ளுவர் சாகாடு என்ற சொல்லைக் கையாள்கிறார். செல்வந்தர்களும் அரசர்களும் வண்டிகளுக்குப் பதிலாக 'தேர் அல்லது 'ரதம்' என்ற வாகனங்களைப் பயன்படுத்தினர். இந்த வாகனங்கள் அனைத்துமே சக்கரங்களால் ஓடும். சக்கரங்களை வண்டிகளில் பொருத்தி வைக்க உதவும் ஆணிதான் ஆப்பு எனப்படுவது. சில இடங்களில் இது 'கடையாணி' எனப்படுகிறது. ஆக இந்த 'ஆப்பு' என்பதுதான் வண்டிச் சக்கரம் சுழல்வதில் அதன் செயல்பாட்டில் இன்றியமையாததாக உள்ளது.

இராமாயணத்தில்

தசரதச் சக்கரவர்த்தி தன் இளமைக் காலத்தில் ஒரு நாள் போருக்குச் சென்றார். அவன் மனைவியருள் ஒருவரான கைகேயி அவருடனிருந்தார். தேர் விரைவாகச் சென்று கொண்டிருந்தது. போரும் தீவிரமாக நடந்து கொண்டிருக்கும் வேளையில் ஐயோ, தசரதனின் தேர்ச் சக்கரத்தைப் பொருத்தியிருந்த ஆப்பு என்ற சிறிய பகுதி உடைந்து விட்டது. ஒரு கணம் தாமதித்தால் தேர்ச்சக்கரம் தேரிலிருந்து வேறுபட்டுச் சென்று விடும்.

ஆனால் இதைக் கண்டு விட்டாள் கைகேயி. ஒரு கணம் தாமதமானாலும் தன் கணவனுக்குப் பேராபத்து வந்துவிடும் சூழ்நிலையை உணர்ந்து கொண்டாள். சற்றும் தாமதிக்காமல் ஆப்பு இருந்த இடத்திலே தன் கைவிரலை நுழைத்து சக்கரம் கழன்றுவிடாமல் தடுத்தாள். இச்செயலை அறிந்த தசரதன் கைகேயியைப் பாராட்டி அவளுக்கு வரம் தருகிறார். அந்த வரத்தினை வாய்ப்பு வந்தபோது தனக்கு சாதகமாகப் பயன்படுத்தி இராமபிரானைப் பழிவாங்குகிறாள் கைகேயி! இவ்வாறு இராமாயணம் என்ற மாபெரும் இதிகாசம் உருவாகிடவே காரணமாகியது. இந்த ஆப்பு என்ற ஓர் எளிய சாதனம்.

கிராமத்திலே ஒரு வழக்கம் உண்டு. எவரேனும் ஒருவர் ஒருவருக்குத் தீங்கான சதி செய்தால்,

"மாப்பு வச்சான் பாரு ஆப்பு" இது வடிவேலு வாசகம். இங்கு ஆப்பு தீங்கு செய்யும் கருவியாகக் கொள்ளப்படுகிறது. ஆம் மரத்தைப் பிளக்க உதவும் இருபுற சாய்தள அமைப்பைத்தான் ஆப்பு என்கிறோம்.

விவேகசிந்தாமணியில்

மூப்பிலாக் குமரிவாழ்க்கை முனைவிலா வரசன்வீரம்
காப்பிலா விளைந்தபூமி கரையிலாதிருந்த ஏரி
கோப்பிலான் கொண்ட கோலங் குருவிலான் கொண்ட ஞானம்

ஆப்பிலாச் சகடுபோல அழியுமென் றுரைக்கலாமே

பொருளுரை

குடும்பத்திலே தன்னைப் பாதுகாத்து வழிநடத்த தன்னை விட மூத்தவர்களே இல்லாமல் தனியாய் வாழும்

இளம்பெண்ணின் வாழ்க்கை எப்போதுமே ஆபத்து நிறைந்தது

கோபம் என்பதே தெரியாமல், வெறும் சாந்தகுணமே பொருந்திய அரசனிடம் உள்ள வீரம், பாதுகாக்கப் படாமல் பயிடப்பட்டுள்ள நிலம், கரை நன்கு கட்டப்படாமல் விடப்பட்ட ஏரி, அடிப்படையில் ஏதும் இல்லாதிருந்தும், எல்லாம் இருப்பவன்போல காட்டிக்கொள்ளும் வீண் பந்தா, டம்பம், தகுந்த ஆசிரியரிடத்திலேயிருந்து கற்றுக் கொள்ளாத கல்விஅறிவு ஆகிய இந்த ஆறும் ஆப்பு இல்லாமல் ஓடும் வண்டி போல நினையாத வேளையில் அழிந்துவிடும், என விவேகசிந்தாமணி இயம்புகிறது.

கருத்து

ஆம் பாதுகாப்பின்றி வாழும் இளம்பெண் வாழ்க்கை ஆபத்து நிறைந்தது. வீரம் மிக்க அரசனுக்குக் கோபமும் வேண்டும். பயிரிடும் நிலத்திற்கு பாதுகாப்பு தேவை. ஏரிக்கு கரை இன்றியமையாதது. ஒன்றுமே இல்லாமலிருந்து வீண் பெருமை பேசுதல் ஆபத்து. கல்வி கேள்விகளில் சிறந்த ஆசிரியரிடம் கற்று ஞானம் பெறுதல் நிலைத்து நிற்கும்

நீதி :

        பயிருக்குப் பாதுகாப்பு,
        ஏரிக்குக் கரை.
        ஞானத்திற்கு ஆசான்!

திருக்குறள் :

        கூற்றுடன்று மேல்வரினும் கூடி எதிர் நிற்கும்
        ஆற்ற லதுவே படை - குறள். 765

பொருள் :

எமனே சினங்கொண்டு தன்மீது வந்தாலுங் கூட அணி வகுப்புக் கட்டுக் கலையாமல் சேர்ந்து நின்று எதிர்க்கும் திறமை கூடியுள்ளதுதான் சேனை.

இ. காயமே இது பொய்யடா!

மாயை:

"காயமே இது பொய்யடா" என்ற தொடர்மொழியினைக் காலந்தோறும் கூறக் கேட்டுள்ளோம். "வாழ்க்கை நிலயற்றது" என்பதை இத்தொடர் சொல்லி நிற்கிறது... ஆம் மனித வாழ்வின் பெருமைதனைத் தெய்வப்புலவர்

"நெருநல் உளனொருவன் இன்றில்லை என்னும் பெருமை உடைத்திவ் வுலகு" - குறள் 336

வாழ்க்கையின் நிலையாமையை உணர்த்தும் வலிமையான குறள் இது.... ஆம் நேற்று இருந்தவன் இன்று இல்லை என்பது தான் இவ்வுலகத்தின் பெருமையாம். 1934 முதல் 1938 வரை நடந்த முதல் உலகப்போரிலும் இலட்சக்கணக்கான மனித உயிர்கள் கொல்லப்பட்டன. மேலும் ஆழிப்பேரலை பெருமழை – மண்சரிவு, நெருப்பு, கொடுங்காற்று போன்ற இயற்கைப் பேரிடர்களாலும் ஆயிரமாயிரமாக மக்கள் மடிந்து வருகின்றனர். 2019 முதல் உலகைத் தாக்கி அழித்துவரும் 'கரோனா' தீ நுண்மி உலகின் சுமார் 5 கோடி மக்களைப் பலி கொண்டுவிட்டது... இன்னும் அதன் சீற்றம் டெல்டா என்றும் ஓமிக்ரான் என்றும் உருமாறி ஓலமிட்டபடியே, மனித

இனத்தை கதிகலங்க வைக்கிறது.... இவை மட்டுமா, கொலைகள், தற்கொலைகள் விபத்துகள் எனப் பலியாகும் மனித உயிர்கள் எண்ணிலடங்கா....

இவை போதாதென்று அடிக்கடி நாடுகளுக்குள் நடக்கும் கிளர்ச்சிகளால் சதிகளால் ஆயிரமாயிரமாய் மடிகிறார்கள். போர்கள் இல்லாமல் அமைதியை நிலை நாட்டிட பன்னாட்டு மாமன்றம் 1945 ல் உருவாக்கப்பட்டது. எனினும் உலக அமைதி இன்னம் எட்டப்படவில்லை. தற்போது கூட ரஷ்ய நாடு உக்ரேன் மீது 22.02.2022ல் போர் தொடுத்து, நான்கு மாதங்களாக தாக்குதல் நடைபெற்று வரும் சூழ்நிலையில் ஆயிரக்கணக்கில் மனித உயிர்கள் காவு கொள்ளப்பட்டு விட்ட செய்தி உலக மக்கள் காதுகளில் உருக்கி ஊற்றிய ஈயமாய் பாய்ந்தது. ஐம்பது லட்சம் மக்கள் அகதிகளாய் அண்டை நாடுகளுக்குள் தஞ்சம் புகுந்துள்ளனர்.

எல்லா குழந்தைகளும் ஒன்று போலவே பிறக்கின்றனர். வளர்கின்றனர். 'உயிர்' என்பது அனைவர்க்கும் பொதுவானது அல்லவா... எந்த நாட்டுக்காரன் கொல்லப்பட்டாலும் இறந்தது மனித உயிர்தானே, இறந்தது நமது உடன் பிறப்புதானே! இந்த மனநிலை வேண்டாமோ? இதுவே மனிதநேயம். உக்ரைன் நாட்டை விட்டு லட்சக்கணக்கானோர் தங்கள் உடைமைகளை விட்டுவிட்டு தம்தம் உயிர்களைக் காத்துக்கொள்ள அண்டைநாடுகளில் தஞ்சம் புகுந்து வருகின்றனர். அபயம் தேடி அகதிகளாய்! 28.02.2022 ன் நிலை இது.

வாழ்க்கையின் நிலையாமை என்பது இதுதான்.

இன்று ஆளுவார் நாடு, நாளை
எடுப்பார் கையிலே ஓடு.... என்றதும் சரிதான்!
வாழ்வின் இந்த நிலையாமையைகப்
படம் பிடித்துக்காட்டும் விவேகசிந்தாமணி கூறுவது என்ன?

"கொண்டு விண்படா கருடன் வாய்க் கொடுவரி நாகம்
உண்ட நாகத்தின் வாயில் வெகுண்டவன் தேரை
மண்டு தேரையின் வாயினி லகப்படு வண்டு
வண்டு தேனுகரின்பமே மானிட வின்பம்"

பொருள் விளக்கம் :

இவ்வுலக மாந்தர் அனுபவிக்கும் எந்த இன்பமும் நிலையற்றது.... எவ்வாறெனில் கருடன் ஒன்று நாகப்பாம்பைப் பற்றிக் கொண்டு ஆகாயத்திலே பறக்கிறது. அந்தப் பாம்பின் வாயிலே அதற்கு இரையாகிய ஓர் தவளையைப் பற்றியிருக்கிறது... அந்தத் தவளையின் வாயிலே ஓர் வண்டினை இரையாகப் பிடித்து வைத்திருக்கிறது.... அந்த வண்டு தனக்கு இரையாக ஓர் பூவின் தேனை அருந்திய போதுதான் அதனைத் தவளை பிடித்துக் கொண்டது.

ஓர் உணவுச் சங்கிலி இங்கே விவரிக்கப்படுகிறது... இயற்கை தன்னைச் சமன்படுத்துவதற்கான கட்டமைப்புதான் உணவுச்சங்கிலி... தேன் → வண்டிற்கு உணவு → வண்டு தவளைக்கு உணவு → தவளை பாம்பிற்கு உணவு → பாம்பு கருடனுக்கு உணவு → கருடனுக்கு அதைவிட வலுவான ஒன்று. இதுதான் உணவுச்சங்கிலி... இவ்வுலகில் மானிடர் அனுபவிக்கும் இன்பமும் இந்த வண்டு அனுபவிக்கும் இன்பத்தைப் போன்றதே...

திருக்குறள் :

"குடம்பை தனித்தொழியப் புள்பறந் தற்றே
உடம்போடு உயிரிடை நட்பு..." - 338

உடம்புக்கும் உயிருக்கும் உள்ள தொடர்பு ஒரு முட்டையின் ஓட்டுக்கும் அதிலிருந்து பறந்து போய்விடுகிற பறவைக்கும் உள்ள தொடர்புதான்

பட்டினத்தார் பாடல் :

கட்டியணைத்திடும் பெண்டிரு மக்களுங் காலத்தச்சன்
வெட்டி முறிக்கும் மரம்போற் சரீரத்தை வீழ்த்தி
விட்டாற்
கொட்டி முழங்கி யழுவார், மயானங் குறுகியப்பால்
எட்டி யடிவைப்பாரோ இறைவா கச்சி ஏகம்பனே"

என்று வாழ்க்கையின் நில்லாமையைப் பளிச்செனப் பறை சாற்றுகிறார் பட்டினத்தார்... மனிதனின் மனநிலையையும் இதுதான்...

மாயவரம் வேதநாயகம் பிள்ளை :

உடலை நம்பாதே மனமே – உடலை நம்பாதே....
இந்திரம் மலமூத்திரம் - தசை
இரத்தம் நிறைந்த பாத்திரம் - பாசப்
பந்தப் பேய் வளர் சேத்திரம், வெறும்
பவந்த நாடக சூத்திரம் - இந்த உடலை நம்பாதே....

ஆம் இந்த உடல் வெறும் மாயை... அதில் பெறும் இன்பம் வெறும் அற்ப இன்பம்... நில்லாமையும், நிலையாமையும் தான் இயல்பானது.. என்பது தான் இதன் கருத்து....

நீதி :

இந்த வாழ்க்கை நிலையற்றது...நாம் துய்க்கும் இன்பம் நிலையற்றது... எனவே, மிகச் சுருங்கியதாக நமக்குத் தரப்பட்ட இந்த வாழ்க்கையில் நல்ல செயல்களைச் செய்து நம் மனித சமூகத்திற்குப் பயன்மிக்கோராய் வாழ்வதே இந்த மானிடப்பிறப்பு எடுத்ததன் நிறைவு ஆகும். ஆகவே மனதாலும் எந்த உயிருக்கும் தீங்கு நினையாத பண்பட்ட சமுதாயம் உருவாக்குவோம்...

ஆற்றங்கரையின் மரமும் அரசறிய
வீற்றிருந்த வாழ்வும் விழுமன்றோ!

திருக்குறள் :
ஒருபொழுதும் வாழ்வது அறியார் கருதுப
கோடியும் அல்ல பல. - குறள். 337

பொருள் :

ஒரு நாள் முழுதுங்கூட உயிரோடிருப்பது நிச்சயமில்லாத மனிதன் எண்ணுகிற எண்ணங்களோ ஒரு கோடி இரண்டு கோடியல்ல, பல கோடி.

ஈ. உயிருக்கு ஆபத்தானவை!

ஆபத்து

- அண்மையில் ஆந்திராவைச் சேர்ந்த பாம்பு பிடி வீரரான 'வா வா சுரேஷ்' நாகப்பாம்பு ஒன்றினைப் பிடித்து அதனை வேடிக்கை காட்டிய போது அந்தப் பாம்பு தீண்டி மருத்துவமனையில் ஆபத்தான நிலையில் சிகிச்சை பெற்று வரும் செய்தியை ஊடகங்களால் அறிந்தோம்.

* கேரளாவில் யானைப்பாகன் ஒருவனை அவன் வளர்த்த யானையே தாக்கிக் கொன்று விட்ட செய்தியைப் பத்திரிகைகளில் படித்தோம்.

* இரவு நேரத்தில் தனியே சென்ற வியாபாரியைத் தாக்கி அவரிடமிருந்த பணப்பையையும் நகைகளையும் பறித்ததுடன் அவரையும் கொன்று வீசிய செய்தியும் பத்திரிகையில் வந்ததுதான்.

* ஏரியில் குளிக்கும்போது நீச்சல் தெரியாமல் அங்கு மூழ்கி இறந்த மாணவர்கள் குறித்தச் செய்திகள் நாளிதழ்களில் படித்தோமே!

மேற்கண்டவை அனைத்தும் உலகில் நடக்கும் உண்மைகளே. என்றுமே எங்குமே, நடப்பதுதான்!

விவேகசிந்தாமணி

அரவினை யாட்டு வாரு மருங்களி றோட்டு வாரும்
இரவின் றனிப்போ வாரு மேரிநீர் நீந்து வாரும்
விரைசெறி குழலியான வேசியை விரும்பு வாரும்
அரசனைப் பகைத்திட்டாரு மாருயிர் இழப்பர் தாமே

பொருள் விளக்கம்

பாம்பாட்டிகளும், யானைப்பாகர்களும், ஆழமே தெரியாமல் அறிமுகமில்லா ஏரிகளில் நீந்துவோரும், பொதுமகளிரை நாடுவோரும், அரசனைப் பகைத்தோரும் தங்கள் உயிரை விரைவில் இழப்பர். இவை அனைத்தும் உயிருக்கு ஆபத்தானவை

"துணையோடல்லது நெடுவழி போகேல்" என்கிறது கொன்றை வேந்தன்.

- "தன்னூர் பேயும் அயலூர் குளமும்" என்பார்கள். முன்பின் தெரியாத குளம் அல்லது நீர்நிலை எப்போதும் ஆபத்து நிறைந்தது

- பொது மகளிரை நாடுவோர் உயிருக்கு எப்போதுமே ஆபத்துதான். மும்பை போன்ற நகரங்களில் அந்த தீநெறி தொடர்கிறது. எனினும் அந்த நாட்டம் எப்போதுமே ஆபத்தானது ஆகும் என்பதை அறிந்தே நடப்பது வேதனை தரும் செய்தியாகும்

பொது மகளிரை நாடுதல் குறித்து நாலடியார் கூறுவதைக் கேளுங்கள்

> விளக்கொளியும் வேசையர் நட்பும் இரண்டும்
> துளக்கற நாடின் வேறல்ல – விளக்கொளியும்
> நெய்யற்ற கண்ணே அறுமே, அவரன்பும்
> கையற்ற கண்ணே அறும்

விளக்கொளி எண்ணெய் வற்றியதும் அற்றுவிடும். அதுபோல பொதுமகளிர் அன்பும் கையில் பணம் தீர்ந்தபோது உடனே அற்றுவிடும்.

விவேகசிந்தாமணி

அரசனைப் பகைத்தோரும் விரைவில் அழிவர். அங்கு 'அரசனை' என்பது செல்வந்தர்களைப் பகைத்தாலும் என்று பொருள் கொண்டால் ஊரில் உள்ள செல்வந்தர்களை, பெரியோர்களைப் பகைத்தோருக்கும், ஆபத்து தான். அவர்களுடன் அனுசரித்துச் செல்வது எப்போதும் நல்லது.

அவ்வையார்

12 – ம் நூற்றாண்டில் வாழ்ந்த சோழர் கால அவ்வையாார் தான் ஆத்திச்சூடி கொன்றை வேந்தன், வாக்குண்டாம் என்ற மூதுரை, நல்வழி போன்ற நீதி நூல்களைப் படைத்தவர். ஊருடன் பகைக்கின் வேருடன் கெடும் எனப் போதனை, செய்தார் அந்த அவ்வை!

எனவே,

விவேகசிந்தாமணியின் மதிப்புமிக்க போதனையைக் கேட்டு நடந்தால் இத்தகைய ஆபத்துகளிலிருந்து நம்மை காத்துக்கொள்ளலாம். வருமுன் காப்பதன்றோ அறிவுடைமை

வாழ்க்கைக்கு

- இரவில் தனியே பயணிப்பதைத் தவிர்ப்போம்
- பாம்பு முதலான நச்சுப் பிராணிகளுடன் விளையாட வேண்டாம்.
- பொது மகளிரை நாடும் வழக்கத்தை, சமூகத்தை விட்டு அறவே ஒழிப்போம்.
- ஆழம் தெரியாத நீர்நிலைகளில் நீந்துவது, கடல் அலை அருகில் நின்று தற்படம் (செல்பி) எடுப்பது போன்ற ஆபத்தான செயல்களில் ஈடுபடுவதை முற்றிலும் தவிர்ப்போம்.

நீதி :

தனியான இரவுப்பயணம், நச்சு பிராணிகளுடன் பழகுதல், ஒழுக்கமற்ற வாழ்வு ஆகிய பழக்கங்கள் ஆபத்தானவை.

19. போலி
அ. மெய்யும் பொய்யும்

சூழ்நிலை

கண்ணாலே காண்பதும் பொய், காதாலே கேட்பதும் பொய், ஆராய்ந்து பார்ப்பதே, மெய் என ஆன்றோர் உரைக்கக் கேட்டிருக்கிறோம். ஆம் சூழ்நிலையைப் பார்த்தால் சரியாய்த் தோன்றும் பல காரியங்கள், உண்மையில் தவறாக இருப்பதும், தவறாகத் தோன்றும் பல சூழ்நிலைகாரணமாகச் சரியாய்த் தெரிவதும் இயல்பு, எனவே திருவள்ளுவர் இவ்வாறு போதிக்கிறார்.

திருக்குறள்

எப்பொருள் எத்தன்மைத் தாயினும் அப்பொருள்
மெய்ப்பொருள் காண்பது அறிவு – குறள் 355

எந்தப் பொருள் எப்படி நமக்குக் காணப்பட்டாலும், அந்தப் பொருளில் எந்தப் பகுதி உண்மையானது என ஆய்ந்து தெளிதலே அறிவுடைமை ஆகும்.

விவேகசிந்தாமணி

ஆனால் இன்றைய உலகிலே பல சூழ்நிலைகளிலும் பார்த்தால் அறிவில்லாத, அனுபவம் இல்லாத மூடர்கள் பேசும் உரைகளையே அதிகமான மக்கள் தலையாட்டி ஆமோதிக்கிறார்கள். அது பொய் என உணர்ந்து கொள்வதில்லை. பொய்யாயினும், பேசும் முறை அது.

அற்பர்கள் தூய்மையான தங்கத்தாலான நகைகளை அணிந்திருந்தாலும் பலரும் அதனை ஒத்துக்

கொள்வதில்லை. இல்லை இல்லை அது மேற்பூச்சு என்பார்கள். ஆனால் மேலோர், கல்வி கேள்விகளில் பண்பில் சிறந்த பெரியோர்கள் மேற்பூச்சு நகைகளை அணிந்திருந்தாலும் ஆகா என்ன அழகு! என வியந்து போற்றுவர்.

பனைமரத்தின் அடியில் இருந்து கொண்டு பாலைக் குடித்தாலுமே இதோ கள் குடிக்கிறான் என்று பரிகசிப்பார்கள். ஏனெனில் சூழ்நிலை இதுதானே பார்ப்பவர்களின் ஆய்வுக் கண் அடைபட்டுப் போகிறது அவசரத்தில் சிந்தனை வட்டம் குறுகி விடுகிறது.

மேற்பூச்சு நகைகளைக் கொண்டுபோய் நவநாகரீகமாக உடையணிந்து வரும் ஒருசிலர் நிதி நிறுவனங்களில் ஈடுவைத்து, பெரும்தொகைகளைப் பெறுகின்றனர். தோற்றத்தைப் பார்த்தவர்கள் இவர்களை ஐயப்படுவதும் இல்லை. உண்மையில் அவர்கள் முழு மூடர்களாக இருப்பார்கள் என்பதுதான் உண்மை!

விவிலியம்

மூடருக்குக் கல்வியறிவு புகட்டுவோர்
உடைந்துவிட்ட பானை ஓடுகளை
ஒட்டுவோருக்கு ஒப்பாவர் - சீராக் 22-9

இன்று கவரிங் நகைகளை வங்கிகளில் ஈடாக வைத்து பணம் மோசடி செய்வோர் அதிகரித்து விட்டனர். நகைகளைக் கொண்டு வருவோரின் பகட்டு உடைகளைக் கண்டு மயங்கி விடுகின்றனர், கொண்டு வந்ததைப் பார்க்காமல், கொண்டு வந்தவரையே பார்க்கின்றனர்!

எனவேதான் ஆராய்ந்து பார்த்தே ஒன்றை முடிவு செய்ய வேண்டும் என்கிறார்கள்.

விவேகசிந்தாமணிப் பாடல் இதோ :

வீணர் பூண்டாலும் தங்கம் வெறும் மெய்யர் மேற்பூச்சென்பார்
பூணுவார் தகரம் பூண்டாலும் பொருந்திய தங்கமென்பார்
காணவே பனைக்கீழாப் பாற் குடிக்கினும் கள்ளே யென்பார்
மாணுலகத்தோர் புல்லர் வழக்கினை மெய்யென்பாரே!

பலரும் பார்க்கும்படியாக பனைமரத்தின் அடியில் இருந்து கொண்டு பாலைக் குடித்தாலும் vகள் குடிக்கிறான்' என்றே சொல்வார்கள்.

இதுதான் சூழ்நிலையறிவு

தாயொருத்தி கீரிப்பிள்ளை ஒன்றை செல்லப்பிராணியாக வளர்த்து வந்தாள். எங்கு சென்றாலும் எப்போதும் தன் குழந்தை அருகிலேயே வைத்து வளர்த்து வந்தாள். தாயார் வெளியே போக நேர்ந்தால் அந்தக் கீரிப்பிள்ளைதான் அவள் குழந்தைக்குக் காவலாயிருந்து வந்தது.

ஓர் நாள் தண்ணீர் எடுக்கச் சென்றாள் தாய். அவள் குழந்தை தொட்டிலில் தூங்கிக் கொண்டிருந்தது. அந்தக் கீரிப்பிள்ளை அக்குழந்தைக்குக் காவலாகத் தொட்டிலின் அடியில் படுத்திருந்தது. சற்று நேரங் கழித்து ஓர் நாகப்பாம்பானது வீட்டினுள் நுழைந்துவிட்டது. நேராகக் குழந்தை தூங்கிக் கொண்டிருந்த தொட்டிலில் ஏறி விட்டது. குழந்தைக்கு ஆபத்து என உணர்ந்த கீரிப்பிள்ளை அப்பாம்பைக் கடித்துக் குதறிக் கொன்றுவிட்டது. குழந்தைக்கு எந்தத் தீங்கும் நேராமல் காத்தது

கீரிப்பிள்ளை. தண்ணீர் எடுக்கச் சென்ற தாய் வேக வேகமாக வாசலிலே வந்தபோது இரத்தம் கிடப்பதைக் கண்டார். வாசல் நோக்கி கீரிப்பிள்ளையும் ஓடி வந்தது. அதன் வாயிலும் உடலிலும் இரத்தம்! 'ஐயோ' என அலறிய அந்தத் தாய், நீர் நிரம்பிய அக்குடத்தைக் கீரிப்பிள்ளையின் தலையில் இட்டார், பெருஞ்சினத்துடன். தன் குழந்தையைக் கீரிப்பிள்ளை கொன்றுவிட்டதாக எண்ணினாள் அந்தத் தாய். நேராகத் தன் குழந்தையின் தொட்டில் அருகில் சென்றாள். செத்துப்போன பாம்பு துண்டு துண்டாகக் கிடப்பதையும், தன் குழந்தை அமைதியாகத் தொட்டிலில் தூங்கிக் கொண்டிருப்பதையும் கண்டாள். தன் தவறை உணர்ந்தாள். கீரிப்பிள்ளைக்காக அழுதாள். தன் குழந்தையைக் காத்த அந்த வாயில்லா உயிருக்காகப் பரிதவித்தாள்.

என்ன செய்வது?

இதுதான் சூழ்நிலையைப் பார்த்துக்கொண்டு எதையும் அனுமானிக்கவோ தீர்மானிக்கவோ கூடாது.

புல்லர்

அற்ப அறிவுடையோரை புல்லர் எனச் சாடுகிறார். இன்றைய உலகில் அறிவுடைமைக்கும், ஆராயும் மனப்பான்மைக்கும் இடம் குறைந்து வருவதும், வீணர்களுக்குச் செல்வாக்கும் புகழும் அதிகரித்து வருவதும்,நாம் காணும் அன்றாட நிகழ்வுகள் தாம். அதன் காரணமாகவே இன்று அனேக தப்பு தண்டாக்கள் நிகழ்வதும் வாடிக்கையே. ஆகவேதான் "பூணுவார் தகரம் பூண்டாலும் தங்கமென்பார்"."புல்லர் வழக்கினை மெய்யென்பார்" எனப் புகழ்கின்றது விவேகசிந்தாமணி.

தொட்டணைத்தூறும் மணற்கேணி போல இந்நூலைக் கற்றனைத்து ஊறும் உலகியல் அறிவு

நீதி : சூழ்நிலையை மட்டும் வைத்து எதையும் தீர்மானித்து விடக்கூடாது.

திருக்குறள் :

தேறற்க யாரையும் தேராது தேர்ந்தபின்
தேறுக தேறும் பொருள். – குறள். 509

பொருள் :

ஆராய்ந்தறியாமல் எவரையும் நம்பிவிடக்கூடாது.

ஆ. எதிர்பார்க்க முடியாத ஐந்து

சூழ்நிலைகள்

உலக வாழ்விலே மனிதர்கள் தாங்கள் பார்க்கும் அனைத்தையுமே நிஜம் என்றும் உண்மை என்றும் நம்புகிறார்கள். காட்சிகள் யாவுமே உண்மைதான் என விசுவாசிக்கின்றனர். ஆனால் காணும் யாவையுமே உண்மையில்லை, யதார்த்தமில்லை என்பதை அவர்கள் நினைத்துக்கூட பாாப்பதில்லை. இந்த குருட்டுத்தனமான எதிர்பார்ப்பின் காரணமாகவே பல ஏமாற்றங்கள் நிகழ்கின்றன. சூழ்நிலைகளைக் கண்டு அவை நிஜமென்று எண்ணி அதிலே சிக்கி சீரழிந்தவர்கள் பலா். இதனால்தான் விவேகசிந்தாமணி ஆசிரியர் ஐந்து சூழ்நிலைகளை எதிர்பார்க்க இயலாதது என எடுத்துரைக்கின்றார். அவையாவன:-

- ஒலி எழுப்புகின்ற பெருங்கடல் என்றேனும் வற்றி வறண்டு விடும், வறுமையடைந்துவிடும் என எதிர்பார்ப்பது தோல்வியில்தான் முடியும். கடாரம் உடைந்தால் கிண்ணிக்காவது ஆகும் என்பார்களே அதுபோலத்தான் கடல் வற்றிவிடப் போவதில்லை!

உலக வாழ்வில்,

- பொய்யே சொல்லி, தந்திரமாகப் பேசி, திருடும் தொழிலே செய்து வாழும் நாடோடி மக்களிடத்திலே உண்மை இருப்பதில்லை. அவர்கள் காட்டுவதெல்லாம் வேடம். அடிக்கடி நாம் ஊடகங்களில் எத்தனைச் செய்திகளை அறிகிறோம். நகை வாங்குவது போல திருட்டு, சேலை வாங்குவது போல நடித்து பட்டுச் சேலைகள் திருட்டு…. இப்படித் திருட்டே தொழிலாகக் கொண்டவர் களிடத்திலே 'உண்மை' என்பதை, 'நேர்மை' என்பதை எதிர்பார்த்தால் ஏமாற்றம்தான்….. அது நடக்காத காரியம்…..

- வயது மூப்பின் காரணமாக உடலில் பல மாற்றங்கள் இயற்கையாகவே, இயல்பாகவே நிகழும். உடலில் மயிர் நரைப்பதும் தோல் சுருக்கம் அடைவதும் தோற்றம் மாறி முதுமையைக் காட்டும்….. இந்த முதுமைத் தோற்றத்தை மாற்றி மருந்துகளை உண்டு இளமைப் பருவத்தை மீண்டும் பெற முடியும், என நம்பி அதற்காக மருத்துவம் பெறுதல், இறுதியில் ஏமாற்றத்தையே தரும்… தற்காலத்தில் பல விளம்பரங்களை நாம் காண்கிறோம்…..

- உங்கள் முதுமைத் தோற்றம் மாறி இளமைத் தோற்றம் பெற எங்கள் மருந்தினை உட்கொள்ளுங்கள்….

வழுக்கைத் தலையில் மயிர் வளர வேண்டுமா? எங்கள் மருந்தைப் பயன்படுத்துங்கள். நடக்காத இதை நம்புவோர் பலர்.... நரைமயிர் கறுப்புவண்ணம் ஆக வேண்டுமா.... எங்கள் மருந்தைப் பயன்படுத்துங்கள்.... உண்மையில் அவர்கள் தரும் வண்ணங்கள் கலந்த மருந்துகளைத் தடவுவதால் கறுப்பு வண்ணம் ஏற்படும்..... ஆனால் சில நாட்கள்.... அல்லது சிலமணி நேரங்களில் அந்தச் சாயம் வெளுத்துவிடும்..... எப்படி?

உங்கள் இளமையின் இரகசியம் என்ன?
அதுதான் என்னிடமுள்ள புதுமை – புது...மை......"

இவ்வாறு, இளமையை மீண்டும் பெறலாம் என எதிர்பார்த்தால் ஏமாற்றமே! இதைவிட ஒரு வேடிக்கை என்ன தெரியுமா.....

முடி வெளுத்து நரை முடியுடையோர் கறுப்பு வண்ணம் பூசி கருமையான தோற்றத்தைத் தங்கள் கேசத்திற்குத் தருகின்றனர்... ஆனால் இன்றைய இளைஞர்கள் இளம்பெண்கள் பலர், தங்கள் இயற்கையான கருமையான மயிரின்மீது நரைநிறம், சிவப்பு நிறம், செம்மை நிறம், தங்கநிறம் எனப் பல நிறங்களைப் பூசி பலவேசமுடையோராய் காட்சி தருகின்றனர்.... ஏதோ இதுதான் நிஜமென நம்பி விடுகின்றனர். ஆண்கள் பலர் தங்கள் நரைத்த தாடியை வெளியே தெரியாமல் இருக்க போலியான பொய்த் தாடிகளை வேறு வேறு வடிவங்களில் ஒட்டி வைத்து இதுதான் நிஜமென நம்பி மகிழ்கின்றனர். எல்லாமே போலிகள்...நிஜமல்ல...

பொதுமகளிர் தங்களை ஒப்பனைகள் செய்து, ஒருவர் மீது பேரன்பு காட்டுவது போலக்காட்டி, தங்கள் தேவையை

மட்டும் சாதித்து விடுகின்றனர். இவர்களிடம் உண்மை இல்லை. இவர்கள் காட்டுவதும் உண்மை அன்பு இல்லை...... இவர்களிடத்திலே உண்மையான அன்பு எதிர்பார்ப்பதும் இவர்கள் காட்டுவது உண்மையான அன்பு என நம்புவதும் ஏமாற்றத்தையே தரும். அவரவர் தேவை நிறைவடைவது வரைதான் அவரவர் காட்டும் அன்பு.... இதிலே மகளிர் மட்டுமல்ல ஆடவரும் அப்படியே! தங்கள் தேவைகள் நிறைவேற இருபாலரும் நடிக்கிறார்கள் என்று தான் சொல்லுவேன்.

அன்பின் விழையார் பொருள்விழையும் ஆய்தொடியார் இன்சொல் இழுக்குத் தரும். - குறள் 911

பணம் காரணமாக மட்டும் பாசாங்கு ஆசை காட்டும் பொதுமகளிருடைய பேச்சு, இனிமையாக இருந்தாலும் அதனால் துன்பமே வரும், அதில் உண்மை இல்லை.

அரசர்கள் அல்லது ஆட்சியில் இருப்போர் ஒருவர் மீது நட்பு இருப்பதுபோலக் காட்டிக்கொள்வதும் நிஜமல்ல..... அவர்கள் தங்கள் செல்வாக்கினைத் தக்க வைத்துக் கொள்ள, அல்லது எதையோ, எதிர்பார்த்து, எதையோ சாதிக்கவே இந்த அளவு அன்பு காட்டுகிறார்கள் எனப் புரிந்து கொள்ள வேண்டும்..... அரசர்கள் என்பது, ஆட்சியில் உள்ளவர்கள் மட்டுமல்ல செல்வந்தர்கள் என்றும் பொருள் கொள்ள முடியும்.... செல்வந்தர்கள் தாங்கள் அன்பு செய்வது போலக் காட்டிக் கொள்ளும் போது நம்பிவிட வேண்டாம்.... அதில் உண்மையான அன்பு இருப்பதில்லை... அவர்கள் தங்கள் காரியம் நிறை வேறியதும் நிச்சயமாக 'கழற்றி' விடுவார்கள் என்பதைப் புரிந்துகொள்ளவேண்டும்.

மனிதர்கள் இந்த ஐந்து காரியங்களிலும் ஏமாற்றம் அடைவதும் உறுதி.... இவை எதிர்பார்க்க இயலாதன..... நம்ப முடியாத சூழ்நிலைகள்..... எனவே மனிதர்கள் இந்த உலகியல் நிஜங்களைப் புரிந்து கொண்டு, பயனுறு வாழ்க்கை வாழ்தலே... விவேக சிந்தாமணியின் நோக்கம்......

பாடல் இதோ :

குரைகடல் வறுமையும் குறத்தி யுண்மையும்
நுரையற மருந்தையுண் டிளமை நண்ணலும்
விரைசெறி குழலினாள் வேசை யாசையும்
அரையரன் பமைவது மைந்து மில்லையே!

கருத்து : கடல் வற்றுவதில்லை, கள்ள மனம் கொண்ட குறத்தி உண்மை பேசுவதில்லை. எந்த மருந்தும், இழந்த இளமையை திருப்பி தருவதில்லை. அரசன் தனிப்பட்ட ஒருவர் மீது அன்பு செலுத்துவது இயலாத காரியம். அவன் அனைவர்க்கும் பொதுவானவன்.

திருக்குறள் :

கடலோடா கால்வல் நெடுந்தேர் கடலோடும்
நாவாயும் ஓடா நிலத்து. – குறள். 496

பொருள் : உயரமான தேர்கள் கடலில் ஓடுவதில்லை. கடலில் ஓடுகின்ற படகுகளும் நிலத்தில் ஓடமாட்டா.

நீதி : போலிகளை நம்பி ஏமாறாதீர்!

காண்பவை எல்லாம் நிஜமல்ல....

20. விடை காணா வினாக்கள்

ஏன்

இவ்வுலகில் நடைபெறும் பல நிகழ்வுகளுக்குக் காரணம் எவருக்குமே புரிவதில்லை. ஏனெனில் இயல்புக்கு மாறான எத்தனையோ நடப்புகளை அன்றாடம் அறிந்து கொண்டே இருக்கிறோம். அவையாவன விடைகாண முடியாத சில நிகழ்வுகள் இதோ

- தந்தையும் தாயும் வணங்கத்தகும் தெய்வங்கள் அந்தத் தெய்வங்களை பெற்று வளர்த்த பிள்ளைகளே முதுமையில் அவர்களைக் கவனிக்காமல் விட்டுவிடுகின்றனர். ஏன்?
- கணவனும் மனைவியும் ஈருடல் ஓருயிர் என்று வாழவேண்டியவர்கள். கருத்து வேறுபாடு காரணமாகப் பிரிகின்றனர். ஒருவரை ஒருவர் வஞ்சகமாகவும் கொலை செய்கின்றனர். கண்ணே, மணியே எனக் கொஞ்சி வளர்த்த பிள்ளைகள்கூட தங்கள் தாய் அல்லது தந்தையைக் கொலை செய்த செய்திகளும் ஊடகங்களில் வந்ததுண்டு...

ஏன்...

- மிகுந்த பாதுகாப்பு ஏற்பாடுகளுடனும் நூறு விழுக்காடு நம்பகத் தன்மையுடனும் செலுத்தப்பட்ட விமானம் தரை இறங்குமுன் விபத்துக்குள்ளாகிறது? ஏன்?

இவைபோன்ற எண்ணற்ற நிகழ்வுகளை அடுக்கிக் கொண்டே போகலாம். இதைப் போன்றதொரு ஐயப்பாடு இங்கே சொல்லப்படுகின்றது? விடை காண முடியாத அவை யாவை?

"வேலியானது பயிர்களை மேய்ந்திட விதித்தாற்
காலனானவ னுயிர்தனைக் கவர்ந்திட நினைத்தால்
ஆலம் அன்னையர் பாலகர்க் கருத்துவா ரானால்
மேலி தோர்ந்துடன் யார்கொலோ விலக்குவார்
வேந்தே

வேலியே பயிர்களை மேய்கின்றது. காலன் உயிர்களைக் கவர்ந்து செல்கிறான். பெற்ற தாய் தன் பிள்ளைக்கு நஞ்சினை ஊட்டுகிறாள்.

இவற்றுக்கெல்லாம் காரணம் யாதெனச் சொல்பவர் யார்? இத்தகு நிகழ்வுகள் நடக்காமல் விலக்க யாரால் இயலும்? என்பதே இப்பாடலின் பொருள்.

பயிரை மேயும் வேலிகள்

நாள்தோறும் இது குறித்த செய்திகளைக் காணலாம். திருட்டைத் தடுப்பதற்காகவே நியமிக்கப்பட்ட காவலர்கள் திருடுவதும், வேலி பயிரை மேய்வதுதான்.

- மாணவர்க்கு நல்லொழுக்கங்களைப் போதிக்கவென்றே சமூகத்தில் ஆசிரியர்கள் உள்ளனர். இவர்களே ஒழுக்கக் கேடான செயல்களில் ஈடுபடுவதும் வேலி பயிரை மேய்வது தான்.
- இறைவனுக்கு வழிபாடு செய்வதற்காக ஆலயத் தொண்டர்கள் உள்ளனர். அவர்களே முறைகேடுகளில் ஈடுபட்டால் அதுவும் வேலி பயிரை மேய்வதுதான்.

காலன்

உயிர்களைப் படைத்துக் காக்கின்றான் இறைவன். அந்த உயிர்களைக் கவர்ந்து செல்ல காலனை ஏன்

அனுமதித்தான் இறைவன்? ஆறிலும் சாவு நூறிலும் சாவு என்ற நியதியை நிறைவேற்றும் தூதுவனாக காலனை ஏன் படைத்தான்?

தாய்

தன் உதிரத்தைப் பாலாக்கி அளித்து பாதுகாத்த தன் பிள்ளைக்குத் தானே நஞ்சு கொடுத்துக் கொல்ல நினைக்கும் அன்னையர். நினைத்தாலே நெஞ்சம் நடுங்க வைக்கும் இச்செயல் ஏன் நடக்கிறது?

இவை அனைத்துமே படைப்பின் இரகசியங்கள் எந்தப் பெரிய மருத்துவ மேதையாலும் "இன்ன நேரத்தில் தன் உயிர் போகும்" எனச் சொன்னதில்லை. இவன் இந்த வயது வரை வாழ்வான் என்றும் கூறிட இயலாது. ஏனெனில் இவை அனைத்தும் படைப்பின் இரகசியம்! பரம இரகசியம்".

உலக வாழ்வில்

புதிய புதிய மருந்துகள் கண்டுபிடிக்கப்படுகின்றன. தினம் தினம் புதிய புதிய மருந்துகள் வந்து கொண்டே இருக்கின்றன. ஆனால் நோய்களும் புதிது புதிதாக வந்து கொண்டேதான் இருக்கின்றன.

    பிளேக் போனால் இன்புளூயன்சா
    அது போனால் காலரா
    அதுவும் போனால் அம்மைநோய்
    அம்மை போனால் போலியோ
    போலியோ போனால் ஆந்த்ராக்ஸ்
    இது போனால் கரோனா
    அதற்குப் பின் டெல்டா

டெல்டா போனால் ஓமிக்ரான்
இப்போது சார்ஸ் கோவ் 2 நுண்மி
அப்புறம் குரங்கம்மை....

எதாவது ஒன்று வந்துகொண்டே இருக்கிறது ஏன்? வந்தபின் காத்திட வகை செய்யும் அறிவியலால் இவை வராமலே காத்திட முடியவில்லையே ஏன்? இடி மின்னலால் அழிவு! நிலச்சரிவுகளால்,இயற்கைப் பேரிடர்களால் பெருவெள்ளத்தால்,நில நடுக்கத்தால் அழிவு!– அழிவு!– அழிவு!. இந்த அழிவுகளையெல்லாம் தடுத்திட முடியவில்லையே மனிதனின் அறிவினால்? ஏனெனில்,இவை அனைத்தும் இயற்கையின் வினோதம்... விளையாட்டு... இறைவனின் இரகசியம்; அதுவே பரம ரகசியம், மனித அறிவுக்கு எட்டாத ரகசியம். அந்த இறைவனைச் சரணடைதல் மட்டுமே நாம் செய்யத் தகும் நல்ல செயல் ஆகும்.

✴ 26.12.2004ல் ஏற்பட்ட ஆழிப் பேயலையின் ஆட்டத்தில் சிக்கி 1.5 லட்சம் மக்கள் பலியானார்கள்.... அதுபோன்ற ஓர் நிகழ்வு நிகழாமல் பார்த்துக்கொள்ள அதற்குப் பின்னும் அறிவியலால் முடியவில்லையே ஏன்?

✴ 29.09.2018ல் இந்தோனேசியாவில் ஆழிப்பேயலை... பலியானோர்.... 1500க்கு மேல்....

✴ 30.09.2018ல் ஜப்பானில் சுனாமி பலி 1000 த்துக்குமேல் ஏன் தடுக்க இயலவில்லை?

✴ வருமான வரி, அமலாக்கத்துறை பயம்... இதற்கப்புறமும் பணத்தைச் சேர்க்க எண்ணி இறந்த உடலை மூன்று நாட்கள் மருத்துவமனையிலேயே வைத்து சிகிச்சை

தந்த மருத்துவமனைக்கு இந்தப் பண ஆசை ஏன்? சாப்பிட வழி இல்லாதவர்களா அவர்கள்?

✳ உயிர்காப்பான் தோழன் என்று படித்திருக்கிறோம்... வாணியம்பாடியில் மூன்றுபேர் சேர்ந்து தங்கள் நண்பனைக் கிணற்றில் தள்ளி கொலை செய்தனர். செய்தி... இந்தப் போலி நட்பு ஏன்?

✳ இந்தியாவின் டோர்னியர் விமானம் 10.05.2015ல் மாயமானது. இதுவரை அதன் இரகசியம் அறிய முடியவில்லை. ஏன்?

✳ கடலில் மாயமாகி இதுவரை கண்டுபிடிக்கப்படாத கப்பல்களின் இரகசியம் என்ன ஆனாது?

✳ நல்லவர்களும், நேர்மையாளர்களும் மிகுந்த துன்பங்களுக்கும் வறுமைக்கும் ஆட்பட்டு அல்லல்படுகின்றனர். அயோக்கியர்களும், சமூக விரோதிகளும் பலர் ஆனந்தமாய் ஆடிப் பாடித் திரிகின்றனர்... ஏன்?

✳ கொசுவால்தான் டெங்கு போன்ற பல நோய்கள் உருவாகின்றன.... அந்த நோய்களுக்கு மருந்து கண்டுபிடித்த அறிவியல் இந்தக் கொசுக்களை ஒழிக்க முடியவில்லையே. ஏன்?

✳ புத்தரும், காந்தியும், வள்ளலாரும், நாராயணகுருவும், அய்யா வைகுண்டரும் தோன்றிய இப்பூமியில் அவர்கள் போன்ற புண்ணிய புருசர்களைக் காண இன்று முடியவில்லையே.... ஏன்?

✳ பெரியாரும், முத்துராமலிங்கத் தேவரும், கர்மவீரரும், லால்பகதூர் சாஸ்த்திரியும் கக்கனும் போன்ற தன்னலமற்ற தியாகிகள் உதித்த இந்நாட்டில் அத்தகையோர் எங்கே?

✳ மேகவெடிப்பு மழை, அமர்நாத் பனிலிங்கம் போன்ற இயற்கை விநோதங்களின் விடைதான் என்ன?

✳ பர்மிடா முக்கோணம் இன்றும் அவிழ்க்க முடியாத முடிச்சாக அல்லவா உள்ளது.

திருக்குறள் :

கற்றதனா லாய பயனென்கொல் வாலறிவன்
நற்றாள் தொழாஅர் எனின் - குறள் 2

நீதி:

இயற்கையின் வினோதங்கள்
இறைவனின் ரகசியம்!
இறைவனைச் சரணடைதலே
நம் பெருமை
உலகமெங்கும் அமைதி
நிலவட்டும்!